इस्तंबूल इस्तंबूल

बुऱ्हान सोनमेझ

मध्य अनातोलिया येथे १९६५मध्ये जन्मलेल्या बुऱ्हान सोनमेझ यांची मातृभाषा कुर्दिश. तुर्की भाषेत प्राथमिक शिक्षण घेतल्यानंतर ते कायद्याचे शिक्षण घेण्यासाठी इस्तंबूल येथे आले. त्याच काळात त्यांनी संस्कृती आणि राजकारण या विषयांवर अनेक मासिके आणि वृत्तपत्रे यांमध्ये लेखन करण्यास सुरुवात केली. परंतु तत्कालीन राजकीय व्यवस्थेविरुद्ध केलेल्या लेखनामुळे त्यांच्या जीवितास धोका निर्माण झाला आणि तुर्कस्तान सोडून त्यांना ब्रिटनला जाणे भाग पडले. नंतरची अनेक वर्षे ते ब्रिटनमध्येच वास्तव्यास होते. याच काळात त्यांनी तुर्की भाषेतून कादंबऱ्यांचे लेखन केले. 'नॉर्थ' ही त्यांची पहिली कादंबरी २००९ साली प्रकाशित झाली. त्यानंतर २०११ साली 'सिन्स अँड इनोसेंट्स' प्रकाशित झाली. या कादंबरीसाठी सोनमेझ यांना सर्वांत महत्त्वपूर्ण लेखकाला दिला जाणारा सेदात सिमावी पुरस्कार मिळाला. बुऱ्हान सोनमेझ हे हा पुरस्कार मिळवणारे सर्वात तरुण तुर्की लेखक होय. त्याच वर्षी या कादंबरीला उत्कृष्ट कादंबरीचा 'इझमीर सेंट जोसेफ' पुरस्कारही मिळाला.

'इस्तंबूल इस्तंबूल' ही २०१५ या वर्षी प्रकाशित झालेली बुऱ्हान सोनमेझ यांची तिसरी आणि महत्त्वाची कादंबरी आहे. इस्तंबूल शहरातल्या एका तळघरात असलेल्या तुरुंगातील ४० क्रमांकाच्या कोठडीतल्या छळ सहन करणाऱ्या चार कैद्यांनी दहा दिवस परस्परांना सांगितलेल्या वेगवेगळ्या गोष्टी, असे या कादंबरीचे बाह्य स्वरूप आहे. तळघरातील कोठडीत सांगितलेल्या या कथा कोठडीवरच्या इस्तंबूलशी संबंधित आहेत. कादंबरीचा केंद्रबिंदू जरी कैद्यांच्या कथांवर असला तरी प्रत्यक्षात ही कादंबरी इस्तंबूल शहराबद्दल आहे आणि वर वर पाहता राजकीय दिसणारी ही कादंबरी प्रत्यक्षात प्रेमाविषयीची आहे हे ती वाचताना सहज लक्षात येते. मूळ तुर्की भाषेत लिहिलेल्या या कादंबरीचा इंग्रजी, जर्मन, डेनिश, मंगोलियन यांसह दहा भाषांमध्ये अनुवाद झाला आहे. बुऱ्हान सोनमेझ हे सध्या एमईटीयू विद्यापीठात साहित्यिक सिद्धांत आणि कादंबरी या विषयांचे व्याख्याते म्हणून काम करतात.

तुर्की साहित्यातील महत्त्वपूर्ण लेखक आणि त्यांच्या अनुवादित कादंबऱ्या

अहमेत हमदी तानपिनार

मन:शांती (मूळ शीर्षक : 'हुजूर') - अनु : सविता दामले

तास वाजे झणाणा (मूळ शीर्षक : सतलेरी आयर्लामा इन्स्टिट्युत्सू) - अनु : जयश्री हरि जोशी

हकन गुंदे

देर्दा (मूळ शीर्षक : 'एझेड') - अनु : शर्मिला फडके

गुल इरेपोलू

ट्यूलिपच्या बागा : माझ्या छायेत (मूळ शीर्षक : इन टू द ट्युलिप गार्डन्स माय शॅडो) - अनु : ललिता कोल्हारकर

आयफर टंक

अझिझ बेची शोकान्तिका (मूळ शीर्षक : अझिझ बे इन्सिडंन्ट) - अनु : अरुणा श्री. दुभाषी

ओया बाय्दोर

नक्षी-दार (मूळ शीर्षक : द गेट ऑफ जुडास ट्री, इर्गुवान कापिसी) - अनु : जयश्री हरि जोशी

तहसीन युचेल

स्कायस्क्रेपर्स (मूळ शीर्षक : स्कायस्क्रेपर) - अनु : शर्मिला फडके

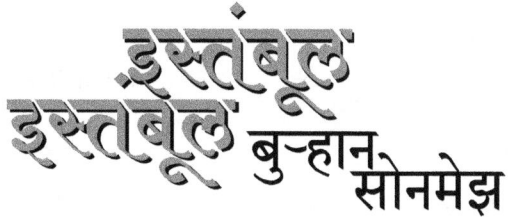

इस्तंबूल इस्तंबूल

बुऱ्हान सोनमेझ

मराठी अनुवाद

सविता दामले

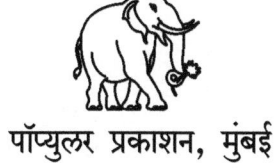

पॉप्युलर प्रकाशन, मुंबई

इस्तंबूल इस्तंबूल
(म-१३०४)
पॉप्युलर प्रकाशन
ISBN 978-81-7991-999-6

ISTANBUL ISTANBUL
Burhan Sonmez
(Marathi : Novel)
Marathi Translation :
Savita Damle

© २०१९, पॉप्युलर प्रकाशन प्रा. लि.

पहिली आवृत्ती : २०१९/१९४०

मुखपृष्ठ
संदीप देशपांडे

प्रकाशक
हर्ष भटकळ
पॉप्युलर प्रकाशन प्रा. लि.
३०१, महालक्ष्मी चेंबर्स
२२, भुलाभाई देसाई रोड
मुंबई ४०० ०२६

अक्षरजुळणी
संतोष गायकवाड
पिंपळे गुरव
पुणे ४११ ०६१

मुद्रक
इंडिया प्रिंटिंग वर्क्स
वडाळा, मुंबई ४०००३१

दिवस **पहिला**

दमितीय विद्यार्थ्याचं कथन

लोखंडी दरवाजा

''फारच मोठी कहाणी आहे ही, पण मी थोडक्यात सांगतो.'' मी म्हणालो, ''इस्तंबूलमध्ये एवढा मोठा हिमवर्षाव आत्तापर्यंत कुणी पाहिला नव्हता. त्या दोन नन्स कॅराकॉयमधल्या सेंट जॉर्ज इस्पितळातून रात्रीच्या काळोखात बाहेर पडल्या. त्यांना ती वाईट बातमी पडुआतल्या सेंट ॲन्थनी चर्चमध्ये जाऊन सांगायची होती. त्या निघाल्या तेव्हा घराघरांच्या वळचणीवर पक्ष्यांचे थवे मरून पडलेले दिसत होते. त्या एप्रिल महिन्यात ज्युडास वृक्षांच्या फुलांतून बर्फाचे थरच्या थर निथळत होते. गार वारा रस्त्यावरच्या कुत्र्यांना तलवारीच्या पात्यासारखा अक्षरशः कापून काढत होता. डॉक्टर, एप्रिलमध्ये एवढा बर्फ तुम्ही कधी पाहिला तरी होता का? खरंतर ही मोठी गोष्ट आहे, पण मी थोडक्यात आटपतो. त्या हिमवादळात रस्त्यावरून पाय घसरत, धडपडत चाललेल्या नन्सपैकी एक तरुण होती तर दुसरी म्हातारी होती. गलाता मनोऱ्याशी दोघी पोचल्या तेव्हा तरुण नन सोबतिणीला म्हणाली, ''डोंगराची चढण लागल्यापासून एक मनुष्य आपल्या मागून येतोय.'' त्यावर म्हातारी नन म्हणाली, ''काळ्याकुट्ट अंधारात भर वादळात एका पुरुषाने आपल्या मागे येण्यास फक्त एकच कारण असू शकतं.''

दूरवरून लोखंडी दाराची करकर ऐकली तेव्हा मी गोष्ट सांगणं थांबवून डॉक्टरांकडे पाहिलं.

आमची कोठडी थंडगार पडलेली होती. मी डॉक्टरांना कहाणी सांगत असताना कामो न्हावी काँक्रीटच्या जमिनीवर अंगाचं मुटकुळं करून झोपला

होता. आमच्याकडे पांघरुणं नव्हतीच. कुत्र्याच्या पिल्लांसारखे एकमेकांना चिकटून झोपत आम्ही ऊब मिळवत होतो. कित्येक दिवस वेळ नुसता एकाच जागी खिळल्यासारखा वाटत होता. दिवस आहे की रात्र... आम्हाला काहीच कळत नव्हतं. फक्त वेदना काय असते तेवढं मात्र कळत होतं. आमचा छळ करण्यासाठी ते घेऊन गेले की हृदयाभोवती विळखा घालून बसलेली दहशत आम्ही रोज नव्याने जगत होतो. मधल्या सुटकेच्या छोट्याशा कालावधीत वेदना सोसण्यासाठी मनाची तयारी करत असताना आमच्या दृष्टीने माणसं-जनावरं, शहाणे-वेडे, देवदूत-राक्षस सगळे सारखेच होते. लोखंडी दाराची करकर मधल्या मार्गिकेवरून घुमत कानापर्यंत आली तेव्हा कामो न्हावी उठून बसला आणि म्हणाला, ''माझ्यासाठी येत आहेत ते!''

मी उठून कोठडीच्या दाराशी गेलो आणि गजांच्या छोट्याशा चौकटीतून बाहेर पाहिलं. लोखंडी दारातून कोण येतंय ह्याचा अंदाज घेण्याचा प्रयत्न करत असताना माझ्या चेहऱ्यावर वाटेतला उजेड पडत होता. मला कुणीच दिसलं नाही. बहुधा ते लोक दाराशीच वाट पाहत उभे असतील. उजेडात डोळे दिपून मी त्यांची उघडझाप केली आणि समोरच्या कोठडीकडे पाहिलं. तिथे त्यांनी सकाळी एका तरुण मुलीला जखमी जनावरासारखं ढकलून दिलं होतं. ती जिवंत आहे की मेली आहे? मला प्रश्न पडला.

मार्गिकेतले आवाज मंदावल्यावर मी पुन्हा खाली बसलो आणि डॉक्टरांच्या व कामो न्हाव्याच्या पायांवर माझे पाय ठेवले. ऊब यावी म्हणून आम्ही आमचे अनवाणी पाय एकमेकांवर दाबू लागलो. गरम उच्छ्वास एकमेकांच्या चेहऱ्यावर सोडू लागलो. खरोखर वाट पाहणं हीसुद्धा एक कलाच आहे, नाही का? भिंतीपलीकडून येणारी दबल्या स्वरातील कुजबुज आणि खुडबुड आम्ही न बोलता ऐकत राहिलो.

मला कोठडीत फेकलं तिथे डॉक्टर दोन आठवड्यांपासून होते. मी रक्ताने लडबडलेला होतो. दुसऱ्या दिवशी सकाळी शुद्धीवर आलो तेव्हा दिसलं की ते सातत्याने माझ्या जखमा स्वच्छ करत आहेत. माझ्या अंगावर त्यांनी त्यांचं जाकीट पांघरलं होतं. रोज वेगवेगळी चौकशी पथकं आम्हाला डोळे बांधून घेऊन जायची आणि काही तासांनी अर्धवट बेशुद्धावस्थेत परत आणून सोडायची. कामो न्हावी तीन दिवस प्रतीक्षेत होता. परंतु कोठडीत आल्यापासून एकदाही त्याला त्यांनी चौकशीसाठी नेलं नव्हतं की त्याचं नावही कधी घेतलं नव्हतं.

सुरुवातीला एक गुणिले दोन मीटर क्षेत्रफळाची ती कोठडी आम्हाला लहान वाटली होती; परंतु आता तिची सवय झाली होती. तिथली जमीन आणि भिंती पक्क्या काँक्रीटच्या होत्या. दरवाजा लोखंडी होता. बाकी आत काहीच नव्हतं. आम्ही जमिनीवरच बसायचो. बसून बसून पाय आखडले की उभे राहायचो आणि कोठडीतल्या कोठडीत येरझाऱ्या घालायचो. कधी कधी दुरून येणाऱ्या किंकाळीमुळे मान वर केली की मार्गिकेतून झिरपणाऱ्या अंधूक उजेडात एकमेकांचे चेहरे न्याहाळायचो. झोपण्यात आणि बोलण्यात वेळ घालवत होतो आम्ही! शिवाय कायम गारठ्यातच होतो आणि दिवसेंदिवस बारीक बारीक होत चाललो होतो.

पुन्हा एकदा आम्हाला गंजक्या लोखंडी दाराची करकर ऐकू आली. चौकशी अधिकारी कुणालाही न घेता परत चालले असावेत... खात्री करून घेण्यासाठी आम्ही कान देऊन ऐकू लागलो. दार बंद झालं तेव्हा आवाजही बंद झाला. मार्गिकेत कुणीच उरलं नाही. ''मादरचोद साले... मला घेऊन नाही गेले. कुणालाच घेऊन नाही गेले,'' कामो न्हावी जोरजोरात धापा टाकत बोलला. मान वर करून त्याने एकवार काळ्या छताकडे पाहिलं आणि पुन्हा अंगाचं मुटकुळं करून जमिनीवर आडवा झाला.

डॉक्टरांनी मला अर्धी राहिलेली गोष्ट पुढे सांगायला सांगितलं.

घनघोर बर्फातल्या दोन नन्सच्या कहाणीत मी घुसणार तेवढ्यात कामो न्हाव्याने अचानक माझा दंड धरला. ''ऐक रे मुला, तुला तुझी गोष्ट बदलता नाही का येणार? काहीतरी चांगलं सांग ना. आधीच इथे ह्या काँक्रीटच्या जमिनीवर गारठ्यात मरायची वेळ आलेय, त्यात तुझ्या त्या बर्फाच्या आणि हिमवादळाच्या गोष्टींची भर कशाला?''

कामो आमच्याकडे काय म्हणून पाहत होता? शत्रू म्हणून की मित्र म्हणून? मागील तीन दिवस रात्री झोपेत तो सारखा बडबडतो असं आम्ही त्याला सांगितलं म्हणून तो आमच्याकडे तुच्छतेने बघतोय का? त्याला त्यांनी डोळ्याला पट्टी बांधून नेलं, त्याच्या कातडीची लक्तरं केली, त्याचे हातपाय लांब ताणून तासन्तास लटकावून ठेवलं तर कदाचित तो आमच्यावर विश्वास ठेवायला शिकेल. कारण आत्ता तर त्याला केवळ आमचे शब्द आणि आमची मारहाण झालेली शरीरंच सहन करायची आहेत. डॉक्टरांनी त्याच्या खांद्याला कनवाळूपणे स्पर्श केला. ''कामो, झोप शांत!'' त्यांनी त्याला पुन्हा आडवं व्हायला लावलं.

“कुणीही इस्तंबूलमध्ये एवढा उकाडा पाहिला नव्हता!” मी कामोच्या म्हणण्याला मान देऊन नव्याने सुरुवात केली. “खरंतर ही फारच मोठी कहाणी आहे पण मी थोडक्यात आटपतो. जेव्हा त्या दोन नन्स कॅराकॉयमधल्या सेंट जॉर्ज रुग्णालयातून रात्रीच्या मिट्ट अंधारात बाहेर पडल्या आणि ती चांगली बातमी सांगण्यासाठी म्हणून पडुआतल्या सेंट ॲन्थनी चर्चकडे जाऊ लागल्या तेव्हा पक्ष्यांचे थवे घरांच्या वळचणींवर बसून आनंदाने किलबिलत होते. ज्युडास वृक्षाच्या कळ्यांना भर हिवाळ्यात बहर येऊ घातला होता. भटके कुत्रे तर त्या उकाड्याने वितळून वाफ व्हायच्या अवस्थेत आले होते. डॉक्टर, भर हिवाळ्यात असा वाळवंटासारखा भयंकर उष्मा तुम्ही पाहिला होतात का कधी? खरंतर ही फारच मोठी कहाणी आहे पण मी थोडक्यात आटपतो. अंधारात धडपडत चालणाऱ्या दोन नन्सपैकी एक तरुण होती आणि दुसरी वयस्कर होती. त्या दोघी गलाता मनोऱ्यापर्यंत जेमतेम पोचल्या तेव्हा ती तरुण नन आपल्या सोबतिणीला म्हणाली, “एक माणूस टेकडीवर चढताना आपला पाठलाग करतो आहे.” म्हातारी नन म्हणाली, “रात्रीच्या वेळेस एकाकी रस्त्यावर माणूस आपला पाठलाग करत आहे म्हणजे त्यामागे एकच कारण असू शकतं. बलात्कार.” मग जीव मुठीत धरून त्या कशाबशा टेकडी चढल्या. दृष्टिपथात चिटपाखरूसुद्धा नव्हतं. अचानक आलेल्या उष्णतेच्या लाटेमुळे सगळेजण गलाता पुलाकडे धावले होते आणि गोल्डन हॉर्न कालव्याकाठी ऊन खात बसले होते. आता वेळ रात्रीची असल्यामुळे सगळे रस्ते निर्जन झाले होते. तरुण नन म्हणाली, “तो माणूस जवळ जवळ येतोय आपल्या. आपण टेकडीच्या माथ्यावर पोचेपर्यंत आपल्याला गाठेलसुद्धा तो.” मग म्हातारी म्हणाली, “धावूया आपण, चल.” मग लांब स्कर्ट आणि आड येणारे गाऊन असूनही त्या वाटेतल्या दुकानांवरून मुसंडी मारून धावू लागल्या. साईन बोर्ड पेंटर्स, संगीताच्या रेकॉर्ड्स आणि पुस्तकांची अशी ती सगळी दुकानं बंदच होती. पाठीमागे पाहत तरुण नन म्हणाली, “तो माणूस पण धावतोय हं.” दोघी एव्हाना धापा टाकू लागल्या होत्या. पाठीवरून घामाचे ओघळ वाहू लागले होते. म्हातारी नन म्हणाली, “तो आपल्याला गाठण्यापूर्वी आपण वेगवेगळा मार्ग धरू. म्हणजे निदान आपल्यातली एकजण तरी वाचेल.” मग दोघी वेगवेगळ्या रस्त्याने गेल्या. आपल्यावर काय प्रसंग कोसळणार आहे ह्याची दोघींनाही कल्पना नव्हती. तरुण नन रस्ते ओलांडत धावताना विचार करत होती की सारखं मागे बघणं आपण थांबवलं तर बरं

होईल. मग बायबलमधली 'ती' गोष्ट आठवत तिने आपलं लक्ष त्या अरुंद रस्त्यांवर केंद्रित केलं. बायबलच्या कथेतले जे लोक शहराकडे शेवटचं पाहण्यासाठी क्षणभर थांबले होते, त्यांचं नशीब तिच्या वाट्याला यायला नको होतं. सतत दिशा बदलत ती अंधारात धावत होती. आजचा दिवस अशुभ आहे असं काही लोक म्हणत होते ते अगदी खरं होतं. ऐन हिवाळ्यात येणारी ही उष्णतेची लाट हे संकटाचं चिन्ह आहे असं माध्यमांनी टीव्हीवरून सांगितलं होतं. परंतु शेजारपाजारचे मूर्ख लोक नुसतेच माशा मारत ऐकत बसले. थोड्या वेळाने तिच्या लक्षात आलं की आपल्याला फक्त आपल्याच पावलांचा आवाज ऐकू येतोय. तेव्हा त्या तरुण ननने कोपऱ्याशी वळल्यावर धावण्याचा वेग कमी केला. अनोळखी रस्त्यावरील भिंतीशी टेकून उभं राहताना तिच्या लक्षात आलं की आपण रस्ता चुकलो आहोत. रस्त्यावर तर कुणीच नव्हतं. तेवढ्यात एक कुत्रा तिच्याभोवती आनंदाने उड्या मारू लागला. मग त्याच्या संगतीत ती अगदी हळूहळू भिंतीच्या कडेने चालू लागली. खरंतर ही फारच मोठी कहाणी आहे पण मी थोडक्यात आटपतो. ही तरुण नन पडुआतल्या सेंट अॅन्थनी चर्चकडे एकदाची पोचली तेव्हा तिला कळलं की दुसरी नन अजून पोचलेलीच नाही. आपल्यावर गुदरलेला दुर्दैवी प्रसंग तिने सांगायला सुरुवात केली. त्यामुळे चर्चमध्ये एकदम घबराट निर्माण झाली. त्या वयस्कर ननला शोधण्याच्या मोहिमेवर मंडळी निघणार तेवढ्यात फाटक उघडलं आणि धापा टाकत तीच आत शिरली. तिचे केस विस्कटलेले होते. स्टुलावर ती जवळ जवळ कोसळलीच! मग दीर्घ श्वास घेऊन दोन ग्लास पाणी प्यायली. तेव्हा उत्सुकता अनावर झालेल्या तरुण ननने विचारलं, ''काय झालं हो?'' त्यावर म्हातारी म्हणाली, ''मी एका रस्त्यावरून दुसऱ्या रस्त्यावर धावत होते. परंतु तो माणूस काही माझा पिच्छा सोडायला तयार नव्हता. शेवटी माझ्या लक्षात आलं की आता काही आपली ह्यातून सुटका नाही.'' ''मग? तुम्ही काय केलंत?'' तरुण ननने विचारलं. ''मग काय? मी एका कोपऱ्याशी थांबले. मी थांबले तसा माणूसही थांबला.'' ''मग काय झालं?'' ''मी माझा स्कर्ट वर उचलला आणि काय? त्या माणसाने त्याची पँट खाली केली ना.'' ''मग काय?'' ''मी लागले की पुन्हा धावायला.'' ''मग काय?'' ''ते तर अगदीच उघड नाही का बायो? स्कर्ट वर घेतलेली स्त्री पँट खाली घेतलेल्या पुरुषापेक्षा जोरात धावू शकते ना.''

जमिनीवर झोपलेला कामो न्हावी हसायला लागला. आम्ही त्याला पहिल्यांदाच हसताना पाहत होतो. त्याचं शरीर हलके हलके हिंदकळू लागलं. जणू तो त्याच्या स्वप्नातल्या चित्रविचित्र, अद्भुत प्राण्यांसोबत दंगामस्तीच करत असावा. मी शेवटचं वाक्य पुन्हा एकदा उच्चारलं, "स्कर्ट वर घेतलेली स्त्री पँट खाली घेतलेल्या पुरुषापेक्षा जोरात धावू शकते ना." तेव्हा कामो न्हावी आणखीन जोरजोरात हसू लागला. तेव्हा मात्र मी पुढे वाकून त्याच्या तोंडावर हात ठेवला. त्यावर अचानक डोळे उघडून तो माझ्याकडे एकटक पाहू लागला. पहारेकऱ्यांनी आमचा आवाज ऐकला असता तर आमची काही खैर नव्हती. एकतर त्यांनी आम्हाला बदडलं असतं किंवा मग कित्येक तास भिंतीशी उभं करून ठेवलं असतं. पुढलं छळसत्र सुरू होण्याआधीचा काळ आम्हाला अशा तऱ्हेने कंठायचा नव्हता.

कामो उठला आणि भिंतीशी टेकून बसला. दीर्घ उसासा सोडल्यावर त्याने चेहरा एकदा गंभीर केला आणि चेहऱ्यावर परत नेहमीचे भाव आणले. रात्रीच्या वेळी दारुड्याने खड्ड्यात पडावं आणि सकाळी उठल्यावर आपण कुठे आहोत हे त्याला कळू नये असे भाव त्याच्या चेहऱ्यावर सदैव असत.

"मला स्वप्न पडलं आज की मी भाजून निघतोय." तो म्हणाला, "मी नरकाच्या सगळ्यात तळच्या भागात आहे. लोक बाकीच्यांच्या आगीतल्या काटक्या काढून त्याचे निखारे माझ्या आगीत फुलवत आहेत. च्यायला, पण तरीही मी गारठलेला तो गारठलेलाच होतो. बाकीचे पापी लोक आरडाओरडा करत होते. त्यांच्या किंकाळ्यांनी माझे कान हजारो वेळा बधिर झाले आणि हजारो वेळा पहिल्यासारखे झाले. आग आणखी आणखी मोठी होत होती परंतु तरी मी काही नीटसा जळत नव्हतो. तुम्ही दोघं तिथे नव्हता. मी सर्वांचे चेहरे न्याहाळले परंतु एक डॉक्टर आणि एक विद्यार्थी ह्यांचे चेहरे काही मला तिथे दिसले नाहीत. मी आणखी आणखी आग मिळावी म्हणून तळमळलो, कापायला नेलेल्या जनावरासारखा आक्रोश केला, विनवण्या केल्या. माझ्या डोळ्यांदेखत श्रीमंत लोक, धर्मोपदेशक, वाईट कवी आणि दुष्ट आया आगीत जळत होत्या आणि जळता जळता ज्वाळांतून माझ्याकडे पाहत होत्या. परंतु माझ्या हृदयातली जखम मात्र काही केल्या जळेना... तिचं राखेत रूपांतर होईना. माझी स्मरणशक्ती काही केल्या विझून जाईना. त्या आगीमुळे कठीण धातूचं रूपांतर द्रवात होत होतं, पण तसल्या त्या आगीत असूनही मला मात्र माझा शापित भूतकाळ आठवतच होता. "पश्चात्ताप करा," त्यांनी मला

सांगितलं. पण तेवढं पुरेसं आहे का? पश्चात्ताप केल्यावर आत्म्याची सुटका होते का? हे साले नरकवासी, हलकट, अक्करमासे... बिनबापाचे... मी एक साधासुधा न्हावी... रोज घरी घामाच्या पैशाचं अन्न घेऊन येत होतो. पुस्तकं वाचायला आवडत होती मला. पोरबाळ नव्हतं, पण सालं जीवनात सरतेशेवटी मनासारखं काहीच घडलं नाही. सगळी धूळधाण झाली तरीही बायकोने काही मला नावं ठेवली नाहीत. तिने फडाफडा बोलावं असं मला वाटायचं पण तिने मला शिव्याशापांपासूनसुद्धा वंचित ठेवलं. शुद्धीत असताना मला जे वाटायचं ते मी दारू पिऊन झिंगल्यावर तिला सांगायचो. एके रात्री मी तिच्यासमोर उभा राहिलो आणि म्हणालो, ''बाई ग, मी एक गरीब, दुर्दैवी माणूस आहे.'' मी जरा वेळ थांबून वाट पाहिली. वाटलं, ती माझा अपमान करेल, माझ्यावर ओरडेल, किंचाळेल. तिच्या चेहऱ्यावरील तिरस्काराचे भाव मी शोधू लागलो. परंतु माझ्या पत्नीने माझ्याकडे पाठ वळवली तेव्हा तिच्या चेहऱ्यावरचे भाव फक्त दुःखाचे होते. तुम्हाला सांगू का, स्त्रीची सर्वात वाईट बाब कुठली असेल तर ती म्हणजे ती नेहमीच तुमच्यापेक्षा सरस असते. माझी आईही त्यात आलीच. ह्या अशा गोष्टी बोलतोय म्हणून तुम्ही मला विक्षिप्त म्हटलंत तरी चालेल. मला पर्वा नाही!''

कामो न्हाव्याने दाढी कुरवाळली आणि गजातून येणाऱ्या उजेडाकडे तो पाहू लागला. त्याला तीन दिवस अंघोळ करायला मिळालीच नव्हती हे त्याच्या अस्वच्छ केसांवरून, वाढलेल्या नखांवरून कळत होतं. पहिल्याच दिवशी त्याच्या अंगाला शिळ्या, आंबट कणकेसारखा वास आला होता. त्यावरूनच कळत होतं की तो कोठडीबाहेर असतानाही पाण्यापासून चार पावलं दूरच राहत असावा. मला डॉक्टरांच्या वासाची सवय झाली होती आणि स्वतःच्या वासाबद्दल तर मी फारच जागरूक होतो. परंतु अशुभाची सावली आत्म्यावर पडावी तसा तो वास कामोच्या अंगाला चिकटून होता. आता तीन दिवस गप्प बसून काढल्यावर त्याचा बांध फुटल्यासारखा झाला होता.

''मी दुकानावर 'कामो केशकर्तनालय' असा फलक टांगून दुकान उघडलं त्याच दिवशी माझी बायको मला पहिल्यांदा भेटली. तिचा भाऊ प्रथमच शाळेत चालला होता म्हणून त्याचे केस कापायला ती त्याला घेऊन दुकानात आली होती. मी त्याला त्याचं नाव विचारलं आणि माझंही नाव सांगितलं. ''माझं नाव कामिल आहे पण लोक मला कामोच म्हणतात.'' त्यावर तो मुलगा म्हणाला, ''बरं, कामो अग्बी.'' मग मी त्याला कोडी घातली.

शाळेबद्दल मजेमजेच्या गोष्टी सांगितल्या. माझी भावी बायको कोपऱ्यात बसून सगळं ऐकत होती. मी तिला विचारलं तेव्हा ती म्हणाली की आत्ताच तिची माध्यमिक शाळा संपली आहे. ती आता घरूनच शिवणकाम करते. मग तिने माझ्यावरून नजर खाली वळवली आणि भिंतीवरील 'मेडन्स टॉवर'च्या चित्राकडे, त्याखालच्या फुलापानांच्या सजावटीकडे, निळ्या चौकटीतल्या आरशाकडे, वस्तऱ्या-कात्र्यांकडे बघत बसली. तिच्या भावाच्या केसांना लावलेलं कोलन वॉटर मी तिलाही देऊ केलं तेव्हा तिने कोलन वॉटर घेतलेला तळहात उघडला आणि तोच हात नाकाशी नेऊन डोळे मिटून हुंगला. त्या क्षणी मी स्वप्न पाहिलं की ती बंद पापण्यांच्या आड मलाच पाहते आहे. मग काय, माझी विकेट पडली होती. मला आता मरेपर्यंत केवळ त्याच नजरेचा स्पर्श हवा होता. तो लिंबाचा वास सर्वांगावर लेऊन, फुलाफुलांचा गाऊन घातलेली माझी बायको दुकानातून बाहेर पडू लागली तेव्हा दारात उभा राहून मी तिच्याकडे पाहत राहिलो होतो. मी तिला नावच विचारलं नव्हतं. तिचं नाव होतं माहिझेर. तिचे कोमल, कोवळे हात घेऊन ती माझ्या जीवनात आली आणि मला वाटलं की ती मला कधीच सोडून जाणार नाही.

''त्याच रात्री मी जुन्या विहिरीकडे गेलो. मेनेक्से मोहल्ल्यात मी लहानाचा मोठा झालो तिथल्या घराच्या परसातली ती विहीर होती. एकटा असलो की मी विहिरीत डोकावून खालच्या अंधारात पाहायचो. दिवस संपलाय हे माझ्या ध्यानातच आलं नव्हतं. ह्या विहिरीशिवायही वेगळं जग आहे हेसुद्धा मी विसरून गेलो होतो. त्या गुडूप अंधारात शांती होती, पावित्र्य होतं. मी तो ओला गंध श्वासांनी पिऊन घेत होतो. बेहोश झालो होतो. आनंदाने माझं भानच हरपल्यासारखं झालं होतं. ज्या माझ्या बापाला मी कधीच भेटलो नव्हतो त्याच्यासारखा मी दिसतो असं कुणी म्हटलं किंवा आईने मला कामोऐवजी कामिल ह्या नावाने हाक मारली की मी त्या विहिरीकडे धापा टाकत धावायचो. फुप्फुसात हवा भरून घेता घेता काळोखातच विहिरीवर वाकायचो आणि आत उडी मारण्याची कल्पना करायचो. मला आईपासून, बापापासून... माझ्या बालपणापासूनच मुक्त व्हायचं होतं... मादरचोद, भाडखाव साली दुनिया. माझ्या आईच्या प्रियकराने तिला गर्भवती केलं आणि मग स्वतः जीव दिला. तिच्यापाशी मी होतो परंतु त्यामुळेच घरच्यांनी तिला घराबाहेर काढलं. तिने तिच्या प्रियकराचं नाव मला ठेवलं. मला आठवतंय मी बाहेर खेळण्याएवढा मोठा झालो तरीही कधी कधी ती मला छातीशी आवळून

धरायची आणि माझ्या तोंडात थान देऊन हमसाहमशी रडायची. दुधाऐवजी माझ्या तोंडात तिच्या अश्रूंचीच चव यायची. मी डोळे घट्ट मिटून घ्यायचो आणि हाताची बोटं मोजायचो. पुन्हा पुन्हा स्वतःशी म्हणायचो, 'लवकर... लवकर संपणार आहे हे, लवकर सोडणार आहे मला ही...' एकदा रात्री अंधार पडू लागला होता तेव्हा आईने मला विहिरीत वाकताना पाहिलं आणि हात धरून मला खसकन मागे ओढलं. तेवढ्यात ती ज्या दगडावर उभी होती तो दगड निसटला. अजूनही आत पडतानाची तिची किंकाळी माझ्या कानात घुमते. लोकांनी तिचं प्रेत बाहेर काढलं तेव्हा मध्यरात्र झाली होती. आईच्या मृत्यूनंतर मी 'दार उस साफका' अनाथालयात राहायला गेलो. तिथल्या सामूहिक खोलीत झोपत दिवास्वप्नं रंगवू लागलो. तिथला प्रत्येकजण आपली कधीही न संपणारी कर्मकथा सांगायचा.''

कामोने आमच्याकडे निरखून पाहिलं. आम्ही त्याची कहाणी ऐकतोय का ह्याचा अंदाज तो घेत होता. ''माहिझेरशी वाङ्निश्चय झाल्यावर मी तिला कादंबऱ्या-कवितांची पुस्तकं देऊ लागलो. आमच्या शाळेतील साहित्याचे शिक्षक सांगायचे की प्रत्येकाकडे त्याची स्वतःची भाषा असते. काहींना फुलांची भाषा समजते तर काहींना पुस्तकांची. माहिझेर घरीच कापड बेतून कपडे शिवायची. कधी कधी कागदाच्या छोट्या कपट्यावर कविता लिहून मला देण्यासाठी भावाकडे द्यायची. मी त्या कविता दुकानातल्या खालच्या खणात सुगंधी साबणासोबत ठेवायचो. माझा धंदा चांगला चालू झाला होता. नियमित गिऱ्हाइकांची संख्या सातत्याने वाढू लागली होती. एके दिवशी एक पत्रकार ग्राहक केस कापण्यासाठी दुकानात आला आणि खूश होऊन हसत दाराबाहेर पडला मात्र... तेवढ्यात त्याला कुणीतरी गोळीने उडवला. तो खाली पडल्यावर दोन्ही मारेकरी त्याच्या जवळ गेले आणि त्याच्या मस्तकात आणखी एक गोळी मारून म्हणाले, ''एकतर प्रेम करायचं नाहीतर ह्या जगातून चालतं व्हायचं दोस्ता.'' दुसऱ्याच दिवशी रक्ताचे डाग तसेच दिसणाऱ्या त्या रस्त्यावर पत्रकाराला मानवंदना देण्यासाठी ही गर्दी लोटली. मी त्याचे केस कापले होते. त्यामुळे त्याला मान देण्यासाठी म्हणून मीही गर्दीत सामील होऊन दफनास गेलो. माझा राजकारणावर विश्वास नाही. केवळ एकाच राजकारणी व्यक्तीबद्दल मला जवळीक वाटली होती. ते होते माझे शाळेतील साहित्याचे शिक्षक हयात दीन होका. त्यांनी शाळेत कधी राजकारणाचा विषय काढला नसला तरी त्यांच्या फाइलीतून समाजवादी

मासिकं आणि पत्रिका डोकावताना आम्हाला दिसायच्या. मी वृत्तीने अगदी शंकेखोर होतो. मला वाटायचं की राजकारणामुळे जग कसं काय बदलू शकेल? ते करणारीही माणसंच आहेत ना? दयाळूपणाने वागल्यामुळे समाजाचा बचाव होईल, समाजाचं भलं होईल असा दावा करणाऱ्या माणसांना लोकांबद्दल काडीइतकंही ज्ञान नसतं. हे येडे असं बोलतात जणू जगात स्वार्थ नसतोच. मादरचोद साले. अहो, स्वार्थ, हाव आणि स्पर्धा हाच मानवी स्वभावाचा पाया आहे. मी असं गिऱ्हाइकांजवळ बोललो की त्यांना ते पटत नसे. मग माझं मतपरिवर्तन करण्यासाठी ते तावातावाने चर्चा करायचे. ''तुझ्यासारखा काव्यप्रेमी माणूस असा विचार कसा करू शकतो?'' रांगेत वाट पाहत असलेला एक ग्राहक एकदा म्हणाला आणि आरशाच्या बाजूला उभं राहून त्याने लेस फ्लेअर्स दू माल हे फ्रेंच काव्याचे पुस्तक बॉडलेअरने लिहिले आहे. 'लेस फ्लेअर्स दू माल' ह्या पुस्तकातली बरीच कडवी मोठ्याने वाचून दाखवली. बॉडलेअरच्या कवितांचं ते पुस्तक मीच तिथे ठेवलं होतं. इकडे बाहेरची हिंसा काही थांबण्याचं नाव घेत नव्हती. आसपासच्या रस्त्यांवरून लोकांना गोळ्या घातल्याचे आवाज आम्हाला ऐकू यायचे. एकदा एक तरणा ग्राहक भयंकर बिथरलेल्या स्थितीत दुकानात शिरला आणि 'पोलिसांनी पकडण्याच्या आत बंदूक कुठेतरी लपवा,' अशी विनंती करू लागला. मी अधूनमधून लोकांना मदत करत असतो, पण त्याचा अर्थ असा नाही की मी राजकारणात भाग घेतो. माझ्यासाठी अस्तित्वाचा अर्थ होता घर घेण्यासाठी पैसे जमवणं, मुलांना जन्माला घालणं आणि माहिझेरच्या संगतीत रात्री व्यतीत करणं. का कोण जाणे, माहिझेरला दिवस काही जाईनात. लग्नाच्या दुसऱ्या वर्षी आम्ही डॉक्टरांकडे गेलो तेव्हा आम्हाला कळलं की दोष माझ्यात आहे.

''एके रात्री दुकान बंद करत असताना तीन माणसं एका माणसावर हल्ला करताना दिसली. ज्यांच्यावर हल्ला होत होता ते माझे साहित्यशिक्षक हयात दीन होका होते. तेव्हा दुकानातली सुरी हातात धरून मी हल्लेखोरांच्या दिशेने धावलो आणि त्यांच्या हातावर, तोंडावर वार केले. ते बेसावध असल्यामुळे मागच्या मागे पळून अंधारात अदृश्य झाले. हयात दीन होकांनी मला मिठी मारली. आम्ही दोघं चालता चालता सारखे बोलतच होतो. मग आम्ही समातिया येथे एका हॉटेलात गेलो. 'दार उस साफका' नंतर हयात दीन होकांनी दोन वेळा शाळा बदलल्या होत्या. शिकवण्याचे तास कमी करून ते आता बराच काळ राजकारणात घालवत होते. देशाच्या भवितव्याची त्यांना

खूप चिंता लागून राहिली होती. मी विद्यापीठात फ्रेंचचा आणि साहित्याचा अभ्यास करण्यासाठी प्रवेश घेतला हे त्यांच्या कानावर आलं होतं. परंतु दुसऱ्याच वर्षी मला तिथून बाहेर पडावं लागलं होतं हे त्यांना माहीत नव्हतं. शेवटी पोट भरण्यासाठी काहीतरी उद्योग करायला हवा होता ना. हे मी त्यांना सांगितल्यावर त्यांना खूप वाईट वाटलं. त्यांनी मला विचारलं की अजूनही तुला कविता आवडतात का? तेव्हा मी त्यांच्या वर्गात पाठ केलेली बॉडलेअरच्या कवितांतली कडवी म्हणून दाखवली. ते माझ्याकडे अभिमानाने पाहून हसले आणि काव्यवाचन स्पर्धेत मला मिळालेल्या पहिल्या बक्षिसाची मला त्यांनी आठवण करून दिली. मग आम्ही राकीचे पेले एकमेकांवर आपटून 'चिअर्स' म्हणालो. माझं लग्न झालेलं ऐकून हयात दीन होकांना खूप आनंद झाला. ते अजूनही अविवाहितच होते. बहुधा काही वर्षांपूर्वी एका विद्यार्थिनीच्या ते प्रेमात पडले होते परंतु त्यांनी तिच्याजवळ प्रेम व्यक्त केलं नव्हतं. त्या मुलीने शाळा सोडल्यावर लग्न केल्याचं त्यांच्या कानावर आलं तेव्हा त्यांना पूर्णपणे विरक्तीच आली होती. पहाट होईतो आम्ही पीत बसलो. मी अगदी मनापासून कविता म्हणत होतो आणि ते त्यांच्या त्या प्रेयसीसाठी लिहिलेल्या कविता म्हणून दाखवत होते. त्यानंतर मी घरी कसा गेलो तेच मला आठवत नाही; परंतु दुसऱ्या दिवशी शुद्धीवर आलो तेव्हा मला आठवलं की हयात दीन होकांच्या कवितांत मी माहिझेरचं नाव ऐकलं होतं.

''त्यानंतर हयात दीन होकांच्या दफनविधीला मी गेलो नाही. ते शाळेतून बाहेर पडत असताना त्यांच्या मस्तकात एकच गोळी घालून त्यांना कुणीतरी ठार मारलं होतं. त्यांच्या फाइलीत त्यांनी मला समर्पित केलेली एक कविता सापडली. वादळातल्या साहसी घोडेस्वारांबद्दलची ती कविता होती. त्यांच्या एका मित्राने ती कविता मला आणून दिली. त्या रात्री मी माहिझेरला मिठी मारून म्हटलं, ''मला सोडून जाऊ नकोस ग.'' ''असं का बोलताय? वेडे आहात का तुम्ही? मी का म्हणून तुम्हाला सोडून जाईन?'' ती म्हणाली. मी दुकानातल्या साबणांच्या खणात ठेवलेली कवितांची पेटी घरी आणली होती. ती उघडून मी त्यातून कागदाचे कपटे बाहेर काढले. त्यावर माहिझेरने आमच्या वाङ्निश्चयाच्या काळात कविता लिहून पाठवल्या होत्या. मी तिला म्हटलं, ''ह्या कविता मला वाचून दाखव.'' त्या कागदाच्या कपट्यांना गुलाबाचा आणि लव्हेंडरचा सुवास येत होता. माहिझेर कविता वाचत असताना मी तिच्या ब्लाऊजची बटणं सोडून तिचे स्तन चोखू लागलो. मला दूध चोखायचं

होतं परंतु तिच्या छातीवर ओघळणाऱ्या अश्रूंची चवच माझ्या तोंडात येत होती. त्यानंतर तीन महिने गेले. एके रात्री माहिझेर माझ्यावर प्रश्नांची सरबत्ती करता करता पुन्हा रडली. तिचा आवाज थरथरत होता.

तिने मला विचारलं, ''हयात दीन होकांना कुणी मारलं? त्यांनी माझ्याशी कधीही वावगं वर्तन केलं नव्हतं.''

त्याचं असं झालं की बऱ्याच रात्रीपासून मी झोपेत बडबडू लागलो होतो. त्यांची मरायचीच लायकी होती असं झोपेत म्हणत होतो.

''मी आणखी कुणाबद्दल बोलत होतो?'' मी विचारलं.

''म्हणजे? आणखीही आहेत?'' माहिझरने विचारलं. मी आईची शपथ घेतली. माझा त्यांच्या मरणाशी काहीही संबंध नाही. स्वप्नात बोललेल्या शब्दांना काहीच अर्थ नसतो असं म्हणालो. मग मी कोट चढवला आणि भर थंडीत घराबाहेर पडलो. काय हा भ्रमिष्टपणा. माझा हा थकलाभागला आत्मा एखाद्या मूर्ख म्हाताऱ्यासारखा झाला होता. कोणे एके काळी त्याच माझ्या आत्म्याला अग्निपंख होते. इवलंसं उत्तेजन मिळालं तरी तो उंच भरारी घ्यायचा. अरे, धापा टाकणाऱ्या आजारी माणसा, ढोरमेहेनत करणारं निरुपयोगी गाढव आहेस तू! जगात असं काही आहे का ज्याचा शेवट राखेत होत नाही? हे माझ्या आत्म्या... दुःखी, जर्जर, रक्ताळलेल्या, अशक्त आत्म्या... जीवनाची असोशी, प्रेमाचा प्रपात काही काही पोचू शकणार नाही आता तुझ्यापर्यंत... विचार करत भटकताना काळ जणू क्षणभर थांबल्यासारखाच झाला होता. श्वास घेऊ लागल्यावर मी थोडा भानावर आलो... पण कसा होतो मी... तुटून फुटून जाणारा... सगळं काही हरपलेला... तिथून मी त्या विहिरीच्या तोंडाशी कसा गेलो ते काही मला आठवत नाही. विहिरीच्या आच्छादनावर ठेवलेले दगड उचलून मी ते वर केलं. मी भानावर नव्हतो. मी विहिरीत वाकून ओरडलो. ''आई... आई... तू तुझी छाती माझ्या तोंडात कोंबायचीस तेव्हा मला दुधाऐवजी अश्रू का पाजलेस आई? ...माझा अशक्त, दुबळा देह कवटाळायचीस तेव्हा माझ्या नावाऐवजी माझ्या मेलेल्या बापाचं नाव का पुन्हा पुन्हा आवेगाने घेत राहिलीस आई? मला कळायचं की जेव्हा जेव्हा तू मला कामोऐवजी कामिल अशी हाक मारायचीस तेव्हा तेव्हा तू त्याचाच विचार करत असायचीस. तुझ्या शेवटच्या रात्रीही तू कामिल असंच ओरडलीस. ज्या दगडावर तू उभी होतीस तो दगड निखळलेला आहे हे मला माहीत होतं. आई, तू पडणारच होतीस... आई... तू म्हणायचीस की मी

जन्माला आलो ह्यामागे माझ्या बापाचे आशीर्वाद आहेत. हे माझं आयुष्य त्यांच्यामुळेच मला मिळालं आहे. हूं. मूर्खपणा नि काय? मेलेला माणूस हा मेलेला असतो... कायमचा गेलेला असतो... उजेड क्रूर असतो आई हे तुला कधी कळलंच नाही. उजेड फक्त आपल्याला गोष्टी बाहेरून कशा दिसतात ते दाखवतो. परंतु आत काय चाललं आहे ते शोधण्यापासून तो आपल्याला परावृत्त करतो आई...''

शेवटचे शब्द कामो बोलला ते स्वतःशीच बडबडत असल्यासारखा बोलला. अगोदर त्याचं डोकं पुढे झुकलं, मग तो मागे मागे गेला आणि जोरात भिंतीवर आपटला. ''ह्याला फेफरं आलंय!'' डॉक्टर म्हणाले. त्यांनी कामोला पटकन जमिनीवर झोपवलं. आमच्या कोठडीत आणखी एक नवा माणूस कधीही येणार होता. त्याच्यासाठी बाजूला ठेवलेला पावाचा तुकडा त्यांनी कामोच्या दातात ठेवला. म्हणजे त्याची जीभ दातात चावली गेली नसती. मी त्याचे पाय धरून ठेवले. कामोचा स्वतःवरचा ताबा पूर्ण गेला होता. तो आचके देत होता. त्याच्या तोंडातून फेस येऊ लागला होता.

कोठडीचं दार उघडलं. आमच्यासमोर उभा ठाकलेला पहारेकरी गुरकावला, ''काय चाललंय?''

''आमच्या मित्राला फेफरं आलंय.'' डॉक्टर म्हणाले, ''आम्हाला काहीतरी तीव्र वासाचं पाहिजे आहे. अत्तर म्हणा किंवा कांदा म्हणा... म्हणजे तो शुद्धीवर येईल.''

पहारेकरी खेकसतच आत शिरला होता. ''हा भोसडीचा मेला की एकदाच काय ते सांगा म्हणजे विल्हेवाट लावायला येतो.'' परंतु तरीही दक्षता म्हणून त्याने खाली वाकून कामोचा चेहरा निरखला. पहारेकर्‍याच्या अंगाला रक्ताचा आणि बुरशीचा घामट ओला दर्प येत होता. श्वासाला येणाऱ्या दारूच्या आंबटपणामुळे कामावर हजर होण्यापूर्वी तो दारू प्यायला होता हे तर उघडच दिसत होतं. काही काळ तसाच बघत थांबून मग तो उभा राहिला आणि जमिनीवर पचकन थुंकला.

पहारेकरी दार बंद करत असताना मला समोरच्या कोठडीत ठेवलेल्या मुलीचा चेहरा दिसला. तिचा डावा डोळा बंद होता. खालचा ओठ फुटलेला होता. तो तिचा पहिलाच दिवस असला तरी जखमांवरून कळत होतं की ते बराच काळ तिचा छळ करत असावेत. दरवाजा बंद झाल्यावर मी जमिनीवर बसलो आणि कामोचे पाय धरून माझं तोंड जमिनीवर ठेवलं.

त्यामुळे दाराखालच्या फटीतून मला पहारेकऱ्याचे पाय दिसले असते. पहारेकरी पोरीकडे पुन्हा गेला होता आणि नुसताच उभा होता. मी ते सांगू शकत होतो कारण त्याचे पाय जराही हलत नव्हते. मुलगी गजाजवळून हलली नव्हती का? आपल्या कोठडीतल्या अंधारात जाऊन बसली नव्हती का? पहारेकरी शिव्या देत नव्हता. मुलीच्या दारावर थडाथडा हात आपटून धमक्या देत नव्हता की कोठडीत घुसून त्याने दार भिंतीवर आपटलंही नव्हतं. इकडे कामोचे आचके थांबून तो शांत झाला आणि मी पकडलेले पाय सोडवून घेण्यासाठी धडपडू लागला. हात लांब करून कोठडीच्या भिंतीवर आपटू लागला. शेवटी एकच मोठी आचकी दिल्यावर त्याची थडथड थांबली आणि तोंडाची घरघरही थांबली. समोरच्या कोठडीचं निरीक्षण करणारा पहारेकरी पोरीला एकटं सोडून तिथून एकदाचा हलला. मार्गिकेतून येणारा त्याच्या पावलांचा आवाजही हलके हलके दूर गेला. मी उभं राहून बाहेर पाहिलं तेव्हा ती मुलगी गजाशी दिसली. तिला पाहिल्यावर मी तिच्याकडे बघून मान हलवली. पण ती जागेवरून हललीच नाही. थोड्या वेळाने ती आत गेली आणि अंधारात अदृश्य झाली.

डॉक्टर भिंतीला टेकून बसले आणि त्यांनी पाय लांब केले. त्यांनी कामोचं डोकं मांडीवर घेतलं होतं,

''अशा अवस्थेत त्याला काही काळ तरी झोप लागेल,'' ते म्हणाले.

''आपण बोलतोय ते ऐकतोय का तो?'' मी विचारलं.

''काही रुग्णांना ह्या अवस्थेतही ऐकू येतं, काहींना नाही.''

''स्वतःबद्दल लोकांना एवढं सांगणं चांगलं नाही. आपण त्याला सावध केलं पाहिजे.''

''बरोबर आहे तुझं, त्याने थांबायला हवं.''

डॉक्टरांनी कामोकडे पाहिलं. जणू ते रुग्णाला नव्हे तर त्यांच्या पोटच्या पोरालाच झोपवत होते. त्यांनी त्याच्या कपाळावरचा घाम पुसून केस नीट केले.

''समोरच्या कोठडीतली मुलगी कशी आहे?'' त्यांनी विचारलं.

''तिच्या चेहऱ्यावर मारल्याच्या खुणा आहेत. ते तिला बराच काळ छळत होते हे तर अगदी उघडच दिसतंय,'' मी म्हणालो.

मी कामोच्या निश्चल मुद्रेकडे पाहिलं. तो विचित्र आहे असं त्याची गिऱ्हाइकं म्हणायची ते बरोबरच होतं. त्याच्यासारख्या माणसाला कविता कशी काय आवडू शकते? दिवसभर बाहेर खेळ खेळून दमलेल्या मुलासारखा तो

झोपला होता आणि पापण्यांखालून त्याच्या त्या विहिरीत वाकून पाहत होता... खालच्या मिट्ट अंधारात... त्याने तिथल्या ओल्या, डगमगत्या दगडांना इतक्यांदा पकडून धरलं होतं की आता त्याचा स्थिर दगडांवर विश्वासच उरला नव्हता. एका दोरखंडाच्या मदतीने तो विहिरीत खाली उतरला होता आणि पाण्यात शिरला होता. तिथे सगळीकडे कामोच होता... उत्तरेस कामो, दक्षिणेस कामो... पूर्व आणि पश्चिमेलाही कामोच कामो... त्याचं बाह्य अस्तित्व पूर्णपणे पुसूनच गेलेलं... तो आता बनला होता... विहिरीतली विहीर... पाण्यातलं पाणी...

''किती वेळ बेशुद्ध होतो मी?'' डोळे अर्धवट उघडून कामो पुटपुटला.

''अर्धा तास...'' डॉक्टर म्हणाले.

''कोरडा पडलाय घसा माझा.''

''हळूच उठून बस पाहू.''

कामो उठून भिंतीशी टेकून बसला. डॉक्टरांनी समोर धरलेल्या प्लॅस्टिकच्या बाटलीतलं पाणी प्यायला.

''कसं वाटतंय आता?'' डॉक्टरांनी विचारलं.

''छ्या! मला दमल्यासारखं वाटतंय आणि विश्रांती घेतल्यासारखंही वाटतंय. खरंतर मला अधूनमधून असं होत असतं ते मी तुम्हाला सांगायला हवं होतं... आई गेल्यानंतरच्या उन्हाळ्यापासूनच हा प्रकार सुरू झाला... तो जास्त काळ टिकला नाही. काही आठवड्यांनी मी बरा झालो. पण ते म्हणतात ना की भूतकाळ पुन्हा पुन्हा तुम्हाला झपाटायला येतो... माहिझेर सोडून गेल्यावर मला हा आजार पुन्हा सुरू झाला.''

''दमिर्ताय आणि मी तुझी काळजी घेऊ इथे... कामो, ऐक जरा. मी तुला खूप महत्त्वाचं सांगणार आहे आता... एकमेकांशी गप्पा मारणं चांगलंच असतं रे, परंतु ह्या कोठडीतले काही नियम आहेत. छळाला कोण बळी पडेल आणि आपली गुपितं सांगेल हे कुणालाच माहीत नसतं. इथे ऐकलेलं सगळं काही आपल्या प्रश्नकर्त्यांना सांगून कोण मोकळं होईल हेही कुणालाच माहीत नसतं. आपण मन रमवायला, वेळ घालवायला म्हणून लहानसहान गप्पागोष्टी करू शकतो, आपल्या अडचणीही सांगू शकतो, परंतु आपली गुपितं मात्र आपल्यापाशीच ठेवली पाहिजेत. कळतंय का तुला?''

''आपण एकमेकांना कधीतरी सत्य सांगणार आहोत का?'' कामो म्हणाला. त्याच्यातला क्षणभरापूर्वीचा निधड्या छातीचा माणूस गायब झाला

होता आणि त्या जागी एक गरीब बापडा रुग्ण दिसू लागला होता.

''तुझी गुपितं तुझ्याजवळच ठेव!'' डॉक्टर उत्तरले. ''तुला त्यांनी इथे का आणलंय ते आम्हाला माहीत नाही आणि ते माहीत करून घेण्याची इच्छाही नाही.''

''मी कशा प्रकारचा माणूस आहे ह्याबद्दल तुम्हाला कुतूहल वाटत नाही का?''

''हे बघ कामो, आपण बाहेर असतो तर मला तुला भेटावंसं वाटलं नसतं किंवा एकाच ठिकाणी तुझ्यासोबत असावंसं वाटलंही नसतं कदाचित. पण ह्या ठिकाणी आपण यातनांच्या दयेवर जगत आहोत. सातत्याने मृत्यूला कवटाळत आहोत. इथे कुणाचाही न्यायनिवाडा करण्याच्या स्थितीत नाही आहोत आपण. म्हणूनच एकमेकांच्या जखमांवर फुंकर घालूया. लक्षात ठेव, ह्या ठिकाणी आपण अत्यंत विशुद्ध मानवी स्वरूपात आहोत... ते विशुद्ध रूप आहे वेदना सोसणाऱ्या मानवाचं.''

''तुम्ही मला ओळखत नाही.'' कामो म्हणाला, ''मी अजून तुम्हाला काही सांगितलेलंच नाहीये काही.''

डॉक्टरांनी आणि मी एकमेकांकडे बघितलं आणि मूकपणे ऐकू लागलो.

कामो न्हावी प्रत्येक शब्द लक्षपूर्वक निवडत होता. बोलण्यापूर्वी मोजूनमापून बोलत होता हे तर स्पष्टच होतं.

''जिची मी तक्रार करतोय ती माझी स्मरणशक्ती एखाद्या लोभी सावकारासारखी आहे. ती प्रत्येक शब्द साठवून ठेवते. अरे शाळकरी पोरा,'' तो मला उद्देशून म्हणाला, ''ती गोष्ट सांगितलीस ना आत्ता, त्या गोष्टीबद्दल कन्फ्युशियस काय म्हणाला असता माहित्येय का तुला? माझ्या दुकानातल्या आरशावर राष्ट्रध्वजाच्या रांगेतच एका अर्धनग्न पोरीचं चित्र होतं. ते शब्द त्या चित्राच्या खाली लिहिले होते. त्या पोरीने आपला भडक रंगाचा स्कर्ट वर उचलून धरला होता. तिच्या लांब टांगा जेवढ्या वेगाने तिला दूर नेतील तेवढ्या जोरात ती धावत होती. धावताना तिने लाजून आपलं मस्तक माझ्याकडे आणि केस कापण्यासाठी रांगेत बसलेल्या गिऱ्हाइकांकडे वळवलेलं होतं. त्या मुलीच्या पायांत ते शब्द लिहिलेले होते, ''स्कर्ट वर घेतलेली स्त्री ही पँट खाली केलेल्या पुरुषापेक्षा वेगाने धावू शकते.'' कधी कधी माझी गिऱ्हाइकं त्या मुलीच्या सौंदर्याकडे पाहायची आणि मनाशीच विचार करायची, एवढं सौंदर्य प्रत्यक्षात नाही असू शकत. मनातल्या मनात ते लोक कल्पनाचित्र

रंगवायचे की तिची भेट झालीच तर तिच्यासोबत राहताना किती सुखी होऊ आपण? मग दुसऱ्या कशाचीच पर्वाही करणार नाही.''

एके दिवशी माझ्या एक लेखक ग्राहकाने तिच्याकडे पाहिलं आणि तो उद्‌गारला, ''ओह, सोनिया...'' त्याचे उद्‌गार ऐकून आम्हा सर्वांना वाटलं की ते त्या मुलीचं नाव आहे की काय? त्याची केस कापायची पाळी आली तेव्हा लेखक खुर्चीवर बसला आणि पुष्कळ वेळ बोलला. सरतेशेवटी तो मला माझ्याबद्दल सांगू लागला. तो म्हणाला, ''तुझा आत्मा रशियनांसारखा आहे.'' तेव्हा मला आश्चर्य वाटलेलं पाहून त्याने पूर्वीच्या आमच्या भेटीत झालेलं बोलणं सांगितलं. त्याच्या लक्षात होतं ते.

''मी दोस्तोव्हस्कीच्या कादंबऱ्यांतील पात्रांसारखा होतो असं त्याला म्हणायचं होतं. त्याच्या म्हणण्यानुसार मी रशियात असतो तर कारामाझोव्ह कुटुंबातला सदस्य असतो किंवा एखाद्या भूमिगत माणसासारखा राहिलो असतो किंवा सोनियाचा बाप मार्मेलादोव्ह ह्याच्यासारखा दुर्दैवी असतो. दोस्तोव्हस्कीने त्यांना त्याच मन:स्थितीत रंगवलं होतं. म्हणजे सुरुवातीला मार्मेलादोव्हला 'क्राइम ॲण्ड पनिशमेंट'मध्ये त्यानंतर 'नोट्स फ्रॉम अंडरग्राउंड'च्या पहिल्या भागामध्ये आणि त्यानंतर संपूर्ण 'द ब्रदर्स कारामाझोव्ह'मध्ये त्यानं रंगवलं होतं... ह्या तिन्ही कादंबऱ्यांतल्या मार्मेलादोव्हमध्ये खूप मोठा फरक नसला तरी एवढा फरक नक्कीच होता; ज्यामुळे तिन्ही कादंबऱ्यांतील त्याचा जीवनप्रवास कल्पनाही करता येणार नाही असा झाला. सोनियाचा बाप मार्मेलादोव्ह हा खचलेला माणूस होता. त्याला माहीत होतं की तो दयनीय अवस्थेत आहे, स्वतःला दोष देत पिचतो आहे. तो दुर्दैवी, दुःखी माणूस आहे; दुर्भाग्याचा बळी आहे. सोनियाचं आपल्या दुःखी बापावर प्रेम आहे. होय, तीच ती सोनिया! ती सुंदर, निराधार वेश्या. तिचं प्रेम मिळावं म्हणून कुणी खूनसुद्धा करेल. आता त्या 'नोट्स फ्रॉम अंडरग्राउंड'मधल्या भूमिगत माणसाबद्दल बोलायचं तर त्याने स्वतःचं दुर्दैव मुद्दामहूनच उलगडून दाखवलं. त्यामुळेच तर त्याला इतरांचं दुर्दैवही उघडं करता आलं आणि क्रोधरूपात प्रकट करता आलं. लोकांसमोर आरसा धरून स्वतःसारखीच आणखी माणसं शोधून काढण्याच्या त्याच्या अट्टाहासामुळेच त्याच्या आत्म्याच्या चिंधड्या चिंधड्या झाल्या. कारामाझोव्ह ह्यांचा प्रवास तर आणखीनच वेगळा ठरला. ते स्वतःशी, इतरांशी आणि जीवनाशीही कायम फटकूनच वागले. ते मार्मेलादोव्हसारखे कधी हताश होऊन निकराला आले नाहीत की भूमिगत माणसासारख्या व्यक्तींना उघडं पाडण्यासाठी

हत्यार म्हणून त्यांनी स्वतःच्या दुर्भाग्याचा वापरही केला नाही. त्यांचं दुर्दैव हीच त्यांची अटळ नियती होती. सतत चिघळणारी जखम होती. जीवनाला कधीही स्वीकारायचंच नाही असा त्यांनी पणच केला होता. त्यांना जीवनाशी भांडायचं होतं. सोसलेल्या संकटांनी सांडलेलं आपलं रक्त जीवनाच्या तोंडाला फासायचं होतं. त्याच जीवनाने माझ्यासाठीही आता नवीन पान उघडलं आहे.'' बोलता बोलता कामू आमच्याकडे बघून ओरडला, ''बघताय काय असे, मूर्ख कुठले... तुमच्या चेहऱ्यावरले भाव पुसून टाका ताबडतोब. नरकात जळणाऱ्या लोकांकडे बाकीचे लोक बघतात तसे बघू नका माझ्याकडे. तीन दिवस मी तुमचं बोलणं ऐकलं. तुम्ही सांगितलेल्या गोष्टी ऐकल्या. तुम्ही हाल हाल होऊन परत आल्यावरचं तुमचं विव्हळणंही ऐकलं. मग आता माझं ऐकायला काय हरकत आहे?''

कामोने आमच्याकडे तिरस्काराने पाहिलं. पाण्याची बाटली ओठांजवळ नेली आणि बोलणं पुढे चालू ठेवलं.

''पुढे काय वाढून ठेवलंय ते मला माहीत नाही. सोडून देतील की तुमच्यासारखे हाल हाल करायला घेऊन जातील? वेदना शरीराला गुलाम बनवते आणि भीती आत्म्याला गुलाम बनवते... आपली शरीरं वाचवण्यासाठी माणसं आत्मे विकतात. पण मी घाबरत नाही. मी छळकर्त्यांशी पुष्कळ बोलणार आहे आणि तुम्हाला जी गुपितं सांगितली नाहीत ती त्यांना सांगणार आहे.''

''त्यांना माहिती हवी असेल ती सगळी देणार आहे. माझा संपूर्ण आत्मा त्यांच्या हातात देऊन त्यांच्या प्रश्नांची उत्तरं देणार आहे. शिंपी जसे जाकीट उलटं करून आतलं अस्तर फाडतात, तसं मी माझं यकृत फाडून त्यांच्यासमोर उघडं करणार आहे. त्यांना हव्या असलेल्या माहितीपेक्षाही जास्त माहिती देणार आहे. सुरुवातीला त्यांना खूप रस वाटेल. मी सांगेन ते उपयोगी पडू शकतं असं वाटून ते ते लिहूनही ठेवतील. पण काही काळाने मी सांगत असलेल्या गोष्टींमुळे ते अस्वस्थ होतील. त्यांच्या लक्षात येईल की मी त्यांना त्यांच्याच गोष्टी सांगतोय; ज्या त्यांना समजून घ्यायच्या नाहीत. जीवनात लोक सगळ्यात कशाला भितात तर स्वतःला भितात. हेही लोक घाबरतील. मला गप्प करायला बघतील. मी बोलावं म्हणून ज्यांनी माझा छळ केला तीच माणसं मी गप्प बसावं म्हणून माझे हात ताणून मला लटकावून ठेवतील, विजेचे झटके देतील. मी जीभ काबूत ठेवावी म्हणून मला माझ्याच रक्तानं न्हाऊ

घालतील. सत्याला मी जेवढा घाबरतो तेवढेच तेही घाबरतील. मी त्यांना माझ्याबद्दल सारं काही सांगेन आणि त्यांना त्यांचीही अशी बाजू बघायला लावेन; जी बघण्याची त्यांची इच्छा नसेल. ते अविश्वासाने बघत राहतील, एखाद्या महारोग्याने आपला चेहरा प्रथमच आरशात बघावा तसे बघत राहतील ते. मग मागे मागे सरत भिंतीपर्यंत जातील. त्यांना स्वतःचा चेहरा तर बदलता येणारच नाही हे कळल्यामुळे त्यांना तो आरसाच फोडून टाकावासा वाटेल, खरंतर माझा चेहरा आणि माझी हाडं हाच तो आरसा असेल. परंतु माझी जीभ कापून त्यांचं काहीच भलं होणार नाही. कारण माझ्या विव्हळण्याने त्यांचे कान बहिरे होतील आणि एकाच सत्यात त्यांची मनं कैद होऊन जातील. मग बघा, अगदी स्वतःच्या घरात असूनही त्यांना मध्यरात्री जाग येऊन दरदरून घाम फुटेल. ते कडकडीत मद्याच्या बाटल्या घशाखाली उतरवतील. परंतु त्यांना सुटकाच नसेल, कारण मस्तकापासून चेहऱ्यापर्यंत येणाऱ्या नसांतून फक्त सत्य आणि सत्यच धावत असेल. मग त्यांना एकतर ते स्वीकारावं लागेल अन्यथा हातांच्या नसा कापून आत्महत्या करावी लागेल. त्या सर्वांना प्रेमळ बायका असतील, ज्या त्यांना मिठीत घेऊन धीर देतील. सिगरेट पेटवून त्यांच्या थरथरत्या बोटांतही देतील. स्वतःचं सत्य कळल्याच्या भीतीच्या भयानक पगड्याखाली ते जगत राहतील. तीन दिवस मला त्यांनी चौकशीसाठी का नेलं नाही त्याचं कारण आता कळतंय मला. ते घाबरताहेत मला.''

कामो न्हावी जणू अत्यंत खोल खड्ड्यातून बोलत होता. खड्ड्याच्या अंधाऱ्या कोपऱ्यातून बोलत होता. तो खूप काळ लपून बसला होता, पार चिरडला गेला होता, त्याची पार हानी झाली होती. आता हानी झाली होती म्हणून लपून बसला होता की लपून बसल्यामुळेच हानी झाली होती हे कळायला काहीच मार्ग नव्हता. कामोला जो अंधार प्रिय होता तोच मला घुसमटून टाकत होता. डोळे बांधून मला ते लोखंडी दारातून बाहेर न्यायचे तेव्हा मला माझ्या ओळखीच्या जगातून बाहेर न्यायचे. मला योग्य दिशा दिसण्याचं मोल माहीत होतं. मग मनात उमटलेल्या कल्लोळाला धरून ठेवण्याचा मी आटोकाट प्रयत्न करायचो. काळोखात विचार करणं तेवढं सोपं नसतं. आयुष्य माझ्या अगदी बाजूलाच होतं आणि मला तिथे परत जायचं होतं.

अर्धवट उघड्या, थकल्याभागल्या डोळ्यांनी कामो बघत होता. कोठडीत पडलेल्या इवल्याशा प्रकाशकिरणामुळेही अस्वस्थ होत होता. कदाचित म्हणूनच त्याला सगळा वेळ झोपावंसं वाटत असावं.

''विहिरीत वाकण्यापासून लांब राहा असं मला आईने फक्त एकदाच सांगितलं नव्हतं.'' तो म्हणाला, ''त्या दिवशी तिला जळत्या काटक्यांचं स्वप्न पडलं होतं. तिला ज्यापासून त्रास होतोय, ते कारण नष्ट होणार असा त्या स्वप्नाचा अर्थ होता. आश्चर्य म्हणजे मलाही आयुष्यात पहिल्यांदा जळत्या काटक्यांचं स्वप्न पडलं ते इथे ह्या कोठडीत पडलं. मला एक सांगा, माझा भूतकाळ हा असा गोठून पडलेला असताना माझा कुठला त्रास दूर झाला असणार?''

''हा काळही निघून जाईल. जुने दिवस निघून गेले ना अगदी तसाच.'' डॉक्टर म्हणाले, ''तुझं स्वप्न तुला सांगतंय की तू इथून बाहेर पडशील, पुन्हा मुक्त होशील.''

''मुक्त? माहिझेर निघून गेल्यापासून पहिल्यासारखं काहीच उरलेलं नाही आता. मनात एकही दगड असा उरला नाही आता ज्यावर मी ठामपणे पाय रोवून उभा राहीन.''

''तू खूप मनस्ताप करून घेत आहेस, कामो! प्रत्येकजण जीवनात अशा टप्प्यावरून कधी ना कधी जात असतो.'' पुढे बोलण्यापूर्वी डॉक्टर क्षणभर थांबले. ''कामो, तू सकारात्मक विचार केला पाहिजेस. असं स्वप्न पाहा की आपण सगळे बाहेर आहोत. कल्पना कर की आपण सगळे ओर्टाकॉय समुद्राच्या काठी गप्पा मारतोय. पलीकडल्या किनाऱ्याचा विचार करतोय.''

आम्हाला त्या कोठडीतून काढून बाहेरच्या जगात न्यायला डॉक्टरांना खूप आवडायचं. ते कसं करायचं हे मला त्यांनी शिकवलं होतं. पुढ्यातल्या संकटाचा विचार करण्याऐवजी बाहेरच्या जगाची स्वप्नं पाहणं केव्हाही चांगलंच होतं. कोठडीत आमची शरीरं बांधून घातल्यामुळे जो वेळ एका जागी स्तब्ध राहायचा तोच वेळ आमची मनं बाहेर गेली की पुन्हा टिकटिकू लागायचा. आमची मनं आमच्या शरीरापेक्षा टणक होती. डॉक्टर म्हणायचे की हे तर वैद्यकीयदृष्ट्याही शाबीत करता येतं. इथे बसून आम्ही बऱ्याचदा बाहेरच्या जगाचा विचार करायचो. उदाहरणार्थ, समुद्रावर चालण्याचा आनंद आम्ही कल्पनेने लुटायचो. ओर्टाकॉय समुद्रकाठाजवळच्या बोटीवरील जोशपूर्ण संगीतावर नृत्य करणाऱ्या लोकांकडे बघून हात हलवायचो. एकमेकांच्या मिठीत

गुरफटलेल्या प्रेमिकांच्या अंगावरून पुढे जायचो. क्षितिजावर सूर्य बुडत असताना रस्त्यावरच्या फळविक्रेत्याकडून डॉक्टर पिशवीभर हिरवे प्लम आणायचे आणि हसत हसत त्यातला पहिला प्लम माझ्या हातांवर ठेवायचे.

मागच्या आठवड्यात त्या लोकांनी मला कोठडीत लोटलं तेव्हा मी अर्धवट बेशुद्धावस्थेत होतो. काहीतरी असंबद्ध बडबडत होतो. माझे ओठ पार सुकले होते. डॉक्टरांना वाटलं की मी पाणी मागतोय म्हणून त्यांनी मला बसतं करून पाणी दिलं तेव्हा मी डोळे उघडून म्हणालो, ''मला पाणी नकोय, मला हिरवे प्लम हवेत.'' त्यानंतर दोन दिवस आम्ही दोघं ते आठवून सारखे हसत होतो.

डॉक्टरांनी कामोला विचारलं की, ''तुलाही हवेत का हिरवे प्लम?''

पण कामोला काही ती गोष्ट फारशी महत्त्वाची वाटली नव्हती. आमचं मन ज्या पातळीवर होतं त्या पातळीवर त्याचं मन नव्हतं.

''भूतकाळ... डॉक्टर... आपला भूतकाळ...'' तो म्हणाला.

डॉक्टरांनी हवेत उंचावून धरलेला हात खाली आणला. ते जणू त्याला प्लमच खायला देत होते. ''आपला भूतकाळ अशा ठिकाणी आहे, त्या ठिकाणी पोचायचं म्हटलं तर खूप खूप दूर आहे. त्याऐवजी आपण उद्यावर लक्ष केंद्रित करायला हवं,'' ते म्हणाले.

''तुम्हाला माहित्येय का डॉक्टर? देवालाही भूतकाळ बदलता येत नाही. सर्वशक्तिमान देवही वर्तमानावर आणि भविष्यावर राज्य करतो परंतु तो भूतकाळाला हात लावू शकत नाही. भूतकाळ बदलण्याची शक्ती त्याच्याकडेही नसेल तर त्यापुढे आपण किस झाड की पत्ती?''

डॉक्टरांनी प्रथमच कामोकडे करुणेच्या नजरेने पाहिलं. मग ते हसून म्हणाले, ''माझ्या ओळखीच्या प्रत्येक न्हाव्याला बोलायला खूप आवडतं. ते फुटबॉलबद्दल बोलतात, बायकांबद्दल बोलतात. तू अशा गोष्टींबद्दल का बोलतोस? मी तुझा गिऱ्हाईक असतो तर पुन्हा तुझ्या दुकानात पाय ठेवला नसता. खरोखर, न्हाव्यांनी विद्यापीठात जाता कामा नये. का? ते तिथे गेले तर आम्ही लोकांनी फुटबॉल आणि बायकांबद्दल बोलायला दुसरीकडे कुठं जायचं?''

''माझ्याकडे शिक्षण नसतं तरीही मी हेच प्रश्न विचारले असते.''

''कामो, तू असा विचार कर, आईसोबत तुझं बालपण गेलं ते दुःखाचं होतं. परंतु पत्नीला भेटल्यावर तू भूतकाळाच्या जोखडातून मुक्त झालास. तुला

भविष्यात नवीन आनंद भेटेल तेव्हा तीच गोष्ट पुन्हा घडून येईल. तू जुने दिवस पुन्हा विसरून जाशील.''

''नवीन आनंद?''

डॉक्टरांनी खोल उसासा सोडला. त्यांनी आपले गारठलेले हात एकमेकांवर चोळले. मग एकदा आढ्याकडे पाहिलं. जणू आपल्या दवाखान्यातील एखाद्या आडमुठ्या रुग्णाशी कशा पद्धतीने वागावं म्हणजे योग्य ठरेल असा विचार ते करत असावेत. अगदी त्याच क्षणी आम्हाला लोखंडी दरवाजाची करकर ऐकू आली.

आम्ही एकमेकांकडे पाहिलं. आत येणाऱ्या चौकशी अधिकाऱ्यांचं एकमेकांशी चाललेलं बोलणं कानावर येत होतं. मार्गिकेतून चालताना ते काय बोलताहेत हे कान देऊन ऐकण्याचा आम्ही प्रयत्न केला.

''काही बोलला का तो?''

''अजून एक-दोन दिवस द्या, बोलेल तो.''

''आज काय केलं?

''विजेचे झटके, टांगून ठेवणं, उच्च दाबाचं पाणी.''

''त्याचा नावपत्ता कळला का?''

''ते तर आम्हाला आधीच माहीत आहे.''

''मोठा मासा आहे ना हा की बारकंसं चिलट?''

''हा म्हातारा म्हणताय... मोठा मासा आहे तो.''

''कुठली कोठडी?

''चाळीस नंबरची.''

ती आमची कोठडी होती...

आम्ही गारठलेले पाय एकमेकांवर ठेवून उबदारपणाचा शेवटचा स्पर्श घाईघाईने गिळण्याचा प्रयत्न केला. आता कुठल्याही क्षणी आम्ही तिथून निघणार होतो आणि कदाचित कधीच परतणार नव्हतो... किंवा शहाणे म्हणून जाणार होतो आणि वेडे होऊन परतणार होतो... मग माणसातून निघून आत्मा नसलेल्या जनावरात आमची गणना झाली असती...

''माझ्यासाठी येताहेत ते,'' कामो म्हणाला. त्यानं गजांकडे तोंड वळवलं. ''अगदी योग्य वेळ.''

पावलं जवळ जवळ आली. कोठडीचं दार उघडलं. दोन पहारेकऱ्यांनी एका जाडजूड वयस्कर माणसाला बखोट्याला धरलं होतं आणि ते त्याला

पकडून चालवायची धडपड करत होते. त्याचं डोकं छातीवर लटकत होतं. चेहरा, अंग रक्तानं भरलेलं होतं. ''हा घ्या तुमचा नवा मित्र.'' डॉक्टर आणि मी उठून त्या माणसाला आत आणलं आणि अगदी अलगदपणे जमिनीवर झोपवलं. पहारेकऱ्यांनी दरवाजा धाडकन आपटला आणि ते निघून गेले...

''हा तर गोठल्यात जमा आहे,'' डॉक्टर म्हणाले. त्याच्या अंगातून अजून रक्तस्राव होतोय का, कुठं हाड मोडलंय का हे त्यांनी तपासलं. मग त्याच्या डोळ्यांच्या पापण्या उघडून त्यांनी त्या अंधूक प्रकाशात त्याचे डोळेही तपासले. मग त्याचा एक पाय उचलून त्यांनी चोळायला सुरुवात केली. मी दोन्ही हातांनी त्याचा दुसरा पाय धरला. तो बर्फासारखा थंडगार होता.

कामो म्हणाला, ''मी जमिनीवर आडवा होतो. तुम्ही त्याला माझ्या अंगावर ठेवा. आपण त्याचं ह्या थंडगार काँक्रीटपासून रक्षण केलं पाहिजे.''

मी आणि डॉक्टरांनी त्या माणसाला धरून कामोच्या पाठीवर ठेवलं. मग त्याच्या दोन्ही बाजूंना आम्हीही आडवे झालो आणि त्याला घट्ट धरून ठेवलं. भूतकाळात लोक थंडीपासून वाचण्यासाठी गायीगुरांना आणि कुत्र्यांना घट्ट पकडून बसायचे. ह्या कोठडीने आम्हाला त्या आदिम काळात पुन्हा नेलं होतं. आम्ही एका पूर्णपणे अनोळखी माणसाला जीवन देण्यासाठी म्हणून त्याला मिठी मारून बसलो होतो.

''कामो, तू ठीक आहेस ना?''

''होय डॉक्टर, असं वाटतंय की हा माणूस बर्फात नागडा पुरला गेला होता की काय?''

''बर्फात?''

''होय, ज्या दिवशी मी पकडला गेलो त्या दिवशी अविरत हिमवर्षाव होत होता,'' कामो म्हणाला.

''ह्या वर्षी हिवाळा लवकर आल्यासारखा दिसतोय. मला पकडलं तेव्हा हवा काय सुंदर होती.''

डॉक्टर आणि कामोच्या गप्पा मी ऐकत होतो. त्यांनी मला बोलायचा मौका दिलाच नाही. मागील तीन दिवस कामो एकतर माझ्याकडे दुर्लक्ष करत होता किंवा रागावून, दटावून बोलत होता. अधूनमधून तो मला 'शाळकरी विद्यार्थी' म्हणे किंवा बऱ्याचदा पोरगा म्हणून माझा उल्लेख करी. मी अठरा वर्षांचा होतो. डॉक्टरांशी ज्या आदराने बोलायचा त्यातला थोडासा आदर तरी त्याने मला दाखवावा अशी माझी अपेक्षा होती. मी पकडला गेलो तेव्हा

माझ्यापुढे काय संकटं वाढून ठेवली आहेत ह्याची मला कल्पना असली तरी त्यातली एक समस्या 'कोठडीतला त्रासदायक सोबती' ही असेल असं मात्र मला स्वप्नातही वाटलं नव्हतं. यातना सोसण्यास काही मर्यादा नसतात. तुम्ही एकतर त्यांचा प्रतिकार करता किंवा मग त्या तुम्हाला हरवतात. हे सगळं मला कळत असलं तरी कामोशी कसं वागायचं ते मात्र वळत नव्हतं. मी पकडला गेलो तेव्हा एका साध्या वेषातील पोलिसाने मला 'पोरा', 'मुला' अशा हाका मारत गाडीत बसल्या बसल्या माझी बोटं चिरडली होती. "तुझं आयुष्य असं वाया घालवू नकोस, आत्ताच काय ते सांगून टाक,'' तो म्हणाला होता. त्यावर मी त्याला म्हणालो की ''मी लहान नाही,'' तेव्हा त्याने माझा गळा दाबायचा प्रयत्न केला होता. दुसऱ्या पोलिसांनी त्याला एकतर अडवलं असेल किंवा मग ते त्यांचे नेहमीचे खेळ असतील. त्यांना माझं खरं नाव माहीत होतं. त्यांनी मला विचारलं की मी कुणाला भेटायला जात होतो? ते मला ओळखत होते ह्यापेक्षा मी भेटायला जाणार होतो ती वेळ आणि जागा त्यांना माहीत होती हे बघूनच मी गार झालो होतो. ''मी लहान मुलगा नाही, विद्यापीठात शिकणारा विद्यार्थी आहे. आत्ता हा वर्गातच जात होतो. तुम्ही कुणाला भेटण्याबद्दल बोलताय ते मला काही माहीत नाही.'' ''पण मग पळून का चालला होतास?'' ते माझा पाठलाग करताहेत हे कळताक्षणी मी पहिल्याच वळणावर धावायला लागलो होतो. ''वर्गात जायला उशीर होत होता म्हणून धावत होतो.''

त्यानंतर अर्ध्या तासाने त्यांनी मला त्या भेटण्याच्या ठिकाणी म्हणजे इस्तंबूल ग्रंथालयासमोरच्या बसस्टॉपवर नेलं आणि तिथे उभं राहायचा हुकूम दिला. पळायचा प्रयत्न केलास तर गोळी घालू अशी धमकीही दिली. मग शहरी वेषातले पोलीस गाड्यांतून उतरून आसपास विखुरले. त्यांच्या उभं राहण्याच्या ठिकाणावरून माझ्यासोबत बसस्टॉपवर उभं राहणाऱ्या प्रत्येकाचं ते निरीक्षण करू शकत होते. मी हातातल्या घड्याळाकडे पाहिलं. दोन वाजायला तीन मिनिटं शिल्लक होती. आमचे भेटायचे नियम अगदी कडक होते. भेटीच्या ठरलेल्या वेळेआधी जास्तीतजास्त तीन मिनिटं अगोदर आम्ही तिथे आलंच पाहिजे असा दंडक होता. भेट झालीच नाही तरीही तीन मिनिटांहून जास्त तिथे रेंगाळायचं नाही असा आम्हाला आदेशच होता. माझ्यासमोर लोकांना बसमधून चढता-उतरताना मी पाहत होतो. ज्याची वाट

पाहत होतो तो माणूस मला दिसणार तर नाही ना ह्याचीच भीती माझ्या मनात भरून राहिली होती. ज्या बसस्टॉपवर मी नेहमी येत जात होतो तिथे एवढी माणसं कशी हे पाहून मला आश्चर्यच वाटू लागलं होतं. पाहावं तिथे विद्यार्थी, पर्यटक आणि सुटाबुटातली माणसं दिसत होती. वेळ पुढे पळत होता. दोन वाजायला दोन मिनिटं होती. मी रस्त्याच्या पलीकडल्या माणसांकडे पाहिलं. त्यातलं कुणी ह्या बाजूला बघतंय का? गर्दीत सगळी माणसं मला सारखीच दिसत होती. मी ज्याला भेटणार होतो तो माणूस एव्हाना गाड्यांच्या गर्दीतून घाईघाईने वाट काढत माझ्या बाजूला यायलाही लागला असेल. कदाचित हा सापळा आहे हे त्याच्या लक्षात येईल. साध्या वेषातले पोलीस माझ्यावर नजर ठेवून आहेत, ह्यात कदाचित त्याला काहीतरी विचित्र वाटेल. माझ्या चेहऱ्यावरील चिंताग्रस्त भाव बघून मी पकडला गेलोय हे त्याला कळेल आणि तो ताबडतोब गर्दीत मिसळून जाईल. मी घड्याळाकडे पाहिलं, दोन वाजायला एक मिनिट होतं. अचानक मनात कसलीतरी उबळ येऊन मी समोरून येणाऱ्या बसच्या पुढ्यात उडी मारली. त्यामुळे बसलेल्या धक्क्याने मी जवळ जवळ उडालोच. मला लोकांच्या किंकाळ्या ऐकू आल्या. मग बऱ्याच लोकांनी मला खांद्यावर उचलून एका गाडीत नेलं. गाडीत बसल्यावर त्यांनी मला गुद्दे हाणायला सुरुवात केली. ''कोण होता तो? सांग आम्हाला, कोण होता त्यातला... हलकट... भोसडीच्या.'' माझ्या तोंडात त्यांनी बंदुकीची संगीन खुपसली. माझे डोळे उघडत नव्हते. डोकं गरगरू लागलं होतं. ''तुझ्याकडे फक्त पाच सेकंद आहेत. मग मी घोडा दाबणार बंदुकीचा.'' पाच सेकंदांनी त्यांनी माझ्या तोंडातून बंदूक काढली आणि माझ्या गोट्या जोरात दाबल्या. मी कळवळलो. मला जोरात किंचाळायचं होतं पण त्यांनी माझ्या तोंडावर हात दाबून धरला होता. माझ्या चेहऱ्यावरून अश्रू वाहू लागले.

संकटाला खंबीरपणे तोंड द्यायची मनाची कितीही तयारी करा, पण वेदनेचं वास्तव तुमच्या मनाला बधिर करून टाकतं. वेदनेमुळे काळ जागच्या जागी थबकल्यासारखा होतो. भविष्याचं सगळं भान नाहीसं होतं. सगळं वास्तव नाहीसं होतं आणि अखिल विश्व फक्त तुमच्या शरीरापुरतं मर्यादित होतं. वाटतं की आपण ह्या क्षणात कायमचे गोठले जाणार आहोत. दुसरा क्षण कधी येणारच नाही. कामो जसा भूतकाळात कैद झाला होता तसंच होतं हेही. मला त्याचं म्हणणं आज समजलं होतं. पण आता... आता लाखो वर्षांतल्या ह्याच वेदना

सहन करण्याच्या क्षणात मी उपस्थित असलं पाहिजे का? मी विचार करत होतो. स्वतःलाच अनेक निरर्थक प्रश्न विचारत होतो. गरम काचेमुळे हात पोळलेल्या लहान मुलाला कशालाही हात लावायला भीती वाटते तसं झालं होतं माझं. मला फक्त वेदना सोडली तर आणखी कसलीही व्याख्या म्हणून आठवत नव्हती आणि वेळ सोडला तर आणखी कसला विचारही करावासा वाटत नव्हता. डॉक्टर माझ्या प्रश्नांचं उत्तर देतील असं वाटलं असतं तर मी त्यांना प्रश्न विचारले असते. पण डॉक्टरांना तर वाटत होतं की वेदनेचा विचार केला नाही तर आपली प्रतिकारशक्ती अधिक वाढते. परंतु ज्याला अंत नाही असा वेळ माझ्या शरीराला गिळू पाहत असेल तेव्हा मला विचार केल्याशिवाय राहावत नाही ना डॉक्टर, त्याचं काय? लाखो वर्षांतून हा समय वाहत आला असताना आत्ता अगदी ह्याच नेमक्या क्षणी मी वेदनेचं दुःख का सोसतो आहे?

डॉक्टरांनी मान वर केली आणि मला विचारलं, ''काय रे, बरा आहेस ना?''

''बराय की!''

''कामो गारठण्यापूर्वी आपण उठायला हवं हं!''

आम्ही आमची जाकिटं जमिनीवर पसरली. कामो न्हाव्याकडे जाकीट नव्हतं. आम्ही त्या वयस्कर माणसाला जाकिटांवर ठेवलं. डॉक्टरांनी त्याची नाडी तपासून त्याच्या गळ्याला स्पर्श केला. मग पाण्याने बोटं ओली करून त्याच्या सुकलेल्या ओठांना लावली तेव्हा तो माणूस खोकला, त्याची छाती गदगदा हलली.

मग आम्ही तिघंही भिंतीला पाठ टेकून बाजूबाजूला बसलो आणि त्या माणसाच्या चेहऱ्याकडे, लांब केसांकडे पाहू लागलो. त्याचे पाय दाराला अक्षरशः टेकत होते. थडग्यात पडलेल्या प्रेतासारखी त्या जाडजूड देहाने संपूर्ण कोठडी व्यापून टाकली होती. आम्ही तर आधीपासून त्या थडग्यात पुरलो गेलो होतो. जुन्या शहरांच्या अवशेषांवर नवीन शहरं बांधली जातात आणि जुन्या प्रेतांच्या मातीत नवीन प्रेतं पुरली जातात तसंच होत होतं हे. ज्या भूमिगत कोठड्यांत आम्ही राहत होतो; त्वचेवर मृतांचा वास बाळगत होतो; त्याच हवेत, त्याच लयीत इस्तंबूलही श्वास घेत होतं. इथे ह्या ठिकाणी राहून जुन्या शहरांतील भग्नावशेषांचा आणि पुरातनकालीन लोकांचा ठसा आमच्या मनावर पडत होता. ते ओझं अवजड होतं. म्हणूनच तर आमच्या देहांवर वेदना इतक्या क्रूरपणे हल्ला करत होती.

"जगेल का हा?" कामोने विचारलं, "जगला नाही तर आपल्याला पहिल्यासारखी वावरायला जागा मिळेल. मुळात तिघांनाच ही जागा जेमतेम पुरत होती. आता आपण चौघे. मग आपण आडवे तरी कसे होणार?"

डॉक्टरांनी कामोला उत्तर दिलं नाही. त्यांनी आपला हात त्या माणसाच्या हृदयावर ठेवला. जणू ते पवित्र ग्रंथालाच स्पर्श करत होते. डोळे मिटून त्यांनी काही काळ वाट पाहिली. त्यांच्या व्यक्तित्वात एवढी प्रसन्न गंभीरता होती की मृतालाही संजीवन मिळावं आणि त्याच्या वेदना नष्ट व्हाव्यात. "येतील ते शुद्धीवर... येतील..." ते पुटपुटले. मीही इथे बेशुद्धावस्थेत आलो होतो तेव्हा त्यांनी असंच पाहिलं होतं का माझ्याकडे? मी शुद्धीवर यावं म्हणून अशीच वाट पाहिली होती का? स्वतःच्या श्वासापेक्षाही माझ्या श्वासाकडे जास्त लक्ष दिलं होतं का?

मी उठून उभा राहिलो आणि गजाला चेहरा टेकवला. समोरच्या कोठडीतली मुलगी गजापाशी होती. मी तिच्याकडे बघून मान हलवली. तिच्या चेहऱ्यावरील भावांत काहीतरी बदल होतील, काहीतरी प्रतिसाद मिळेल म्हणून मी शोधक नजरेने पाहत होतो. आम्ही बोलू शकत नव्हतो कारण बारीकशी कुजबुजही मार्गिकेतून घुमून पहारेकऱ्यांपर्यंत पोचायची. मी तिच्याकडे बोट दाखवून, आवाज न करता फक्त ओठांची हालचाल करण्याचा प्रयत्न केला. "बरी आहेस का तू?" तिने मला निरखून पाहिलं आणि मान हलवली. तिचा चेहरा विश्रांती मिळाल्यासारखा वाटत होता. ती झोपली असावी. तिच्या खालच्या ओठावर आता रक्त नव्हतं परंतु डोळा अजूनही मिटलेला होता. तिने डावा हात गजांच्या पातळीला आणला आणि तर्जनीने हवेतल्या हवेत अक्षरं काढू लागली. ती काय विचारते आहे ते माझ्या आधी लक्षात आलं नाही. ते तिला कळलं म्हणून तिने पुन्हा एकदा लिहिलं. ती विचारत होती, "नवीन आलेले पाहुणे — कुहेलन काका — कसे आहेत?" तिला त्या माणसाचं नाव माहीत होतं. तो कोण होता ते माहीत होतं. तिच्यासारखीच मीही हवेत अक्षरं काढली. "जगतील ते!" मी म्हणालो. नंतर मी माझी ओळख करून दिली. "माझं नाव दमिर्ताय आहे."

ती मुलगी तिचं नाव नाजूक बोटांनी लिहीत असताना वयस्कर माणसाच्या कण्हण्याने मी मागे वळून पाहिलं. त्याने डोळे उघडले आणि आपण कुठे

आहोत त्याचा अंदाज घ्यायचा प्रयत्न केला. मग त्यांच्या भोवती घोटाळणाऱ्या डॉक्टरांकडे आणि कामोकडेही पाहिलं. भिंती आणि छताचं निरीक्षण केलं. त्यानंतर ज्या काँक्रीटवर तो पहुडला होता त्यावर हात घासले.

"इस्तंबूल?" तो घोगऱ्या स्वरात बोलला. "इस्तंबूल आहे का हे?"

त्याने डोळे मिटले आणि चेहऱ्यावर एक विचित्र भाव घेऊन तो झोपी गेला. जणू शुद्ध हरपण्यापूर्वी त्याला आनंदच झाला होता.

●

दिवस **दुसरा**

डॉक्टरांचं कथन

पांढरा कुत्रा

''कुहेलन काका, ही कोठडी म्हणजेच इस्तंबूल आहे असं वाटलं का तुम्हाला? आत्ता ह्या क्षणी आपण जमिनीखाली आहोत. आपल्यावर सगळीकडे रस्ते आणि इमारती आहेत. क्षितिजाच्या पार ह्या टोकापासून त्या टोकापर्यंत शहरच पसरलेलं आहे. शहराला पूर्णपणे आपल्या छायेत घेणं आकाशालाही अवघड जातं म्हणजे बघा. इथे जमिनीखाली मात्र पूर्व आणि पश्चिम ह्यांच्यात काहीच फरक नाही. पण जमिनीवरून तुम्ही वाऱ्याचं निरीक्षण केलंत तर तो बॉस्फरसच्या पाण्याला भेटताना तुम्हाला दिसेल. टेकडीवर जाऊन त्या निळ्याशार लाटांकडे तुम्ही पाहूही शकाल. वडिलांनी ज्या इस्तंबूलबद्दल तुम्हाला एवढं सांगितलंय ते इस्तंबूल पहिल्यांदा पाहताना ह्या कोठडीऐवजी एखाद्या जहाजाच्या डेकवरून पाहिलं असतंत ना कुहेलन काका, तर तुम्हाला कळलं असतं की हे शहर फक्त तीन भिंती आणि एका लोखंडी दरवाजाचं बनलेलं नाहीये. दूरदूरच्या ठिकाणांहून लोक जहाजाने इथे येतात तेव्हा त्यांना सर्वप्रथम उजव्या बाजूला धुक्याच्या आच्छादनात झाकून गेलेलं 'प्रिन्स आयलंड' दिसतं. अंधारात त्याची चकाकती बाह्याकृती पाहून वाटतं की तिथे विश्रांती घेण्यासाठी पक्ष्यांचे थवे विसावले आहेत की काय? पश्चिमेकडे शहराच्या वेशीच्या भिंती पूर्ण किनाराभर नागमोडी वळणं घेत पसरलेल्या दिसतात, त्या शेवटी काठावरील निरीक्षण मनोऱ्याला जाऊन भिडतात.

“धुक्याचा पडदा हळूहळू उचलला गेला की सगळ्या दृश्यावर रंगांची उधळण होते. कुहेलन काका, तुमच्या खेड्यात भिंतींवर लटकावलेल्या कापडी देखाव्यांकडे पाहताना वाटतं तसं इथल्या आलिशान घुमट-मिनारांकडे पाहताना तुम्हाला वाटलं असतं. तिथे भिंतीवर लटकावलेल्या कापडी निसर्गचित्रांकडे भान हरपून एके काळी तुम्ही पाहत होता तेव्हा ज्या जीवनाची तुम्हाला काहीच माहिती नव्हती, ते जीवन तुमच्याविना मार्ग काढत एका वेगळ्याच दुनियेतून चाललेलं होतं. त्या जीवनाची तुम्ही फक्त कल्पना करत होता. परंतु आता, आता मात्र एक जहाज तुम्हाला त्याच जीवनाच्या अगदी हृदयाशी घेऊन चाललं असतं. माणूस उसासा टाकत असतो तेव्हा तो त्या श्वासात सामावलेला असतो. जहाजाने जाताना तुम्ही स्वतःशीच म्हणाला असता, एवढंसं जीवन पुरेसं नाहीये मला... अजून, अजून हवंय ते मला! मग तुम्ही त्या विस्तीर्ण शहराकडे पाहिलं असतं. शहराच्या क्षितिजरेषेवर दिसणाऱ्या भिंती, तेथील मनोरे आणि घुमटांकडे पाहिलं असतं. मग तुम्हाला वाटलं असतं हे आकाशही नवंच आहे की काय?

“कल्पना करा, डेकवरच्या भणाणत्या वाऱ्याने एका स्त्रीची लाल रंगाची शालच ओढून घेतली आहे आणि जहाजाआधीच बंदरावर आणून टाकली आहे. तुम्ही गर्दीत मिसळून गेला आहात आणि एकमेकांना छेदणाऱ्या रस्त्यांवरून त्या शालीसारखेच वणवण भटकू लागला आहात. गलाता मनोऱ्याशी आल्यावर रस्त्यावरील फेरीवाल्यांच्या आरडाओरड्यातच तुम्ही खिशातून तंबाखूची पुरचुंडी बाहेर काढता आणि त्याची विडी वळून घेता. तेवढ्यात मेंढीच्या गळ्यात अडकवलेली दोरी धरून हळूहळू चालणारी एक म्हातारी तुम्हाला रस्त्यात दिसते. एक मुलगा म्हातारीला ओरडून विचारतो, “अहो आजी, कुत्र्याच्या गळ्यात दोरी अडकवून कुठं नेताय?” तेव्हा म्हातारी वळून अगोदर मेंढीकडे पाहते आणि मग त्या पोराकडे पाहून म्हणते, “काय रे, ही मेंढी तुला काय कुत्रा वाटते का आंधळ्या?” काका, तुम्ही म्हातारी-मागून चालू लागता. तेवढ्यात विरुद्ध बाजूने येणारा एक तरणा पोरगाही तिला तेच विचारतो, “काय हो आजी, कुत्र्याला फिरायला नेताय वाटतं?” म्हातारी पुन्हा वळून आपल्या मेंढीकडे बघते आणि कुरकुरते, “कुत्रा नाहीये तो, मेंढी आहे. आज काय सकाळी सकाळीच ढोसलीस की काय तू?” आणखी थोडं पुढे गेल्यावर आणखी कुणीतरी ओरडतं, “त्या घाणेरड्या कुत्र्याला दोरी बांधून कुठे चाललात हो आजी?” त्यानंतरचा रस्ता सुना सुना

असतो. आवाजही मंदावतात. पाठीला पोक आलेली म्हातारी तुम्हाला बघून विचारते, ''माझं काही चुकतंय का हो म्हातारबुवा? मी कुत्र्याला मेंढी समजू लागलेय की काय? हे बघा, आपलं मन स्पष्ट झालं की सगळं जगच स्पष्ट होतं. मग त्यात उरतं काय? तर तुम्ही, मी आणि ही गरीब बिचारी मेंढी.'' म्हातारी बोलत असताना तुम्ही दोरीला बांधलेल्या प्राण्याकडे पाहता... आपल्याला समोर मेंढी दिसतेय की कुत्रा? तुम्हाला उत्तर द्यायचीच भीती वाटू लागते. वाटू लागतं की इस्तंबूलमधला पहिलाच दिवस शंकाकुशंकांनी सुरू झाला तर आपण जन्मभर संशयाच्या जाळ्यात सापडू.

''हळूहळू दोरी ओढत म्हातारी चालू लागते. तुम्ही तिच्याकडे बघत नाही. त्याऐवजी भोवताली बघता... ...त्या सगळ्या मानवनिर्मित वस्तू आहेत. मनोरे, पुतळे, चौक आणि भिंती माणसांनीच तर उभारल्या. ज्या एरवी स्वेच्छेने धरतीच्या पोटातून अंकुरल्या असत्या काय? मानव येण्यापूर्वी पृथ्वी होती आणि समुद्रही होता, परंतु शहरी जग हे मानवनिर्मित जग आहे. ते मानवाने जन्माला घातलेलं आहे. फुलं जशी पाण्यावर अवलंबून असतात ना तसं ते त्याच्यावर अवलंबून आहे. निसर्गसौंदर्यासारखंच शहराचं सौंदर्यही त्याच्या अस्तित्वात दडलेलं असतं. तिथे वेड्यावाकड्या दगडांपासून मंदिराचं द्वार बनतं. तुटक्या संगमरवरापासून प्रतिष्ठित व्यक्तींचे पुतळे बनतात. मग अशा शहरात मेंढीचा कुत्रा झाला म्हणून आश्चर्य वाटण्याचं काय कारण? असाच विचार तुमच्याही मनात येतो.

''सूर्य घरांच्या कौलांखाली दडी मारेतो तुम्ही भटकत राहता. रस्त्यातील पुरातन कारंज्यातून थंडगार पाणी पिता. कुत्रा भुंकण्याचा आवाज येतो तेव्हा मान उंचावून आवाजाच्या दिशेने पाहता तेव्हा तुम्हाला ती लाल शाल दिसते. गलाता मनोऱ्याकडून समुद्राच्या दिशेने जाणाऱ्या वाऱ्यावर ती शाल फडफडत जात असते. खरोखर जीवन हेच केवढं विचित्र साहस आहे ना? समुद्राकडून आलेली शाल पुन्हा समुद्राकडेच परत चालली आहे. पण मग शहरातला माणूस कुठे परत जाईल? असा तुम्हाला प्रश्न पडतो. कुत्रं भुकण्याचा आवाज जिथून आला त्या रस्त्याकडे तुम्ही जडशीळ पावलांनी चालू लागता. जणू तुम्ही शोधताय ती खूण तिथेच आहे. अगोदर तुम्हाला वास येतो, मग धूर येतो, त्यानंतर आणखी पुढे गेल्यावर एक वेडंवाकडं अंगण लागतं... तुम्ही तिथं पोचता आणि भिंतीवरून आत बघता. तीन तरुण उघड्या शेकोटीवर मांस भाजत बसले आहेत. मद्य पिता पिता हास्यविनोद करत आहेत. त्यातला एक

हलक्या स्वरात गाणं गुणगुणतो आहे. तेवढ्यात तुम्हाला मेंढीचं कातडं आणि तिला बांधलेली दोरी बाजूला पडलेली दिसते. तुमच्या लक्षात येतं, अरे, ही तर त्या म्हातारीचीच मेंढी आहे की! म्हातारीच्या मागे मागे फिरणारे, तिला चिडवणारे पोरटेही हेच आहेत... म्हणजे ती म्हातारी शेवटी ह्या पोरांच्या युक्तीला बळी पडली आणि तिने त्या मेंढीला सोडून दिलं. शेवटी तिला पटलं की ही मेंढी नाही तर कुत्राच आहे. मग त्या तिन्ही पोरांनी मेंढीला पकडलं आणि ते धावत धावत ह्या अंगणात आले आणि पुढल्या तयारीला लागले.''

मी गोष्ट सांगत असताना कुहेलन काकांचे डोळे माझ्यावर खिळले होते. ते हसले तेव्हा मी दमिर्ताय विद्यार्थ्याची नक्कल करून शेवटचं वाक्य पुन्हा म्हटलं, ''अशा तऱ्हेने त्या तीन पोरांनी मेंढीला पकडलं आणि मेजवानी बनवण्यात किंचितही वेळ घालवला नाही.'' तेव्हा कुहेलन काका आणखीच जोरात हसले.

''छानच बोलता तुम्ही डॉक्टर,'' ते म्हणाले, ''परंतु माझ्या मनातला आवाज मला सांगतोय की ही कोठडी हेच इस्तंबूल आहे. माझे बाबा इस्तंबूलबद्दल इतक्यांदा बोलायचे की आम्हाला कधी कधी कळायचंच नाही की ह्यातलं खरं काय आहे आणि रचून सांगितलेलं काय आहे ते. भूमिगत शहराच्या भिंतीसुद्धा ह्या टोकापासून त्या टोकापर्यंत पसरलेल्या असतात; हरवलेले लोक दफनभूमीत राहतात आणि फक्त रात्रीच बाहेर येतात अशा गोष्टी ते सांगायचे. त्या त्यांनी खरोखरच पाहिल्या होत्या का? की तो अरेबियन नाइट्सचा भाग होता हे मला लहानपणी कधी कळलंच नाही. तुम्ही म्हणता तसं डॉक्टर, आयुष्य हेच एक विचित्र साहस आहे. दोनच आठवड्यांपूर्वी त्यांनी मला डोळ्यांना पट्टी बांधून दूरच्या खेडेगावातल्या लष्करी पोलीस ठाण्यात नेलं. त्यानंतर मी एका काळोख्या मार्गिकेवरून चाललो आणि डोळे उघडून पाहतो तर मी इथे म्हणजे माझ्या बाबांच्या इस्तंबूलमध्ये होतो.''

बोलता बोलता कुहेलन काकांनी हात हलवून हवा पकडल्यासारखी केली आणि विडी धरावी तशी दोन बोटं ओठांवर ठेवली.

''माझे बाबा संध्याकाळच्या वेळेस कंदिलाच्या उजेडात भिंतींवर हातांनी सावल्या पाडायचे तेव्हा त्यांच्या कुशल बोटांनी ते तिथे शहरं उभी करायचे आणि इस्तंबूलचं वर्णन करण्यासाठी त्यांचा वापर करायचे. लांब सावल्यांचा वापर ते जहाजांसाठी करायचे तर आणखी लांब सावल्यांचा वापर आगगाड्यांसाठी करायचे. झाडाशेजारी उभं राहून कुणाची तरी वाट पाहणाऱ्या

तरुणाची सावली निर्माण करून आम्हाला विचारायचे, ''हा पोरगा कुणाची वाट पाहत थांबलाय बरं?'' मग आम्ही एका सुरात ओरडायचो, ''त्याच्या लाडक्या पोरीची.'' परंतु मग ते आणखी वेगळ्या उत्तराचा आग्रह धरायचे. त्या तरुणाला मोठ्या किल्ल्याच्या तळघरातल्या कोठडीत कोंडायचे, चोरांच्या अड्ड्यात फेकायचे. असं पुष्कळ वेळा झाल्यावर शेवटी आम्ही निराश व्हायचो तेव्हा कुठे बाबा त्याचं मीलन त्याच्या लाडक्या पोरीशी घडवून आणायचे. ते म्हणायचे, ''इस्तंबूल खूप मोठं आहे. तिथे प्रत्येक भिंतीमागे वेगळं जीवन आहे; प्रत्येक जीवनामागे वेगळी भिंत आहे. एखाद्या विहिरीसारखंच इस्तंबूल खोलही आहे; अरुंदही आहे. काही लोकांना त्याच्या त्या खोलपणाचीच धुंदी चढते. काहींना त्याच्या अरुंदपणामुळे घुसमटायला होतं.'' मग बाबा म्हणायचे, ''मी तुम्हाला स्वतःच्या डोळ्यांनी पाहिलेली इस्तंबूलची खरीखुरी कहाणी सांगतो.'' गोष्ट सांगता सांगता ते हाताच्या बोटांनी भिंतींवर सावल्यांची चित्रं रेखाटायचे आणि आम्हाला आमच्या घरातून उचलून जणू त्या अनोळखी नगरीत न्यायचे. ती त्यांची नगरी त्या दिव्याच्या प्रकाशात जन्मत होती आणि आमच्या रात्रींना आपल्या कवेत ओढून घेत होती. डॉक्टर, मी बाबांच्या गोष्टींवर लहानाचा मोठा झालो. मला हे दार माहीत आहे, ह्या भिंती आणि हे काळोखं छतही चांगलं माहीत आहे. ह्याच जागेचं वर्णन केलं होतं त्यांनी.''

''आज तुमचा पहिलाच दिवस आहे कुहेलन काका, इतक्या पटकन ठरवून टाकू नका काहीच. काही दिवस थांबा.''

''डॉक्टर, तुम्ही गोष्ट सांगत होता ना तेव्हा मला वाटत होतं की मी इथे पुष्कळ काळापासून आहे. आत्ता रात्र आहे की दिवस आहे हो?''

''मला नाही माहीत. जेवण आलं की आम्हाला कळतं सकाळ झाल्याचं.''

सहसा प्रश्नकर्ते लोक रात्रीच्या वेळी सावजं शोधायला बाहेर पडायचे. त्यांना नवीन भक्ष्य मिळायचं. तोच काळ आम्ही शांतपणाने झोपू शकायचो किंवा श्वास घेऊ शकायचो. अर्थात हा काही नियम नव्हता. कारण प्रत्येक माणसाशी त्यांची वागण्याची पद्धत वेगळी होती. मला इथे आणल्यावरच्या पाच दिवसांत काही काही कैद्यांना त्यांनी रात्रंदिवस छळलं होतं आणि त्या काळात एकदाही कोठडीत पाठवलं नव्हतं असंही घडलेलं मी पाहिलं होतं.

''आज न्याहारीला काय असेल असा मला प्रश्न पडलाय,'' मी म्हणालो.

''म्हणजे? आपल्याला वेगवेगळे पदार्थ मिळतात?''

“हो तर. पाव आणि चीझ हे पदार्थ कधीच एकसारखे नसतात. कधी पाव शिळा असतो, तर कधी अत्यंत शिळा असतो. काही दिवशी चीझला बुरशी आलेली असते तर इतर दिवशी ते नासलेलं असतं. आचारी बदलतात पण आमचे पदार्थ तेच असतात.”

कुहेलन काका हसले. मागील दोन तास ते पाय मुडपून भिंतीला टेकून बसले होते. तोंडावरच्या जखमा सुजल्या होत्या. अंगभर खरचटलेलं होतं. फक्त त्यांच्या डोळ्यांत तेवढी चमक होती. पुढे झुकून त्यांनी खांद्यांवर पांघरलेलं जाकीट नीट केलं. “कुणी येत नाही ना रे?” गजाजवळ उभ्या असलेल्या दमिर्तायला त्यांनी विचारलं.

दमिर्ताय मागे वळला आणि खाली बसला. त्याने वैतागल्यासारखी मान हलवली. “कुणी आलं तर लोखंडी दाराचा आवाज ऐकू येतो आपल्याला,” तो म्हणाला.

“त्या मुलीला घेऊन जाताना बोलली का ती काही?”

“अक्षरही नाही.”

कुहेलन काका झोपले होते तेव्हा ते लोक समोरच्या कोठडीतल्या मुलीला न्यायला आले होते. काकांना तिची काळजी वाटत होती आणि ते दमिर्तायला सारखे प्रश्न विचारत होते.

एका लष्करी छावणीत कुहेलन काकांचा छळ करण्यात आला होता. नंतर तिथून निघून त्यांना ह्या दूरच्या प्रवासावर पाठवलं होतं. चार पहारेकऱ्यांसोबतच्या त्या प्रवासात त्यांच्यासारख्याच बेड्या घातलेली ती मुलगीही त्यांच्याबरोबर होती. तेव्हा कानावर आलेल्या पहारेकऱ्यांच्या कुजबुजीवरून काकांनी अंदाज बांधला होता की ते बराच काळ प्रवास करत होते आणि त्यांच्यापेक्षा त्या मुलीचा प्रवास जास्त झाला होता. प्रवासभर मुलगी अक्षरही बोलली नव्हती. रक्ताने लडबडलेले तिचे ओठ एकदाही हलले नव्हते. विश्रांती घेण्यासाठी थांबल्यावर पहारेकऱ्यांनी दिलेला पावही तिने खाल्ला नव्हता. फक्त पाणीच पिऊन राहिली होती. कुहेलन काकांनी तिला स्वतःबद्दल, आपल्या खेड्याबद्दल माहिती सांगितली होती. त्यांचं बोलणं निःशब्दपणे ऐकणाऱ्या मुलीला ते म्हणाले होते, “तुझ्या न बोलण्यावर मी विश्वास ठेवतो आहे.” तेव्हा त्या मुलीने होकारार्थी मान हलवून चेहऱ्यावरील भावांनी त्यांना उत्तर दिलं होतं. अशी ही दोन माणसं एका अंधाऱ्या बिळातून दुसऱ्या अंधाऱ्या बिळात जायच्या वाटेवर पहिल्यांदाच भेटली असूनही त्यांनी

एकमेकांवर विश्वास ठेवला होता. कारण वेदनेच्या काठावरचा कालप्रवाह वेगळ्याच पद्धतीने वाहत असतो.

''तिने तिचं नाव सांगितलं नाही का तुम्हाला?'' कुहेलन काका म्हणाले.

''सांगितलं ना!'' दमिर्ताय म्हणाला, ''किंवा लिहून दाखवलं असं आपण म्हणू शकतो.''

''काय लिहिलं तिने?''

''झिनी सेवदा.''

''झिनी सेवदा,'' कुहेलन काकांनी ते शब्द पुन्हा उच्चारले. त्यांचा चेहरा उजळला. ''ती मुकी आहे असं वाटतं का तुम्हाला? कदाचित ती बोलू शकत असेल, पण कैदेत असल्यामुळे बोलत नसेल. तिने बोटांनी तुला संदेश लिहून दाखवला. मग त्याच पद्धतीने आमच्या प्रवासात मला का उत्तरं दिली नाहीत तिने? पहारेकरी तिथे होते म्हणून का?''

कुहेलन काकांनी विडी ओढताना धरावी तशी तोंडाशी बोटं धरली. मग खोटा खोटा खोल झुरका घेतला आणि धूर बाहेर सोडावा तसा श्वास सोडून डोकं भिंतीला टेकवलं. बराच काळ ते हवेत कुठेतरी पाहत राहिले. ह्या भिंतीपासून त्या भिंतीपर्यंत पसरलेलं काळोखी छत त्यांनी निरखलं. मग बोटं तोंडाशी नेऊन पुन्हा झुरका घेतला. लोक एकटे असताना जे करण्याची कल्पनाचित्रं रंगवतात, तशी त्यांची ती कृती वाटत होती. हात आणि ओठांचा वापर करून ते विडी ओढल्याचं नाटक करत होते. काल्पनिक विडीचा झुरका घेत असतानाच त्यांनी माझ्याकडे डोकं वळवलं तेव्हा आमची नजरानजर झाली.

मग अगदी सरळ चेहरा करून त्यांनी विडीचं बंडल खिशातून काढण्याचा अभिनय केला आणि मला व दमिर्तायला विड्या देऊ केल्या. क्षणभर मी आश्चर्यचकितच झालो परंतु मी त्यांना नकार दिला नाही. मीही त्यांच्या रिकाम्या हातातून सिगरेटचा कागद घेतोय आणि त्यात तंबाखू घालतोय अशी नक्कल केली. मी एरवी धूम्रपान करायचो परंतु विडी कधी स्वतः गुंडाळून ओढली नव्हती. मग कुहेलन काका कसं करतात ते पाहून मी त्यांचं अनुकरण केलं. कुहेलन काकांनी हात पुन्हा खिशात घातला आणि काडेपेटी बाहेर काढायची नक्कल करून अस्तित्वात नसलेली विडी पेटवली. ह्या आमच्या खेळाबद्दल कामो न्हावी पूर्णतया अनभिज्ञ होता. कारण तो झोपलेलाच होता.

गुडघे मुडपून तो भिंतीशी टेकला होता आणि त्याचं डोकं छातीला टेकलं होतं.

"सगळ्यात मोठी अडचण ही आहे की विडी ओढून झाल्यावर थोटकं टाकायची कुठे?" काका म्हणाले. "मी भिंतीत भोक आहे का शोधत होतो एवढा वेळ, पण मला काही मिळालं नाही. त्यामुळे आता जमिनीवर उर्वरित थोटकं टाकण्याशिवाय गत्यंतर नाही. एकदा काय झालं की मी मिट्ट काळोख्या कोठडीत जागा झालो, तेव्हा दार कुठं आहे तेसुद्धा कळत नव्हतं मला. दाराकडे चाचपडत जात असताना मी भिंतीशी डोकं टेकून विडी गुंडाळली. पण काडी ओढतोय तेवढ्यात कोठडीत उजेड आला. तेव्हा मला प्लास्टरमध्ये पुरलेले मानवी दात, हनुवटीची हाडं आणि बोटं दिसली. त्यांनी तुरुंगातल्या भिंती तेथील मृतांना चिणून सारवलेल्या होत्या. मी आश्चर्याने भिंतीना हात लावून पाहिलं. संपूर्ण कोठडीचं निरीक्षण केलं. काडी माझ्या हातात अजूनही पेटतेच आहे हेसुद्धा मी विसरून गेलो होतो. बोटांना चटका बसला तेव्हा कुठे मी ती काडी जमिनीवर फेकून दिली. माझं भाजलेलं बोट दोन दिवस दुखत होतं."

ऐकता ऐकता मला जाणवलं की काका कल्पनाचित्र रंगवत नाहीयेत. त्यांच्या डोक्यातल्या त्या घटना खरोखरच्या घडलेल्या आहेत असंच वाटतंय त्यांना. त्यांच्या सगळ्या हालचालींतूनच जाणवत होतं की बोटांतली विडी त्यांच्या दृष्टीने खरीखुरी आहे. विडी गुंडाळताना तंबाखूचे त्यांच्या मांडीवर पडलेले चार-दोन कण खरे आहेत. काडी विझवण्यासाठी ते त्यांच्या बोटांच्या टोकांवर फुंकर घालत होते. ते सगळं खरं असल्यासारखं चाललं होतं. मलाही सत्याशी खेळायला आवडत असलं तरी त्यात फरक होता. आपण दमितार्यसोबत इस्तंबूलमध्ये फिरत आहो अशी कल्पना मीही करायचो पण प्रत्यक्षात तर मी त्या कोठडीत डांबला गेलेलो होतो. माझी ती हद्द आहे हेही मला ठाऊक होतं. माझ्या मनोराज्यांचे लगाम सदैव माझ्या मनाकडेच होते. त्याशिवाय हा खेळ फक्त आपला आपणच खेळायचा हे तर माझ्या डोक्यातच आलं नव्हतं कधी. परंतु कुहेलन काकांच्या बाबतीत भ्रामकतेचा प्रश्नच उद्भवत नव्हता. त्यांच्यासाठी ते सगळं सत्य होतं. एकटे असतानाही ते तो खेळ खेळू शकत होते. त्या भिंतींना आणि अंधाराला वेगळं जीवन बहाल करू शकत होते. ही कोठडी म्हणजेच इस्तंबूल आहे असं ते म्हणाले तेव्हा त्यांना ते खरं वाटत होतं. त्यांच्या दृष्टीने खोटी किंवा काल्पनिक अशी कुठलीच गोष्ट नव्हती.

बाहेर जाण्याची गरज न भासता त्यांनी जगालाच आत आणलं होतं. तसं करताना त्यांनी स्थळकाळाच्या मर्यादाही उल्लंघल्या होत्या. त्यामुळे ही कोठडी हेच इस्तंबूल होतं आणि विडीचा धूर सगळीकडे पसरला होता.

विडीचा धूर आणखी तीव्र झाला. त्यामुळे सगळी कोठडी भरून गेली. मी हाताने वारा घालायचा प्रयत्न करून हवा मोकळी करायचा प्रयत्न केला. मी करतोय त्यावर विश्वास ठेवण्याची माझी इच्छा होती. जणू एखाद्या सुंदर स्वप्नातून बाहेर न पडण्याची इच्छा व्हावी तसं होतं ते. आम्ही आमच्या बालपणात परत जात होतो. विडीचं थोटूक चुरडण्यासाठी काय करावं ह्यासाठी मी इकडे तिकडे पाहत होतो तेवढ्यात दमिर्तायने हात पुढे करून म्हटलं, ''हे घ्या रक्षापात्र.'' त्याचा रिकामा हात काही काळ हवेत राहिला. मग त्याने ते अदृश्य रक्षापात्र माझ्या दोन पायांमध्ये जमिनीवर ठेवलं. मी अगोदर माझी विडी विझवली. माझ्यामागून दमिर्तायने तसं केलं.

दमिर्ताय,'' कुहेलन काका आश्चर्याने म्हणाले, ''रक्षापात्र समोर ठेवून तू मला भास कसा निर्माण करायचा ते शिकवलंस रे. विडीची थोटकं टाकायची कुठं ह्याबद्दल मी कित्येक दिवस डोकं फोडत होतो. तू माझी समस्या दूर केलीस.''

कुहेलन काका विचारात पडलेले दिसत होते. त्यांनी दाढी कुरवाळत माझ्याकडे पाहिलं.

''डॉक्टर,'' ते म्हणाले, ''मला सांगा, कुत्रा हा कुत्राच आहे हे आपण शहरात कसं काय ठामपणे सांगू शकतो? तिथले लोक तर टेकड्या भुईसपाट करतात आणि त्या जागी भल्यामोठ्या इमारती उभारतात. रस्त्यावरले दिवे चंद्रताऱ्यांचं काम करतात. लोक निसर्गातील प्रत्येक पैलूच बदलत असतील तर एखादा कुत्राही किती मर्यादेपर्यंत कुत्रा राहू शकतो?''

''शहरातलं अस्तित्व लोकांवर अवलंबून आहे. तुम्ही लोकांना ओळखत असाल तर कुत्र्यांसह सर्व सजीवांनाही ओळखाल,'' असं मी म्हणालो खरं परंतु माझ्या शब्दांच्या खरेपणाची मलाच शंका वाटत होती. मीही स्वतःला असेच प्रश्न विचारत होतो आणि त्यांची उत्तरं शोधत होतो.

''तुम्ही लोकांना किती चांगलं ओळखू शकता, डॉक्टर? ज्या रुग्णांची शरीरं तुम्ही कापता, त्यांची हृदयं आणि यकृतं तपासता त्यांना तुम्ही खरोखरच ओळखू लागता का? मी लहान असताना बाबांनी इस्तंबूलचं वर्णन करताना दिव्यांच्या उजेडात हातांनी सावल्या पाडल्या होत्या. ते म्हणाले होते की

इस्तंबूलमधील माणसं साधारण ह्या सावल्यांसारखी असतात. ते म्हणाले होते की लोक शहरात जाताना त्यांचं एक रूप मागे ठेवून दुसरं रूप घेऊन जातात. त्यात त्यांना काही गैर वाटत नव्हतं, उलट तेच त्यांना खूप रोमांचकारक वाटत होतं. खरोखर सावल्यांचं आकर्षण जबरदस्त असतं ना. त्याला बळी न पडणं फार कठीण होतं. बाबा एखाद्या रात्री सुंदर सुंदर परदेशी फळांविषयी आमच्या त्या दरिद्री घरात बोलायचे आणि आम्हाला त्या फळांची कल्पना करायला सांगायचे. एकदा त्यांनी संत्र्याचं वर्णन केलं होतं तेव्हा एका कापडाच्या तुकड्यावर त्यांनी आम्हाला त्याचा रंग दाखवला होता. मग संत्र्याची साल सोलण्याचा अभिनय करत त्यांनी त्या संत्र्याचं वर्णन केलं होतं. अशा तऱ्हेने आम्ही काल्पनिक मेजवान्या खात होतो. म्हणजे बघा ना डॉक्टर, शहरवासी लोक भ्रमांची निर्मिती प्रत्यक्षात करत होते तर आम्ही आमची निर्मितीच भ्रमांत करत होतो. विडी नसतानाही आम्ही धूम्रपान करत होतो आणि त्या वासाचा आनंद लुटत होतो. आम्ही गरीब होतो म्हणून तसं करत होतो की आम्हाला अस्तित्वाचं आकलन वेगळ्या प्रकारे होत होतं म्हणून तसं करत होतो हे काही बाबांनी आम्हाला कधी सांगितलं नाही.''

गरीब लोकांना आजारपणात दिवास्वप्नं पाहायला आवडायची हे मी स्वतः पाहिलं होतं. फिनेलचा उग्र वास येणाऱ्या इस्पितळांत ते निराश मन:स्थितीत वाट पाहत बसलेले असायचे. गंभीर आजारपणात बिचारे तडकाफडकी मरायचे. शेवटचा श्वास घेताना ते जगाकडे अर्धोन्मीलित नजरेने बघायचे तेव्हा त्यांच्या चेहऱ्यावरील भावात कुणालाही दोष देण्याचा हेतू नसे तर तिथे फक्त मला कुतूहल दिसे. तीच जगण्याची इच्छा मला कुहेलन काकांमध्ये जाणवत होती.

''ह्या जगातल्या सर्व सजीवांत माणूस हा एकमेव प्राणी असा आहे ज्याला आपण आहोत तसे असण्यात समाधान वाटत नाही, डॉक्टर. पक्षी कसा नुसताच पक्षी असतो. तो पुनरुत्पादन करतो आणि उडतो. झाड कसं, हिरवं होतं आणि त्याला फळं येतात. पण माणसं... ही माणसं काहीतरी वेगळीच असतात. ती कल्पनाचित्रं रंगवायला शिकतात. आधीपासून अस्तित्वात असतं त्यामुळे त्यांची मनं भरत नाहीत. त्यांना तांब्यातून कर्णफुलं बनवून हवी असतात. दगडांतून राजवाडे बनवून हवे असतात. त्यांचे डोळे सातत्याने अदृश्याकडेच वळलेले असतात. बाबा म्हणायचे की शहर ही स्वप्नांची भूमी असते, तिथे अगणित शक्यता असतात आणि माणसं ही तिथल्या सृष्टीचा भाग नसतात तर ती त्या

सृष्टीचा शिल्पकार असतात. ती बांधतात, एकत्र करतात, निर्माण करतात. तसं करता करता स्वतःलाही घडवतात. वेगवेगळी हत्यारं बनवताना स्वतःलाही आकार देतात. म्हणजे छोटासा संगमरवरी दगड हे रूप घेऊन काम सुरू करणाऱ्या लोकांच्या अस्तित्वाचं रूपांतर शहरात राहणाऱ्या पुतळ्यांत होतं. म्हणूनच तर ते आपल्या मूळच्या रांगड्या, साध्यासुध्या रूपाची टिंगल करतात. दुसऱ्यांची टिंगलटवाळी करणं हे शहरात फार पवित्र मानलं जातं बरं का. जे त्यांच्यासारखे नसतात त्यांच्यापेक्षा ते स्वतःला श्रेष्ठ मानतात. मातीपासून त्यांना काँक्रीट बनवायचं असतं, पाण्यापासून रक्त बनवायचं असतं, चंद्रापासून मंझिल बनवायची असते. त्यांना सगळंच बदलायचं असतं. मग ते बदलत असताना काळ वेगाने धावू लागतो. काळ वेगाने धावू लागला की मानवी इच्छा-वासना अदम्य बनतात. मग त्यांना वाटू लागतं की कालचा दिवस मृत झाला. निघून गेला आणि आजचा दिवस तर अनिश्चित आहे. कुत्री, प्रेम आणि मृत्यू... सारी सारी अनिश्चित आहेत. लोक त्या सगळ्यांबद्दल संशयाने व उत्साहाने विचार करतात. बाबांना ह्या सगळ्याची सवय होती. त्यामुळे ते शहरात गेले की वेगळेच व्हायचे. मग गावात परतायचे तेव्हा आम्हाला अनोळखी वाटायचे. आल्या आल्या आम्हाला जवळ घेऊन मिठी मारण्यास फारसे उत्सुक नसायचे. त्यासाठी ते पुन्हा पहिल्यासारखे होईतो थांबावं लागायचं.

"खोल समुद्रात जाणाऱ्या पाणबुड्यांना पाण्याच्या खोलीमुळे धुंदी चढते. ह्या वागण्याची तुलना बाबा त्या धुंदीशी करायचे. ते त्याला शहराची धुंदी म्हणायचे. शहरात गेले की मगच ते दारू पीत असत.

"बहुधा सगळे खलाशी हे कट्टर मद्यपी असतात आणि टोकाचे स्वप्नाळूही असतात. एकदा बाबांना एका म्हाताऱ्या खलाशासमवेत कोठडीत ठेवण्यात आलं. एकदा त्या खलाशाला वाईट स्वप्न पडलं तेव्हा बाबा तिथे होते. खलाशाला स्वप्न पडलं की जहाज पाण्यात बुडतंय. त्यामुळे अंगाला दरदरून घाम सुटून तो जागा झाला. त्याच्या सांगण्यानुसार एक पांढरा देवमासा काळोख्या समुद्रात भटकत होता आणि आपल्यासोबत जहाजांना वादळांकडे ओढत नेत होता. त्या पांढऱ्या देवमाशाला पाहायचं, लाटालाटांतून त्याचा पाठलाग करायचा आणि भाले मारून ठार मारायचं हे प्रत्येक खलाशाचं स्वप्न असलं तरी दूरदूरच्या समुद्रात जहाज नेणाऱ्या एका कप्तानालाच तो पांढरा देवमासा बघण्यात यश मिळालं होतं. ह्या समुद्री राक्षसाबद्दल कप्तानाच्या मनात तीव्र तिरस्कार होता. कारण त्याने पुष्कळ वर्षांपूर्वी कप्तानाचा

पाय तोडला होता. त्या दोघांचे रस्ते पुन्हा समोरासमोर आले तेव्हा पांढऱ्या देवमाशाचा आणि कप्तानाचा संताप अगदी तुल्यबळ ठरला होता. परंतु सरतेशेवटी देवमाशाने ते भलंमोठं जहाज नष्ट केलं आणि कप्तानाला त्याच्या माणसांसकट जलसमाधी दिली. समुद्रातला हा दीर्घ पाठलाग, लाटांवर खेळलेलं ते शेवटचं युद्ध ह्यांची माहिती सांगायला जहाजाच्या डेकवरचा हरकाम्या पोऱ्या तेवढा मागे उरला. त्या दिवसापासून पांढऱ्या देवमाशाला पाहणं हे प्रत्येक खलाश्याचं स्वप्न बनलं. म्हणजे एखाद्या जलपरीचं स्वप्न पाहण्यापेक्षा हेच स्वप्न ते अधिक पाहतात. बाबांनी त्या देवमाशाची सावली आमच्या घराच्या भिंतींवर पाडून दाखवली. त्याला आमच्यासाठी वर-खाली पोहायला लावलं तेव्हा ते म्हणाले की इस्तंबूलचे खलाशीही त्याच मार्गावर जाऊन विनाश पावले आहेत. त्या देवमाशाला शोधायला जे खलाशी उत्तरेकडून दक्षिणेकडे आणि पूर्वेकडून पश्चिमेकडे फिरायचे ते निराश होऊन, पराभूत मनाने आणि रिकाम्या हातांनी धुकंभरल्या बंदरात परतायचे. त्यातल्या बऱ्याच खलाश्यांनी आपल्याच शरीरात खंजीर खुपसून घेतले होते. रात्रीच्या वेळेस वाईटसाईट स्वप्नं पडून त्यांची झोपही पछाडल्यासारखी होत होती. बाबांच्या कोठडीतला म्हातारा खलाशी तसाच होता. डॉक्टर, बाबांच्या इतर गोष्टींसारखीच ह्याही गोष्टीत गुपितं लपलेली असायची हं! शिवाय खूपच कमी लोकांनी त्या गोष्टी ऐकलेल्या असायच्या.''

कुहेलन काकांनी दीर्घ उसासा सोडला. मग काहीतरी महत्त्वाचं विधान करण्यासाठी ते ताठ बसले आणि मला म्हणाले, ''डॉक्टर, त्या म्हातारीची गोष्ट तुम्ही आत्ता सांगितलीत ना ती मला आधीच माहीत होती. बाबांनी सांगितली होती ती मला. आपल्या मेंढीला कुत्रा समजणाऱ्या म्हातारीची आणि तिच्याकडून मेंढी पळवून मेजवानी करणाऱ्या तरुण पोरट्यांची गोष्ट सांगता सांगता बाबा एकीकडे हसत होते.''

''तुमचे बाबा अजूनही आहेत?'' मी विचारलं.

''एवढा तरणा वाटतो का मी? बाबा तर खूप वर्षांपूर्वीच वारले,'' ते म्हणाले.

त्यांनी हात लांबवून भिंत चाचपून पाहिली. जणू ती कोठडी अस्तित्वात आहे हेच ते पाहत होते. बाबा पुष्कळ वर्षांपूर्वी ह्या कोठडीत असावेत अशी त्यांची समजूत झाली असावी. त्यांच्या अस्तित्वाचा पुरावा म्हणून त्यांनी भिंतींकडे शोधक नजरेने पाहिलं. तिथे त्यांच्या बाबांची निशाणी नसली तरी

आधीच्या अन्य कैद्यांच्या बऱ्याच खुणा होत्या. मीही भिंतीला स्पर्श केला आणि तिच्यावरून हलकेच बोटं फिरवली.

"कुहेलन काका," मी म्हणालो, "तुम्हाला म्हातारीची गोष्ट माहीत होती तशीच मलाही पांढऱ्या देवमाशाची गोष्ट माहीत होती. मी तुम्हाला त्या चाळीस वर्षं समुद्रावर काढणाऱ्या आणि देवमाशाला भाल्याने मारू पाहणाऱ्या कप्तानापासून ते डेकवर उरलेल्या शेवटच्या हरकाम्या पोरापर्यंत सगळ्यांच्या गोष्टी सांगू शकतो."

"म्हणजे? तुम्हाला खलाश्यांच्या साहसाची आधीपासून माहिती होती?"

कुहेलन काकांच्या चेहऱ्यावरील आश्चर्य पाहून दमिर्ताय मधे पडला.

"मलाही माहिती होती ती," तो म्हणाला.

मार्गिकेतून अस्पष्टसा आवाज ऐकू आला तेव्हा दमिर्तायने आम्हाला गप्प राहायला खुणावलं आणि खाली बसून दाराखालच्या फटीतून बाहेर पाहिलं. वरच्या खोलीत बसणारे पहारेकरी अधूनमधून कोठड्यांवर चक्कर मारून बोलणाऱ्या कैद्यांना पकडण्यासाठी येत असत. प्रत्येक पहारेकऱ्याची वेगवेगळी पद्धत होती. काहीजण गुपचूप बोलणं ऐकून गुपितं गोळा करत तर काही आत घुसून बोलणाऱ्या व्यक्तीला शिक्षा करत. दमिर्ताय उठून बसला. "चालेल आता, गेला तो," तो म्हणाला.

"म्हणजे तुम्हाला देवमाशाबद्दल माहिती होतं तर!" कुहेलन काका म्हणाले.

"काका, ह्या कोठडीत आम्ही एकमेकांना आधीपासून माहीत असलेल्याच गोष्टी सांगतो. सुरुवातीला फक्त मी आणि हा दमिर्ताय होतो. आम्ही एकच गोष्ट दोनदोनदाही सांगितली आहे. आता तुमच्यासाठी आम्ही त्या तिसऱ्यांदाही सांगू."

दाराशी बसलेल्या दमिर्तायने पुन्हा गप्प बसायची खूण केली. पावलांचे अस्पष्ट आवाज ऐकू येत होते. मग गजांवर पहारेकऱ्याची सावली दिसली आणि हलके हलके निघून गेली. परंतु ती पावलं फार लांब गेली नाहीत तोच पुन्हा थांबली. पहारेकरी बहुधा आळीपाळीने एकेका कोठडीतलं बोलणं ऐकत असावा. आम्ही एकमेकांकडे पाहिलं. दमिर्तायला आणि मला अशा तपासण्यांची सवय झाली होती. त्यामुळे कधी कधी आम्ही बराच काळ शांतपणे बसून राहत असू. पहारेकऱ्यांच्या फेऱ्या फारच लांबल्या की वाट पाहत

बसण्याऐवजी आम्ही झोपण्याचा प्रयत्न करत असू. तेवढ्यात एखाद्या कोठडीचं दार उघडल्याचा आवाज आणि मारल्याचे आवाज ऐकू येत. काही कैदी विनवण्या करत तर काही निषेध करत. पहारेकरी जागेवर परत गेले की दमिर्ताय आणि मी स्वप्नं पाहत असू की आम्ही ही जागा सोडून कुठेतरी दूर दूर निघून गेलो आहोत. पनामा ध्वज लावलेल्या मालवाहू जहाजावर बसून इस्तंबूल–बॉस्फरसमार्गे काळ्या समुद्राच्या दिशेने जात आहोत. डेकवर वाऱ्याची थंडगार झुळूक येत आहे आणि खळाळत्या लाटांवर समुद्रपक्ष्यांच्या साथीने आमचा समुद्रप्रवास चालला आहे. रात्र पडल्यावर आम्ही केबीनमध्ये जातोय. डेकवरल्या हरकाम्या पोरासोबत टीव्ही पाहतोय. त्या पोऱ्याचे हात तेलामुळे काळे झाले आहेत. टीव्हीवर चाललेला कुठलाही चित्रपट आम्हाला बोलण्यासाठी चालतोय. चित्रपट दोन तास चालत असेल तर आमची गोष्टही दोन तास चालते. शिवाय ती केबीन ह्या कोठडीएवढीच चिमुकली असते. त्यामुळे थकल्यासारखं वाटलं की आम्ही अंगाचं मुटकुळं करून झोपून जातो. तिथेही थंड असतंच.

पहारेकऱ्याच्या पावलांचा आवाज येत असताना कामो जागा झाला असता आणि आम्हाला एकदम गप्प, कॉफीहाउसमध्ये बसलेल्या म्हाताऱ्यांसारखं कुठल्यातरी दूरदूरच्या विचारांत हरवून गेलेल्या स्थितीत त्याने पाहिलं असतं तर काय केलं असतं? आपण झोपलो असताना काही घडलं की काय असा विचार करण्याऐवजी त्याने असा विचार केला असता का की हे लोक किती कंटाळवाणे आहेत? ह्यांच्यासोबत आपल्याला वेळ काढण्याची सक्ती का झाली आहे? परंतु मनात येऊनही तो काही बोलला नसता किंवा त्याला काही प्रश्न विचारण्याची गरजही भासली नसती. थकल्याभागल्यासारखी मान पुनश्च छातीवर लटकावून तो झोपून गेला असता. मात्र झोपी जाण्यापूर्वी दमिर्तायच्या नावाने शंख करण्याची काहीतरी सबब त्याने शोधून काढली असती. तो त्याच्या त्या विहिरीत कायमचा जाऊन बसला होता. आम्ही मात्र विहिरीबाहेर होतो. तो स्वतःला जाणतो असं त्याने आम्हाला सांगितलं होतं. पण आम्ही मात्र स्वतःला फार शहाणे समजू लागलो होतो आणि त्यामुळेच स्वतःला तोंड देताना नामोहरम होत होतो. आम्ही प्रकाशात फार काळ खेळलो होतो. म्हणून तर जीवनात अशा गोंधळयुक्त आणि मूर्खपणाच्या अवस्थेत होतो. खरोखर आम्ही अगदी वाया गेलेली मंडळीच होतो. त्यामुळे आम्हाला शिव्या

देऊन आमच्या नशिबावर सोडून देण्याखेरीज कामोकडे दुसरा काही पर्यायच नव्हता.

कामो आला त्या दिवशी मी कोठडीत एकटाच होतो. एखाद्या मांजराला कुत्र्यासोबत कोंडावं तसा तो वागत होता. ''तुला जखमा झाल्यात का?'' असं मी त्याला विचारलं तर त्याने त्यावर काही उत्तर दिलंच नाही. मी माझी ओळख करून दिली परंतु काहीच न कळल्यासारखी त्याने माझ्यावर प्रश्नांची सरबत्ती केली. ''तुम्ही कोण? ह्या कोठडीत किती काळापासून आहात?'' तो फारच अस्वच्छ होता. त्याच्या अंगाला घाण वास येत होता. मी त्याला दिलेला पाव घेतानाही त्याने आढेवेढे घेतले. हात पुढे करून पाव घेताना तो माझ्याकडे एकटक पाहत होता. जणू आम्ही अशा चुकीच्या जागी भेटलो होतो, जिथे मी अगोदर आलो होतो आणि तो नवा होता. तासन्तास शांततेत वाट बघत बसण्याची त्याची तयारी होती तशीच माझी मानगूट पकडून गळा आवळायचीही तयारी होती. त्याला कळतच नव्हतं की आपण वाट चुकलेल्या जहाजाच्या तळाशी आहोत की खोल गर्तेच्या तळाशी आहोत? तिथून बाहेर कसं पडायचं हे त्याला कळत नव्हतं. तिथे फक्त तीन भिंती, एक दार आणि एक अंगावर जखमा असलेला मनुष्य म्हणजे मी एवढ्याच गोष्टी होत्या. त्याला वाटत होतं की आपण डोळे बंद केले तर वेगळ्याच कुठल्यातरी ठिकाणी जागे होऊ आणि आत्ताची जागा एका क्षणात बदलून जाईल. त्याने डोळे विस्फारून इकडे तिकडे पाहिलं, त्याला स्वतःचं अस्तित्व पुन्हा एकदा समजून घ्यायचं होतं. तेवढ्यात आम्ही बाहेरून किंकाळी ऐकली तेव्हा त्याने मान वर केली. तो कुणाच्या आवाजाचा प्रतिध्वनी होता? त्याच्या स्वतःच्या होता का? जिथून आवाज येत होते ती भिंत किती दूर होती? स्वतःवर विश्वास ठेवणं आणि स्वतःला हरवून जाणं ह्यामध्ये अगदीच अस्पष्ट सीमारेषा होती. आपलं डोकं त्या सीमारेषेवर गरगरतंय म्हणून कामो घाबरला होता का?

आपल्या वेदना कुणीही घेऊ शकत नाही हे माहीत असणं ठीक आहे परंतु शरीराच्या माध्यमातून तो शोध लावणं हा पूर्णपणे वेगळाच प्रकार ठरतो. जेव्हा जेव्हा आम्ही असह्य वेदना सोसल्यावर शुद्धीवर यायचो तेव्हा तेव्हा वाटायचं की काही महिने किंवा वर्षं मधे उलटलीत की काय? की तो अगदी छोटा, निमिषार्धाइतका क्षण होता? आम्ही त्यावर विचार करत बसायचो. तो क्षण कदाचित आत्तापर्यंतचा सर्वात दीर्घकाळ चालणारा क्षण असेल ह्या कल्पनेनेच धडकी भरायची. वेदनेचा प्रश्न येतो तेव्हा काळाची लांबी वाढण्याऐवजी खोली

वाढते. कामोला जणू ते अनुभवाने आधीपासूनच माहीत होतं. तो कोठडीत शिरला तेव्हा त्याच्या चेहऱ्याची दशा दशा झाली होती, मन बेहोश होतं. आयुष्याच्या भिंतीला त्याने खूप वेळा टकरा दिल्या होत्या आणि तो पुन्हा पुन्हा खाली पडला होता. म्हणूनच संशयी वृत्ती ही त्याची प्रतिकाराची यंत्रणा असेल तर मी त्याचं थंड वागणं समजू शकत होतो. त्याला पाव आणि पाणी देऊन मी त्याच्याशी बोलत बसलो. मी कुणी परका नव्हतो. त्याच्यासारखाच मीही मृत्यूच्या उंबरठ्यावर उभा होतो. कामो न्हाव्याने भिंतीवरचे रक्ताचे डाग निरखले, हवेत तरंगणारा मृत्यूचा वास घेतला आणि तो म्हणाला, ''माणूस हेच एक बेट असतं.'' त्याला कसलीच पर्वा नव्हती म्हणून तो तसं बोलत होता का? की निराशेने बोलत होता? निराश मन:स्थितीसाठी मला योग्य शब्द शोधता येत होते. ''मनात आशा ठेव, आपण ज्या परिस्थितीत आहोत त्यात आशाच आपल्याला साथ देते!'' गजातून आत येणाऱ्या प्रकाशाकडे बोट दाखवत मी म्हणालो. काहीच कळत नसल्यासारखं त्याने माझ्याकडे पाहिलं. मला कोठडीत टाकलं त्या दिवशी मीही असाच भिंतींकडे टक लावून पाहत राहिलो होतो. भिंती आणि सोबतीचे लोक ह्याच आमच्या इथल्या सीमा होत्या. कितीतरी दिवस उलटले परंतु कामोची बेचैनी आणि तुटकपणाची वृत्ती काही संपली नाही. साद घालणारे सगळे समुद्र इथे येण्यापूर्वीच त्याने संपवून टाकले होते. साद घालणाऱ्या सगळ्या दऱ्या बुजवून टाकल्या होत्या. त्याच्या वागण्यातील चिडखोरपणा हा एका पुरातन जखमेवरचा मुखवटा होता.

''इस्तंबूलची गहनता अशी असते तर!'' तो छताकडे बघत म्हणाला. ''मला वाटलंच होतं तसं.''

काय वाटलं होतं त्याला? सोडून जाण्याची संधी असतानाही त्याचे ह्या शहराशी एवढे लागेबांधे का जुळले होते? एखाद्या शहराची तोंडओळख होण्यासाठी तीन दिवस लागतात परंतु त्याची खरीखुरी ओळख होण्यासाठी तीन पिढ्या जाव्या लागतात. तोंडओळख आणि सखोल परिचय ह्यातील मजबूत भिंती नष्ट व्हायला वेळ लागतो. ते काही क्षणार्धात घडून येत नसतं. त्या भिंती शहरात असतात तशाच माणसांतही असतात. शहराची घनदाट खोली अंधाराने भरलेली असेल तर माणसांची घनदाट खोलीही तशीच असते... दमट आणि थंड. कुणालाही त्यातल्या अंधारात उतरायची, स्वतःलाच पुढ्यात पाहायची इच्छा नसते. फक्त कामो न्हाव्यालाच ती इच्छा होती. तो सारखा आतच पाहत होता. स्वतःच्या आत्म्याचं परीक्षण करून

शहराची खोली समजावून घेऊ पाहत होता. ''मला वाटलंच होतं तसं,'' असं म्हणाला होता तो. काही लोकांना दुःखभोग ह्या एकमेव शिक्षकाची गरज लागते. शहराला खूप जवळून ओळखण्यासाठी कामोला ना तीन दिवसांची गरज होती ना तीन पिढ्यांची गरज होती. तीन खोल जखमा त्यासाठी पुरेशा होत्या.

कुहेलन काका मात्र त्यांच्या स्वप्नातल्या शहरात आले होते. इथे त्यांनी एक संपूर्ण नवा निसर्ग पाहिला होता; नवा माणूस पाहिला होता. ते लहानाचे मोठे झाले त्या खेड्यापेक्षा हे सगळं अगदी आगळंवेगळंच होतं. बेधुंद कवी, डोळे विस्फारलेले साहसवीर आणि वेडे प्रेमवीर ह्यांच्या सुरात ते बोलायचे. त्यांच्या स्वतःच्या वास्तवापेक्षा हे वास्तव कायच्या काय मोठं होतं. म्हणूनच तर भूमिगत असणं त्यांच्यासाठी चांगलंच होतं. त्यांनी पृष्ठभागावरून इस्तंबूल पाहिलं असतं तर कदाचित त्यांची निराशाच झाली असती. ह्या शहरात बघण्याची, चव घेण्याची आणि सुख अनुभवण्याची स्थळं बरीच होती. त्याच्या प्रत्येक कोपऱ्यात काही दुर्दैव दडून बसलेलं नव्हतं. तरी जुन्या कहाण्यांची मंत्रमुग्ध करणारी दुनिया मात्र आता नष्ट झाली होती. शहरातल्या पहिल्या पिढीने इथे त्यांची सर्व ऊर्जा आणि निर्मितिक्षमता पणाला लावली होती परंतु आज मात्र त्या जागी फक्त लोभ आणि हाव हेच दिसून येत होतं. इथल्या माणसांना, कलेला आणि कुत्र्यांना फक्त हाव होती. लोभावरच त्यांचं प्रेम होतं. जंगलात धावता धावता मुलं हरवून जावीत, मग वाटेत हाताला लागेल त्यावर त्यांनी ताव मारावा आणि तरीही भुकेची भावना नष्टच होऊ नये असं झालं होतं तिथल्या माणसांचं. मी कुहेलन काकांना ह्या गोष्टी सांगू शकत नव्हतो. कोठडीत असताना कधी गप्प बसायचं हे तुम्हाला माहीत असावंच लागतं. मी असं म्हणू शकत नव्हतो की एका ठिकाणी जे सौंदर्य असतं ते दुसऱ्या ठिकाणी गेलं की शाप ठरतं, ते नष्टच होऊन जातं. मी त्यांना असंही सांगू शकत नव्हतो की स्वप्नांची नगरी शोधण्यासाठी इतके तरुण वणवणत आहेत ते उगाचच भटकत आहेत. त्यांना हवं ते मिळणारच नाही... हे मी त्यांना काहीच सांगू शकत नव्हतो.

मी लहान होतो तेव्हा इस्तंबूलचा चैतन्यरस गल्ल्यागल्ल्यांत उसळायचा. अगोदर तो हमरस्त्यांत पसरायचा, मग चौकाचौकांत बागडायचा. परंतु मोटारींच्या आणि उंच इमारतींच्या वाढत्या संख्येने तो आमच्या जीवनातून अदृश्यच झाला. कदाचित तो अगोदरपासूनच दिसेनासा होऊ लागला असेल

आणि माझ्या लक्षात आलं नसेल. मीही बालपण मागे सोडून वर्षागणीक एरंडासारखा वाढू लागलो तशाच शहराच्या कोनाकोपऱ्यांतूनही उंच इमारती उगवू लागल्या. आता विचार करता वाटतं की तेव्हाचे रस्ते घाणेरडे, धुळकट होते का? टॉवर्सचे अवाढव्य ठोकळे येण्यापूर्वी आम्ही रस्त्यांवर खेळत जगलेलं जीवन मलिन, निस्तेज होतं का? भूतकाळात शहर कसं सगळ्या दिशांना पसरलेलं होतं. घरांचे मजले वाढून ती उंच उंच होत जातील, आकाशच दिसेनासं करतील अशी कल्पनाही कुणी कधी केली नव्हती. आकाश दिसेल एवढ्याच सीमेपर्यंत इमारतींचा पसारा मर्यादित होता. मला लहानपणीसुद्धा ते जाणवायचं. कुठल्याही रस्त्यात मान वर केली तरी आकाश दिसायचं. त्या वेळी शहराची क्षितिजरेषा खूप विस्तीर्ण होती. एकमेकींच्या हातात हात घातलेल्या टेकड्याटेकड्यांवर ती लहरत होती. घुमट आणि मिनारांच्या जोडीला मोठमोठाले चौक होते. इमारतींच्या अवाढव्य सावल्यांखाली एकही चौक चिरडून गेलेला नव्हता.

'रागिप पाशा ग्रंथालया'स मी दोन आठवड्यांपूर्वी भेट दिली तेव्हा माझ्या लक्षात आलं होतं की लहानपणी डोळ्यांत भरायची तशी ती वास्तू आता डोळ्यांत भरत नाही. त्या काळात लालेली टेकडीवर हे 'रागिप पाशा ग्रंथालय' हिऱ्यासारखं विराजमान झालेलं दिसायचं. तेच आता अगदी लहान वाटू लागलं होतं. माणसं, मोठमोठे जाहिरातफलक आणि गाड्यांच्या गर्दीने चिमटून कोपऱ्यात दडून बसलं होतं. भराव घालून वर जाणाऱ्या पदपथामुळे तर त्याचं मुख्य प्रवेशद्वारच रस्त्याच्या पातळीच्या दोन मीटर खाली झालं होतं. आता तिथून येणारे-जाणारे वाटसरू मागे वळून त्या इमारतीकडे पाहत नव्हते. ह्या दारामागे काय असेल, असं कुतूहल त्यांच्या मनात जागृत होत नव्हतं. मात्र ज्या क्षणी मी ग्रंथालयाच्या अंगणात पाय ठेवला, त्या क्षणी मला रस्त्यावरली गजबज अदृश्य झाल्याचं जाणवलं. वाटलं की मी जणू त्या पुरातन नगरीतच प्रवेश केला आहे. अंगणातली संगमरवरी फरशी शेकडो वर्षांपूर्वी घातली होती. कलाकुसर केलेले दगड आणि पितळी नक्षी ह्या एका विस्मरणात गेलेल्या युगाच्या निशाण्या होत्या. अंगणात बसलेले पक्षी हळुवारपणे पंख फडफडवत होते. हिवाळ्याच्या तयारीतली गुलाबाची झाडं जमिनीवर पानांचा सडा अंथरत होती. आश्चर्याने आसपास बघत असताना मला एकदम जाणवलं की माणसांना तणावमुक्त जीवन जगण्याचा अधिकार आहे. मात्र ते जिथे असतील ते स्थळच ते घडवून आणू शकतं. ह्या थंडशीतल ग्रंथालयातील

समय हा शहरातल्या समयापेक्षा वेगळ्या तऱ्हेने वाहत होता. इथे तो पुढे जात नव्हता की मागे येत नव्हता. तो स्वतःभोवतीच वर्तुळाकार फिरतोय असं वाटत होतं. जणू तो वेगळ्याच गुरुत्वाकर्षण शक्तीच्या अधीन होता. पूर्वी कधीही न सुचलेल्या प्रश्नांवर माझं चिंतन सुरू झालं. ह्या अंगणाच्या आतलं जग अंगणाला लागूनच असलेल्या बाहेरच्या जगापेक्षा इतकं वेगळं कसं असू शकत होतं? आगीच्या ज्वाळांतून उठून शीतल पाण्यात जावं तसं केवळ एक दार आपल्याला एका काळातून दुसऱ्या काळात कसं काय घेऊन जाऊ शकत होतं? खरंतर दोन्ही जगं एकमेकांच्या आतच होती, एकाच्या खिडकीतून दुसऱ्यात बघता येत होतं आणि कान ताणून ऐकलं तर एकाचा आवाज दुसऱ्यात ऐकूही येत होता. तसं असूनही हे घडत होतं म्हणजे विशेषच होतं.

मी अंगण ओलांडून आत गेलो आणि ज्या व्यक्तीला ग्रंथालयात भेटणार होतो तिला शोधू लागलो. पायऱ्या चढून वाचनखोलीत गेलो तेव्हा तिथला चार स्तंभांवर उभा असलेला छोटा घुमट मला आठवत होता. भिंतींवर निळ्या-पांढऱ्या फरशांचं नक्षीकाम होतं. लाकडी कपाटांतल्या पुस्तकांकडे आणि हस्तलिखितांकडे मी पाहू लागलो. लहानपणी इथे अभ्यास करायला आलो की बाहेरच्या खोलीतून मान वर करून आतल्या खोलीकडे पाहत राहायचो. किती वेळ मी विचारांत गढलो होतो आठवत नाही. माझ्या चेहऱ्यावर येणारी हवेची झुळूक थंड थंड वाटत होती. तेवढ्यात मी इथे कशासाठी आलो आहे ते मला अचानक आठवलं आणि मी वाचनखोलीतल्या बाकांवर नजर टाकली. त्यातलं एक बाक सोडलं तर बाकी सर्व बाकांवर अभ्यासाशी झटापट करणारी मुलं बसलेली होती. मी ज्या मुलीला भेटणार होतो, तिला ओळखत नव्हतो, परंतु दिलेल्या सूचनेनुसार तिच्या हातात शरीरशास्त्राचं पुस्तक असणार होतं. त्यावरून मी तिला शोधायचं होतं. बऱ्याच लोकांनी माझ्या दिशेने पाहून मान वळवली. मी हळूहळू चालत बाकांवर डोकावत पुढे जात होतो परंतु जिला शोधत होतो ती तिथे नव्हती. मी भिंतीवरल्या बदामी रंगाच्या लाकडी घड्याळाकडे पाहिलं. ते माझ्या घड्याळाच्या दहा मिनिटं पुढे होतं. ते घड्याळ चुकीचं होतं की मीच उशिरा पोचलो होतो? माझी भीती क्षणभरच टिकली कारण मला लगेच मागची आठवण आली. माझ्या बालपणापासून ते घड्याळ तिथे होतं. ते नेहमीच दहा मिनिटं पुढे लावलेलं असायचं.

मी अंगणात परतलो.

ग्रंथालयाला रस्त्यापासून वेगळं करणाऱ्या अंगणाकडे पाहत असताना मला बॉस्फरसच्या आखातात वाहत येणाऱ्या समुद्राची आठवण आली. बॉस्फरसचं पाणी पृष्ठभागावर उत्तरेकडून दक्षिणेकडे वाहायचं. तळाशी मात्र हाच प्रवाह विरुद्ध दिशेने वाहत असायचा. इस्तंबूलही अगदी तसंच आहे, माझ्या मनात आलं. एकाच ठिकाणी राहणारी परंतु वेगवेगळ्या दिशेने जीवनाचे प्रवाह वाहणारी माणसं इथे राहतात. एकमेकांच्या शेजारी असूनही वेगवेगळ्या युगांत जगतात. स्थळ हे काळावर हुकूमत गाजवू शकत होतं हेच त्यातून दिसत होतं. खरोखरच काळाला एखाद्या वावटळीसारखं एका ठिकाणाहून वेगवेगळ्या ठिकाणी नेणं शक्य होतं. काळाशी खेळण्याची कला भौतिकशास्त्रज्ञांच्या अगोदर स्थापत्यतज्ज्ञांनी आत्मसात केली होती. ह्या स्थापत्यतज्ज्ञांनी निर्मिलेल्या वास्तू बोगद्यांचं काम करत होत्या. समय त्या बोगद्यातून पलीकडे जात लोकांना एका युगातून दुसऱ्या युगात घेऊन जात होता. वेगवेगळ्या दिशेने जाणाऱ्या गर्दीच्या काठावर उभ्या असलेल्या त्या छोट्याशा ग्रंथालयातला समय पूर्णपणे वेगळ्या दिशेने वाहत होता. बॉस्फरसच्या गहन खोलपणातल्या अदृश्य भोवऱ्यासारखं त्याचं शांत, सौम्य अस्तित्व शहराच्या गजबजाटाच्या आवरणाखाली चालूच होतं.

माझ्या अवतीभवती असलेल्या मुलींचे केस, कपडे सारखेच वाटत होते. मला नेहमीच वाटायचं की तरणी पोरं सगळी सारखीच दिसतात. आज ते जास्तच खरं वाटू लागलं होतं. माझं वय होऊ लागलं होतं हे त्यामागचं कारण होतं का? डोक्यावरचे पांढरे होऊ लागलेले केस पाहता ते खरंच असावं. व्हरांड्यात उभा राहून मी अंगणात पाहिलं. शरीरशास्त्राचं पुस्तक घेऊन येतानाही कुणी दिसत नव्हतं. कदाचित ती बाकीच्या पोरांसोबत आतच असेल आणि मला कळली नसेल. पण ती मला बघू शकत होती, ओळखूही शकत होती. मी जॅक लंडनची 'द सी वुल्फ' कादंबरी जाकिटातून बाहेर काढली आणि तिचं मुखपृष्ठ बाहेरच्या बाजूला धरलं. त्यामुळे तिला ते नाव वाचता आलं असतं. बरेच लोक माझ्याकडे बघत होते. त्यांच्या बापाच्या वयाचा हा मनुष्य इथे काय करतोय ह्याचं कुतूहल वाटत असेल का त्यांना? मी वाचनखोलीत परत गेलो आणि मागे-पुढे फिरलो. मुलींकडे सरळ पाहत पाहत हातात पुस्तक मिरवत मी चालत होतो.

त्यांनी माझ्या नजरेस नजर दिली. अचानक सगळेजण उभे राहिले. त्यांनी बंदुका काढल्या आणि ओरडायला लागले. ''हलू नकोस नाहीतर तुझ्या

अंगाची चाळण चाळण करून टाकू.'' अंगणातून मग बरेच लोक वाचनखोलीत घुसले. त्यातल्या एकाने माझ्या डोक्याला बंदूक टेकवली. ''तूच का तो डॉक्टर? बोल, तूच आहेस का तो?'' मी उत्तर दिलं नाही तेव्हा त्यांनी माझ्या डोक्यावर मागून फटका मारला. मी खाली पडलो. हातातलं 'सी वुल्फ' उडालं. ते त्यांनी लाथेने बाजूला सारलं. माझे कान घणघणू लागले होते आणि डोकं भणभणू लागलं होतं.

वेळ अचानकपणे मोडक्या घड्याळासारखा स्तब्ध झाला आहे असं मला वाटू लागलं. परंतु अंगणातून बाहेर पडल्यावर इस्तंबूलची वर्दळ कानावर आली तेव्हा कुठे मी भानावर आलो. सापळा रचणाऱ्या पोलिसांनी त्या संपूर्ण भागाला गराडा घातला होता. पदपथावर उभा असलेला चौकस जमाव हे सगळं दृश्य बघत होता. कोण होतो मी? खुनी, चोर की बलात्कारी? मला न्याहाळून बघण्यासाठी जमाव धक्काबुक्की करू लागला. साध्या पोशाखातले पोलीस मला गाडीकडे ढकलत नेऊ लागले तेव्हा मी लोकांच्या चेहऱ्यांकडे पाहत होतो. काय मी त्यांच्याच काळात जगत होतो? कुहेलन काकांचं म्हणणं बरोबरच होतं. लोकांनी शहरं बांधताना स्वतःलाही बांधलं होतं, घडवलं होतं. जणू तेही त्या शहरांसोबत संगमरवराचे, दगडी बनत होते. रस्त्यातील लोकांना माझ्याकडे बघताना काकांनी पाहिलं असतं तर त्यांनी नक्कीच म्हटलं असतं, ''छे, शहरात घालवलेल्या काळाने ह्या लोकांचं काय करून ठेवलं आहे हे?''

तेवढ्यात लोखंडी दाराचा आवाज कानी आला आणि माझ्या दिवास्वप्नातून मी कोठडीत परतलो.

''त्यांनी झिनी सेवदाला आणलं असं वाटतंय का तुम्हाला?'' कुहेलन काकांनी विचारलं.

लोखंडी दार हळूच करकरलं तेव्हा आम्ही विचार करू लागलो की आज प्रश्नकर्ते कुठल्या कोठडीची निवड करणार? आज कुणाला घेऊन जाणार? इथे एवढ्या कोठड्या आहेत. जसं लढाईतल्या कुठल्याच सैनिकाला वाटत नाही की आपण मरू, तसंच आम्हालाही वाटत नव्हतं. आम्ही सगळे एकच विचार करत होतो. क्षणभरात ते त्या लोखंडी दारातून कुणाला तरी नेतील. पण कुणाला नेतील ते? प्रश्न टाळण्याचा चांगला मार्ग म्हणजे चांगल्या गोष्टींचा विचार करणं. कदाचित तसं काहीच नसेल म्हणजे सकाळ झाली असेल आणि आमचा पाव आणि चीझ आलं असेल.

कामो न्हाव्याने मान वर करून गजांकडे पाहिलं. ''त्यांनी घाई करावी आणि लवकर यावं असं वाटतंय मला,'' तो म्हणाला.

''जेवण आणलं असेल त्यांनी नक्कीच. खूप भूक लागलीय का तुला?'' मी विचारलं.

कामोने उत्तर दिलं नाही. माझ्या चेहऱ्यावरील स्मिताकडे पाहिलंही नाही. गजांतून येणाऱ्या उजेडावर त्याने लक्ष केंद्रित केलं होतं.

''झोप लागली का रे तुला?'' मी विचारलं, ''आम्ही बराच वेळ बोलत होतो.''

''तुमच्या बोलण्याचा त्रास झाला नाही मला... पण कुत्र्याच्या भुंकण्यामुळे मला जाग येत होती.''

''भुंकण्यामुळे?''

''तुम्ही नाही का ऐकलं ते?'

''नाही,'' मी म्हणालो,'' इथे कुत्रा कसा येईल? ''

तुम्ही बोलण्यात गर्क होता त्यामुळे तुमच्या लक्षात नाही आलं. तो आवाज खूप लांबून आला. भिंतींच्या पलीकडून...''

'स्वप्न पडलं असेल तुला...''

''मला स्वप्न आणि वास्तवातला फरक कळतो, डॉक्टर! जेव्हा जेव्हा तो कुत्रा भुंकला तेव्हा तेव्हा मी डोळे उघडून खात्री करून घेत होतो की आपण कोठडीतच आहोत ना. ही कोठडी जेवढी खरी आहे तेवढंच ते भुंकणंही खरं होतं.''

कुहेलन काकांनी कामोच्या खांद्यावर हात ठेवला, ''तुझं म्हणणं बरोबर आहे,'' ते म्हणाले. ''भुंकणं खूप लांबवरून आलं असलं पाहिजे. त्यामुळे ते आमच्या लक्षात आलं नाही.''

कामोने अगोदर खांद्यावर ठेवलेल्या हाताकडे पाहिलं, मग कुहेलन काकांच्या चेहऱ्याकडे पाहिलं. ''पांढऱ्या कुत्र्याच्या भुंकण्यासारखा आवाज होता तो. पांढऱ्या कुत्र्याचं जोरदार भुंकणं.''

कुहेलन काकांनी हात काढला.

बाहेरचे आवाज ऐकल्यावर आम्ही दाराकडे वळलो.

''ह्या लोकांना मी घेऊन जातोय!'' बोलणाऱ्यांपैकी एकजण म्हणाला. ज्या अर्थी त्याने त्यांची नावं घेतली नाहीत त्या अर्थी त्याने पहारेकऱ्याला कागदाचा तुकडा दाखवला असणार.

"हे सगळेजण तर एकाच कोठडीत आहेत," पहारेकरी उत्तरला.

"कुठली कोठडी?"

"चाळीस नंबर"

आम्ही एकमेकांकडे पाहिलं आणि हातांच्या घड्या घालून आमचे तळवे काखेत धरले. उबदारपणाचा जणू तो शेवटचा स्पर्श होता. मग आम्ही मूकपणे प्रतीक्षा करू लागलो.

काँक्रीटच्या जमिनीवर येणारे ते पायांचे आवाज दगडी आघातासारखे वाटत होते. किती लोक होते हे सांगणं अवघड असलं तरी नेहमीपेक्षा नक्कीच जास्त होते. मार्गिका खूप लांबवर पसरलेली होती. प्रश्नकर्त्यांचे शब्द भिंतींवर आणि आमच्या कानांत घुमत होते. ते आमच्या दारावरून पुढे जातील अशी आशा आम्ही करत होतो पण ते आमच्याच दाराशी थांबले. लोखंडी कोयंडा काढून त्यांनी ते राखाडी दार उघडलं. आतमध्ये उजेडच उजेड आला.

आम्ही कुणी उठण्यापूर्वी कामो न्हावी उठून उभा राहिला.

त्याला ढकलत पहारेकरी खेकसला, "भोसडीच्या, तू थांब रे! बाकी सगळेजण चला बाहेर..."

●

दिवस **तिसरा**

कामो न्हाव्याचं कथन

भिंत

सूर्य मावळतीला आला तेव्हा अंगात काळी कफनी आणि हातात लांब सोटा घेतलेला प्रवासी खेड्यात आला. डोंगरात वसलेल्या त्या खेड्यावर दाटून आलेले काळे ढग कफनासारखे वाटत होते. दुरून तिथली दगडी घरं आणि वृक्षहीन बागा पाहिल्यावर तर ते खडकाळ जंगलच भासत होतं. प्रवासी अगोदर शहराच्या वेशीवर आला. तिथल्या कुत्र्यांनी त्याचं स्वागत केलं. त्यानंतर वेशीच्या भिंतींची सावली धरून बसलेल्या म्हाताऱ्यांनी त्याचं स्वागत केलं. त्यांनी त्याला नाव विचारलं तर तो म्हणाला, ''मी तर प्रेषित आहे.'' गावकऱ्यांनी त्याला घरी यायचं आमंत्रण दिलं तर ते त्याने नम्रतेने नाकारलं. दूरवरून आलेल्या त्या प्रवाशाच्या अनवाणी पायांची भेगाळलेली दशा आणि पावलांचे वाटेत पडलेले रक्ताळलेले ठसे पाहून त्यांनी आग्रह करून त्याला अन्न घ्यायला लावलं. पण तो फक्त पाणी प्यायला आणि हलक्या स्वरात म्हणाला, ''मी प्रेषित आहे ह्यावर विश्वास ठेवतील त्यांच्या घरी मी अतिथी म्हणून जाईन, त्यांच्याच घरचं अन्न खाईन.'' लहान मुलं त्याच्याकडे कुतूहलाने पाहू लागली. म्हातारीकोतारी त्याच्याकडे पाहून हसू लागली. प्रवाशाने ती रात्र बाहेरच काढली. सकाळ झाल्यावर त्याने त्यांना पुन्हा एकदा सांगितलं की, ''मीच प्रेषित आहे.'' तेव्हा गावकरी म्हणाले, ''मग चमत्कार करून दाखव की.'' त्यावर तो तळमळीने सांगू लागला, ''ज्या शब्दांत हृदयाचं प्रतिबिंब पडलेलं असतं ते शब्द हाच सगळ्यात मोठा चमत्कार असतो. मग दुसरा

चमत्कार का हवा तुम्हाला?'' कुणीही त्याच्यावर विश्वास ठेवला नाही. त्यामुळे प्रवाशाने तीही रात्र उघड्यावर काढली. तो पाणी प्यायला आणि भिंतीच्या सावलीत कुत्र्यांसोबत झोपला. दुसऱ्या दिवशी तो बोलू लागला तेव्हा म्हाताऱ्यांच्या हसण्यात पोरंबाळंसुद्धा सामील झाली. प्रवासी मात्र शांतचित्त होता. ''ती भिंत बोलली तर माझ्यावर अविश्वास दाखवणारे तुम्ही त्या भिंतीवर विश्वास ठेवाल का?'' त्याने विचारलं. ''होय, नक्कीच ठेवू,'' सर्वजण एकसुरात बोलले. काळी कफनी, ठिगळांचा पायजमा घातलेला प्रवासी अनवाणी होता. काठी आणि खांद्यावर लटकवलेली झोळी सोडली तर त्याच्याकडे काहीच नव्हतं. तो भिंतीकडे वळून तिला उद्देशून बोलला, ''हे भिंती, ह्या वृद्धांना आणि बालकांना सांग की मी प्रेषित आहे.'' गावकऱ्यांच्या मनात संशय होता परंतु तरीही ते निमूटपणे बघत उभे राहिले होते. भिंत बोलू लागली, ''खोटं बोलतोय हा! तो प्रेषित नाही.''...

...किती काळ मी ह्या कोठडीत एकटाच आहे बरं? त्यांनी डॉक्टरांना, त्या विद्यार्थ्याला आणि कुहेलन काकांना नेलं आणि मला मागे सोडलं. एकटाच होतो म्हणून मी भिंतीशी बोलू लागलो. एका जागी बसून समोरच्या भिंतीकडे बघून तिलाच गोष्टी सांगू लागलो. सांगता सांगता स्वतःशीच हसू लागलो. म्हणजे दुसरं कुणीच नसताना वेळ अधिकच आनंदात गेला म्हणायचा. कारण मला दुसऱ्या कुणाच्या दुःखाचा विचार करावा लागत नव्हता किंवा त्यांची बडबड सहन करावी लागत नव्हती. मला माणसांचे आत्मे कसे असतात ते चांगलं माहीत होतं. त्यांना सत्य हवं असतं पण समजत कुठे असतं? एवढा घाम गाळल्यावर, एवढ्या वस्तू गोळा केल्यावर, एवढे पूजापाठ केल्यावर त्या गावकऱ्यांनी श्रद्धा तरी कशावर ठेवायची होती? भिंत बोलते ह्या चमत्कारावर की भिंत जे शब्द बोलली त्या शब्दांवर? भिंत म्हणाली होती, ''हा खोटं बोलतोय, हा माणूस प्रेषित नाही.'' खरोखरच माणसंच मुळात खोटी असतात, असंच वाटतं अगदी, नाही का?

डॉक्टर आणि तो विद्यार्थी माझं बोलणं ऐकत असते तर म्हणाले असते, ''आम्हाला ही गोष्टसुद्धा माहीत आहे. आम्ही आधीपासून माहीत असलेल्याच गोष्टी एकमेकांना सांगतो. जे आधीपासून अस्तित्वात आहे तेच आम्ही एकमेकांशी बोलतो.'' अर्थात ह्याशिवाय वेगळं करणं शक्य तरी होतं का? मुळात कुणीही कधीही न सांगितलेल्या गोष्टी, न बोललेले शब्द जगात उरलेले तरी आहेत का आता?

वसंत ऋतूत एके दिवशी अचानक पाऊस पडू लागला. तो कित्येक तास चालला. तेव्हा दुकानात बसलेल्या गिऱ्हाइकांना बाहेर जाण्याची इच्छा होत नव्हती. तेव्हा त्यांना मी ह्या प्रवाशाची गोष्ट सांगितली. ती ऐकून स्थापत्यविशारद अदाझा खूप हसला. डोंगरातील त्या खेड्यातल्या गावकऱ्यांचा गोंधळ उडालेला बघून तो एवढा हसला की त्याचा चहा टायवर सांडला. मग आरशात स्वतःचं तोंड बघतही तो बराच वेळ हसत राहिला होता. तेव्हा त्याला कल्पना नव्हती की रात्री तो डोळे टक्क उघडे ठेवून जागाच राहील. त्या दिवशी खुशीत गेलेला अदाझा दुसऱ्या दिवशी सकाळी आला तेव्हा त्याचे डोळे तारवटून लाल झालेले होते.

"कामो, मला सत्य काय ते सांग. रात्रभर माझ्या मनात तीच गोष्ट घोळते आहे. सांग मला, तो प्रवासी खरंच प्रेषित होता का?"

मी त्याला शांत केलं. आरशासमोरच्या खुर्चीत बसायला लावलं. मग बाजूच्या चहाच्या दुकानातून दोन कप चहा मागवून म्हणालो, "अदाझा, तू विचारायला आला आहेस खरा, पण मी सांगितलेलं खरं मानशील तू?"

"होय, मानेन."

आमचा चहा आला. मी एक घोट घेतला. तो मात्र वाट बघत तसाच थांबला होता.

"मी तुला म्हटलं की मीच तो प्रेषित होतो तर तुझा विश्वास बसेल का माझ्यावर अदाझा?"

त्याने उत्तर दिलं नाही. मी त्याला सिगरेट देऊन आधी त्याची सिगरेट पेटवली. नंतर माझी पेटवली.

"मीच प्रेषित होतो ह्यावर तुझा विश्वास बसणार नाही, ठीक आहे." मी पुढे बोलू लागलो, "पण ती भिंत बोलली असं मी म्हटलं तर तू विश्वास ठेवशील का?"

अदाझाने भिंतीकडे पाहिलं. त्याने तिथलं मेडन मनोऱ्याचं, बोटीचं आणि समुद्रपक्ष्यांचं चित्र निरखलं. चित्राखालचं बेसिलचं रोप आणि बाजूचा छोटा रेडिओही बराच काळ न्याहाळला. त्याची नजर आरशावरच्या ध्वजाकडे आणि तिथल्या चित्राकडे गेली. त्या चित्रातल्या मुलीच्या खोडकर, चतुर हास्यात तो हरवल्यासारखा झाला. गिऱ्हाइकं तिच्या पायांकडे नाही तर चेहऱ्याकडे बघायची. तो त्या चित्रात असा काही गुंतून गेला की जणू त्यांची मागची

भेटीची वेळ हुकल्यामुळे त्या मुलीशी त्याचा संपर्कच तुटला असावा आणि तरीही तो तिची अविस्मरणीय स्मृती मनात साठवून असावा. त्याने ठरलेला मीलनसंकेत पाळला असता तर ते दोघं आनंदाने एकत्र राहिले असते का? ...इथून खूप खूप दूर कुठेतरी? अदाझाने चित्रावरची नजर हटवली तेव्हा त्याची आरशात स्वतःशी नजरभेट झाली. स्वतःकडे बघत तो म्हणाला, ''खोटं. खोटं सगळं.'' मग क्षणभर थांबून त्याने सिगरेटचा खोल झुरका घेतला आणि आरशावर धूर सोडला. धुरामुळे त्याचा चेहरा अस्पष्ट दिसू लागला तेव्हा तो पुन्हा म्हणाला, ''खोटं. खोटं सगळं.'' बोलताना त्याच्या चेहऱ्यावरून एक अश्रू ओघळला आणि काहीही न बोलता तो उघड्या दारातून बाहेर निघून गेला.

त्या दिवसानंतर तो माझ्या दुकानात आला नाही. मला वाटलं की त्याला नवा न्हावी मिळाला असेल. आमच्या दोघांच्या बायका जिवलग मैत्रिणी होत्या. एके दिवशी त्याची बायको आमच्या घरी येऊन म्हणाली की अदाझा घर सोडून निघून गेलाय. तो कुठेय ते कुणालाच माहीत नाही. तो सोडून गेल्यावर त्यांच्या दोन मुली आजारी पडल्या होत्या. त्याची बायको मला म्हणाली, ''मला मदत करा, आमचे हे कुठं आहेत ते शोधा. त्यांना घरी घेऊन या.''

माझ्या बायकोनेही गळ घातली तेव्हा मी त्याला शोधायला बाहेर पडलो. स्थापत्यतज्ज्ञांचे क्लब असतात तिथे शोधलं. बियोग्लुतल्या मयखान्यांत शोध घेतला. वृत्तपत्रातल्या तिसऱ्या पानावरल्या बातम्या धुंडाळल्या. तेव्हा कुठे मला शोध लागला की शहराच्या वेशीच्या सावलीत अनाथ, बेघरांसोबत सलगी करून अदाझा त्यांच्यासोबत राहू लागलाय. मग सरायबुर्नूपासून ते कुमकापीपर्यंतच्या वेशीलगतच्या बोगद्यांतले कोनेकोपरे शोधले. प्रत्येक गुप्त भुयार धुंडाळलं. अफूच्या नशेत धुंद होणाऱ्या बेघर, लहान मुलांकडे आणि कमी पैशात गिऱ्हाइकं घेणाऱ्या वेश्यांपर्यंत लोकांकडे चौकशी केली तेव्हा कुठे मला तो एके रात्री कँकुरतरन येथे सापडला. आगगाडीच्या रुळांजवळच्या भिंतीशी शेकोटी पेटवून तो बसला होता. तिथे आणखी दहा-बारा बेघर, कंगाल, नशिबाने पाठ फिरवलेली, समाजबहिष्कृत माणसं बसली होती. दारूची बाटली एकमेकांत फिरवत पीत होती. त्यातला एकजण आराबेस्क शैलीचं गाणं हलक्या स्वरात म्हणत होता. 'माझं नशीब किती दुर्दैवी आहे...'

मी थोडा वेळ दूर झाडाच्या बाजूस उभा राहून त्यांचं संभाषण आणि गाणं ऐकू लागलो. गाणं सुरूच होतं, 'सारं जग अंधारानं भरलंय, मानवी दयाळूपणा लोपलाय तरी कुठे?'

गाण्यातले शब्द ऐकू येत असताना धाड धाड आवाज करत आगगाडी रुळांवरून गेली. तिचा पिवळटसर प्रकाश झाडांवर झोत टाकत पुढे पुढे जाऊन अदृश्य झाला. आगगाडीचा आवाज मंदावेपर्यंत इकडे गाणंसुद्धा संपलं होतं. कुणीतरी म्हणालं, ''अरे प्रवाशा, काल बोललास तसा आजही बोल ना आमच्याशी. आम्हाला नवनव्या गोष्टी सांग.''

प्रवासी म्हणजे दुसरातिसरा कुणी नसून अदाझाच होता. हातातल्या लांब सोट्याचा आधार घेऊन तो उठला. अंगात काळी कफनी होती. गोष्टीतल्या प्रवाशासारखा तोही अनवाणीच होता. भक्तिभावाने ऐकणाऱ्या श्रोतृगणासमोर व्याख्यान देणाऱ्या प्रभावी वक्त्यासारखा तो वाटत होता. सर्वांना लक्षपूर्वक न्याहाळून तो बोलू लागला.

''लोक आपल्याशी खोटं बोलतात. समोर हा अग्नी दिसतो आहे, पण त्याचं 'अग्नी' हे नाव त्याला वापरणाऱ्या पहिल्या व्यक्तीने ठेवलेलं नाही. पुढील पिढ्यांनी त्याला 'अग्नी' हे नाव दिलं आणि म्हटलं, 'मानवानं अग्नीचा शोध लावला.' काय शोध लावला डोंबलाचा. जे आधीपासूनच होतं ते कसं काय कुणी शोधू शकेल? अग्नीचा शोध लावणाऱ्यापेक्षा तो निर्माण करणाऱ्या पहिल्या माणसाबद्दल कुठे कोण बोलतं? जोपर्यंत अग्नी आपला आपण पेटत होता आणि आपला आपण विझत होता तोपर्यंत तो काहीच नव्हता. पण एके दिवशी कुणीतरी त्यावर मांस भाजलं आणि त्याचा वापर करून आपल्या गुहेत ऊब आणली. ते ज्याने केलं त्याने अग्नीला शोधलं नव्हतं तर निर्माण केलं होतं. पण हे लोक आपल्यापासून सत्य लपवतात ना.''

''होय होय, खरंच की प्रवासीमहाराज.''

''खूप छान, प्रवासीमहाराज, आपण बोलत राहावं. आपण कशावर बोलत आहात हे आम्हाला कळलं नाही तरी हरकत नाही.''

''आपण थोडं मद्य घ्यावं महाराज, आपले ओठ सुकता कामा नयेत.''

अदाझा दारूच्या नशेत होता तरी माझ्याकडून ऐकलेले शब्द त्याला व्यवस्थित आठवत होते. इथे ज्या शब्दांची माळ तो ओवत होता ते सगळे शब्द मी माझ्या दुकानात लोकांचे केस कापताना वेळ जावा म्हणून बोलत होतो.

''आपण सगळे शहराचे बळी आहोत.'' तो पुढे बोलू लागला, ''आपण गरीब तरी असतो नाही तर दुःखी तरी असतो. बऱ्याचदा आपण दोन्ही असतो. आशा ठेवायची असं मुळी आपल्या मनाला वळणच लागलेलं असतं. त्यामुळे केवळ आशेच्या जोरावरच आपण दुष्टपणाही सोसत राहतो. मला सांगा, आजच्या दिवसावरच जिथे आपली मालकी नसेल तर ती उद्याच्या दिवसावर असेल ह्याची शाश्वती काय? आशा हे धर्मोपदेशक, राजकारणी आणि श्रीमंतांनी आपल्याला दाखवलेलं गाजर आहे. शब्द वापरून ते आपल्याला फसवतात आणि सत्य लपवतात.''

सर्व दारुडे त्याच उत्साहाने उत्तरले,

''आशा मुर्दाबाद... दारू जिंदाबाद...'

''चांगलं बोलता की हो तुम्ही.''

''आशा ही अफूची गोळी आहे.''

मग हात वर करून अदाझ्झाने त्यांचा आरडाओरडा आणि शिट्ट्या थांबवून विचारलं, ''बंधूंनो, सांगा बरं हे शहर जिवंत आहे की मेलेलं?''

मला वाटलं की तो त्याचे विद्यापीठातले दिवस आठवत असावा. तरुण बंडखोरांशी बोलावं तसा तो त्या लोकांशी बोलत होता. जादूगाराने टोपीत हात घालून कबुतर काढावं तसे वर्षानुवर्षं लांब ठेवून दिलेले शब्द तो बाहेर काढत होता. त्याला ते क्रांतीचं युग आठवत होतं. पोलिसांच्या भीतीने आपण त्यात भाग न घेता पळून गेलो होतो म्हणून त्याला हळहळ वाटत होती. एकदा दारूच्या नशेत माझ्याजवळ मन मोकळं करताना तो म्हणाला होता, ''तुम्ही भले भूतकाळाला सोडून द्याल, पण भूतकाळ तुम्हाला कधीच सोडत नसतो.''

ते रिकामटेकडे लोक आपापसात बडबडत वाद घालत होते.

''हे शहर मेलेलं आहे आणि जिवंतही आहे.''

''कुणी म्हणालं की हे शहर जिवंत आहे तर मी त्याच्या टाळक्यावर ही बॅगच फोडीन.''

''मेलेलं... मेलेलं आहे हे.''

अदाझ्झा उचंबळून आला होता. बोलता बोलता तो पायाच्या चवड्यावर उभा राहिला आणि मग पुन्हा खाली झाला.

''माझ्या बेघर मित्रांनो, तुम्ही गरीब आहात, पराभूत आहात, तुमचं हृदय भंगलेलं आहे,'' तो म्हणाला. बोलता बोलता त्याच्या आवाजात अधिकच

आत्मविश्वास आला. ''आपण हे शहर निर्माण केलेलं नाही. आपल्या जन्माच्या आधीपासूनच हे शहर होतं. शहराला मारणारेही आपण नव्हे. खरंतर आपल्यासमोर कुठला मार्गच नाही. आपल्या पूर्वजांनी परतीचे सगळे दोर कापून टाकलेत. पण आग निर्माण करणारे पहिले लोक जसे होते तसेच नवीन शहर निर्माण करणारे पहिले लोक कोणीतरी असतीलच ना? त्या शहरात जीवनचैतन्य भरणारे लोक कोणीतरी असतीलच ना?''

''बोला, प्रवासीमहाराज, बोला. मन अगदी मोकळं करा...''

''आम्हाला चंद्राबद्दलही सांगा.''

''आणि ताऱ्यांबद्दलसुद्धा.''

सर्वांनी एकाच वेळेस मान वर केली. झाडापासून दोन पावलं दूर जाऊन मीही वर पाहू लागलो. आकाशातल्या अगणित ताऱ्यांवर विचार करायला केवळ बेघर आणि दारुडे सोडले तर अन्य कुणाला वेळ नव्हता.

इथे शहरासारखे दिवे नव्हते. त्यामुळे चांदण्याच्या प्रकाशाने आकाश झगमगलं होतं. त्या प्रचंड शहरावरही हेच तारे होते परंतु तेथील दंतवैद्य, पाववाले आणि गृहिणी त्यांच्याकडे ढुंकूनही बघत नव्हत्या. तेच तारे इथे शहराच्या वेशीच्या छायेत घोळका करून जमले होते. तिथल्या अवकाशात असे काही थरथरत होते की कुठल्याही क्षणी खालीच पडतील असं वाटत होतं.

''केवढी मोठी ही रात्र...''

''आपल्याला आणखी दारू हवी बुवा.''

''प्रवासीमहाराज, आम्हाला एक ताऱ्यांची कविता म्हणून दाखवा.''

कविता म्हणून दाखवा? बापरे, आता मात्र मी शांत बसून त्याच्या कविता ऐकू शकत नव्हतो. म्हणून मग जडशीळ पावलांनी मी दारुड्यांपाशी गेलो.

मला पाहिल्यावर अदाझाची थोडीशी चलबिचल झाली. त्याने हातातल्या बाटलीतून मोठा घोट घेतला. तो अशा तऱ्हेने पीत होता जणू बऱ्याच काळापासून शोधत होता ते गुपित त्याला मिळालं होतं. अनेक वर्षं प्रयत्न करूनही जे सुख मिळालं नव्हतं तेच जणू त्याला अंतिमतः गवसलं होतं. तो मोठ्ठ्याने हसला.

''हा बघा,'' तो म्हणाला, ''मी तुम्हाला सांगत होतो तो हाच माणूस बरं... कामो न्हावी.''

सगळेजण वळून माझ्याकडे बघू लागले. मी त्यांच्याजवळ गेलो तेव्हा ते जास्तच विद्रूप दिसू लागले. त्यांच्या चेहऱ्यावर ओरखडे होते. घाणीच्या ढिगाऱ्यावर उंदरांनी कब्जा करावा तसा त्यांनी त्या भागावर कब्जा केला होता आणि वास्तुतज्ज्ञ अदाझाला आपल्या कुटाळकंपूत प्रवेश दिला होता. अदाझा आनंदात दिसत होता. त्याचं दारू प्यायलेलं तोंड उघडं वासलेलं होतं. इस्तंबूलमध्ये हिवाळ्यात रात्र लवकर पडायची तेव्हा अशाच एका संध्याकाळी आम्ही दोघं एकत्र दारूखान्यात गेलो होतो, तेव्हाही तो आत्तासारखाच आनंदात दिसत होता. राकीचे दोन मोठ्ठे पेले ढोसल्यावर त्याने जाहीर केलं, ''मी माझी नवी कविता म्हणून दाखवतो.'' मग खुर्चीवर उभं राहून वाचून दाखवलेली प्रत्येक ओळ त्याने दालनातील सर्वांना म्हणायला लावली होती. असह्य होतं ते अगदी. ते वाईट काव्य ऐकणं हेच मला तेव्हा ओझ्यासारखं झालं होतं.

भिंतीच्या सावलीत पेटवलेल्या शेकोटीजवळ हातात दारू घेऊन बोलणारा अदाझा केवळ सोटा होता म्हणूनच तोल सांभाळू शकत होता. त्याने दोन्ही हातांनी सोटा घट्ट धरला होता.

''कामो,'' तो म्हणाला, ''त्या गोष्टीतला प्रवासी खोटं नव्हता बोलत काही, तर खोटेपणा कसा असतो हे दाखवत होता. हो की नाही? शब्द हाच सत्याकडे जाण्याचा एकमेव मार्ग आहे. हेच तो प्रवासी समजावून सांगू इच्छित होता.''

''अहो वास्तुतज्ज्ञमहाराज,'' मी म्हणालो, ''अदाझाजी, चला, घरी जायची वेळ झालेय.''

आगीभोवती जमलेले दारुडे चुळबुळले आणि ताठ बसले. त्यांनी एकमेकांकडे आणि अदाझाकडे पाहिलं.

''कामो,'' अदाझाने बोलणं सुरूच ठेवलं. ''पहिल्या माणसानं आगीला 'आग' असं नाव दिलेलं नसलं तरीही आम्ही ह्या विद्यमान युगाचं सत्य शोधत आहोत. कविता सोडली तर आपल्याकडे आणखी काय असतं? कवी केवळ वास्तवाच्याच पलीकडे जात नाहीत तर कल्पनारंजनाच्याही पलीकडे जातात. अग्नीच्याही आधीच्या काळात पोचण्याचा प्रयत्न करतात. आपल्याला हे विद्यापीठात शिकवलं नव्हतं. आपल्याला कविता वाचायला दिलीच नव्हती. दररोज ते आपल्याला खोटं सांगत होते, फक्त खोटं.''

आपल्या कुटुंबाच्या प्रेमळ मिठीत विसावण्यासाठी घरी परतण्याऐवजी हा अदाझा शब्दांशी खेळण्यात वेळ वाया घालवत होता; जे शब्द तो अवघ्या काही मिनिटांतच विसरणारही होता. त्याला बायको होती, दोन गोड मुली होत्या. त्या तिघी त्याच्यावर जीव तोडून प्रेम करत होत्या. खरोखरच, नशीबवान माणसं मूर्खच असतात. आपल्याकडे जे आहे त्याची त्यांना अजिबात कदर नसते. बाकीचे लोक जे मिळवण्यात उभं आयुष्य घालवतात ते सुख त्यांच्या घरात पाणी भरत असताना आणखी हवं तरी काय असतं त्यांना?

मी आता काय करणार म्हणून दारुडे माझ्याकडे टवकारून बघू लागले. ते सगळे अवतारात होते, घाणेरडे होते, हडकलेले होते. व्यवस्थित कपडे घातलेला, दात स्वच्छ घासलेला असा एकही माणूस त्यात नव्हता. अदाझाही त्यांच्यासारखा दिसू लागला होता. माझ्या दुकानात नियमितपणे दाढी करायला येणारा तो माणूस हा नव्हता. माझ्या दुकानात येणारा माणूस तर बायकोने पँटला करून दिलेली इस्त्री विस्कटू नये म्हणून बसताना पायही एकावर एक जपून ठेवायचा.

''कामो,'' तो म्हणाला, ''तूच म्हणाला होतास ना की श्रद्धेला मनापासून चिकटून राहणाऱ्या माणसाचं रूपांतर सैतानात होतं. आठवतं का तुला? आठवतं? बघ, मीही एका श्रद्धेला चिकटून बसलो आहे.''

होय, श्रद्धेला चिकटून राहण्यामुळे माणसाचं रूपांतर सैतानात होतं. जो माणूस स्वतःच्या श्रद्धा इतरांच्या श्रद्धांपेक्षा श्रेष्ठ आहेत असं मानतो तो इतरांना तुच्छ लेखू लागतो. त्याला वाटू लागतं की जीवनाचं सगळं मोल फक्त आपल्या मुठीतच आहे. मग तो स्वतःला चांगुलपणाचा स्रोत समजू लागतो. त्याच्या दृष्टीने सैतान हा त्याच्यात नव्हे तर इतरांत वास करत असतो. अशा माणसाला स्वतःचं मनही कळत नाही. कधी कधी मी माझ्या गिऱ्हाइकांची परीक्षा घेण्यासाठी असं काहीतरी बोलायचो. ते माझ्याशी पूर्ण सहमत व्हायचे किंवा आपापसात वाद घालू लागायचे तेव्हा मी कुणाचं लक्ष नसताना पूर्णपणे विरोधी भूमिका घ्यायचो आणि मी जे काही म्हटलं होतं त्याच्याविरुद्ध वाद घालायचो. आपल्या श्रद्धांना कोण निग्रहाने चिकटून राहतो आहे ते मला बघायचं असे.

''असं म्हणालो होतो मी? मला नाही आठवत,'' मी उत्तरलो.

''त्याला न्हावी म्हणून कमी लेखू नका बरं! कामो विद्यापीठात जातो, प्राध्यापकांपेक्षा जास्त माहिती त्याला असते. त्यालाच माझं काव्य सर्वात चांगलं कळतं.''

ह्या दारुड्या अदाझाला दारू प्यायलेल्या अवस्थेत एखाद्या गाडीने का उडवलं नाही? तसं झालं असतं तर त्याची बायको काही काळ रडली असती खरी, पण मग तिने स्वतःचं नवं आयुष्य सुरू करून आपल्या मुलींसाठी ह्याच्यापेक्षा बरा बाप तरी शोधला असता. ह्याच्यासारखी माणसं कधीच धडा शिकत नाहीत. घरात जो मूर्खपणा ते करतात तोच मूर्खपणा घराबाहेरही चालूच ठेवतात. लहान मुलगा होतो तेव्हापासून मला हे माहीत होतं. तुम्ही त्यांना काय वाट्टेल ते सांगा ते वाईट मार्गाला लागणारच. कपटी कावे करणारच. तुमचं कौतुक करून, तुमच्यावर दयेची उधळण करून ते त्यांच्या वाईट कवितेचं ओझं तुमच्या माथी मारणार आणि तिचं महत्त्व वाढवणार. अशा प्रकारचे लोक विद्यापीठात शिकून पदवीधर होतात; शहरं बांधतात; राष्ट्रप्रमुख होतात; देशाच्या न्यायपद्धतीबद्दल बोलतात. त्यांच्या त्या झापडबंद, हीनदीन समजुतींनुसार सर्वांनी जगावं अशी त्यांची अपेक्षा असते.

अदाझाने दिलेली बाटली घेऊन मीही दोन रिकामटेकड्यांत जाऊन शेकोटीसमोर बसलो. माझ्यासाठी ते थोडं बाजूला सरकले. मी सगळं दृश्य निरखलं. प्रत्येकाचा चेहरा एकामागोमाग एक न्याहाळला. सगळे आनंदात असले तरी थकलेभागलेलेही दिसत होते. जणू आत्ताच एखाद्या बुडत्या जहाजातून जीव वाचवून बाहेर पडलेले असावेत. त्यांना भूतकाळ नव्हता. हा वर्तमानातला क्षण तर त्यांनी दारूला वाहिला होता. त्या शेकोटीवर, वेशीच्या भिंतींवर आणि चांदण्यांवर त्यांची श्रद्धा होती.

माझ्या बाजूला बसून अदाझाने काठी खाली ठेवली. आगीकडे टक लावून पाहत असताना त्याच्या डोळ्यांत अश्रू दाटून आले. एक-दोन वेळा तो तोल जाऊन पुढे पडल्यासारखा झाला. लपलपत्या सोनेरी ज्वाळा नाचता नाचता मधेच निळ्या होऊन लुप्त व्हायच्या. त्यात तो पार गुंतून गेला. बुडालेल्या जहाजातून कुठल्यातरी अनोळखी, निर्जन ठिकाणी उतरलेल्या माणसाला 'आपण तरी का जिवंत राहिलो?' अशी खंत वाटावी, तसा तोही अंधाराकडे परत जायला, समुद्रात समाधी घ्यायला सिद्ध झाला होता. जिला चिकटून राहावं अशी कुठलीच फांदी त्याच्या जीवनात शिल्लक उरली नव्हती की भविष्यात मिळणाऱ्या खजिन्याची हावही उरली नव्हती. त्याच्या अंगी

तेवढी शक्ती असती तर त्याने अंतिम पाऊलही उचललं असतं. कुणीतरी मागून त्याला ढकललं असतं तर तो समुद्रात पडलाही असता आणि लाटांखाली निपचित पडून राहिला असता.

तो शांत बसलाय ह्याची जाणीव होऊन काही लोक ओरडले,

"कविता कुठंय? कविता म्हणा!"

अदाझा उत्तर देत नाही हे लक्षात आलेल्या एका माणसाने हातातली बाटली उंचावली आणि म्हटलं, "मी कविता म्हणून दाखवतो." तो एका डोळ्याने आंधळा होता. त्याचा तो डोळा आगीत भाजला होता.

"म्हण, म्हण," ते म्हणाले.

"मला त्या कवितेत एक स्त्री पाहिजे."

"आणि चांदण्याही."

"ते नशिबाचा कौल काय लागेल त्यावर अवलंबून आहे."

एकाक्ष मदिरेचा घुटका घेऊन म्हणाला, "तुझ्या गुलाबी ओठांसमोर दुःख म्हणजे काय ते मला माहीत नव्हतं ग."

मग थांबून तो दोस्तांकडे बघू लागला. ते ऐकताहेत ना ह्याची त्याला खात्री करून घ्यायची होती. दूर अंतरावर कुत्रा भुंकल्याचा आवाज येत होता. एकाक्ष पुढली कविता म्हणू लागला.

तुझे केस वाऱ्यावर लहरतात तेव्हा गाणी आकाशाच्या दिशेने वाहतात.
शीतल झऱ्यात तू चंदेरी मासोळीसारखे तुझे पाय सोडतेस
तेव्हा सूर्योदय होतो आणि सूर्यास्तही...
तू केस घट्ट बांधून स्थलांतरित पक्ष्यांसोबत निघून गेलीस तेव्हा...
तुझ्यामागे रात्रीचा दरवाजा उघडाच राहिला.
तू मला झऱ्याच्या काठावर सोडून निघून गेलीस...
तुझे गुलाबी ओठ माझ्या जीवनात येण्यापूर्वी...
दुःख काय असतं ते मला माहीत नव्हतं ग..."

"हीच का तुझी कविता... हूं...."

"स्त्रीबद्दल होती ती?"

"की चांदण्यांबद्दल?"

"तुला जसं कळतंच कवितेतलं!"

कुत्र्याचं भुंकणं जोरजोरात येऊ लागलं तेव्हा सगळेजण वळून आवाज कुठून येतोय ते पाहू लागले. वेशीच्या फुटक्या दगडांमुळे तिथे भगदाडं तयार झाली होती. त्यातून कुत्रे आत येत होते. फक्त एकच पांढरा कुत्रा जरासा वेगळा उभा होता. कुत्रे धावत होते. त्यांच्या सावल्या चंद्रप्रकाशात एकमेकींत मिसळत होत्या. ते आले, दारुड्यांच्या अंगाखांद्याला झोंबू लागले. जमिनीवर लोळू लागले, इकडे तिकडे फिरू लागले. त्यांच्यासाठी दारुड्यांनी मुद्दाम बाजूला ठेवलेली हाडं हुंगू लागले. पांढरा कुत्रा मात्र दुरूनच बघत उभा होता.

एकाक्ष माणसाने कुत्र्यांकडे लक्ष दिलं नाही. त्याने हातातल्या बाटलीतून एक घोट घेतला आणि तो उठून उभा राहिला. ''मी लघवी करून येतो. मग परत आल्यावर आणखी एक कविता म्हणून दाखवीन,'' तो म्हणाला. त्याच्याकडे कुणीही लक्ष दिलं नाही.

दारूचा घुटका घेऊन मीही उठलो आणि मुतारीत जायला उठलेल्या एकाक्षाच्या मागोमाग गेलो. चंद्रप्रकाशात वेशीची भिंत अथांग पसरल्यासारखी भासत होती. वेशीची भिंत, चांदण्या आणि शेकोटी सोडली तर शहराच्या ह्या बाजूला काहीही नव्हतं. आकाशाचा आकार जसजसा विस्तारू लागला तसा एक दारुड्या चिरक्या आवाजात गाणं म्हणू लागला... 'संध्याकाळचा सूर्य क्षितिजाखाली बुडताना... तू मला सोडून गेलीस ग प्रिये...'

एकाक्ष भिंतीतल्या भगदाडापाशी येऊन थांबला. त्याला पायांवर नीट उभंही राहता येत नव्हतं. पँटची चेन उघडायला तो धडपडू लागला. दोन ढांगातच मी त्याला गाठलं आणि भगदाडात ढकलून त्याच्या तोंडावर हात धरला. माझा पोलादी चाकू तयारच होता. तो त्याच्या मानेवर ठेवण्याआधी मी बराच वेळ हवेत फिरवला. काय चाललंय ते त्याला समजतच नव्हतं. त्याने त्याचा एकच डोळा विस्फारला. पौर्णिमेच्या चंद्रप्रकाशात तो डोळा चमकू लागला होता. त्याच्या चेहऱ्यावर भीतीपेक्षा गोंधळच जास्त दिसत होता. हे खरोखरच घडत होतं की तो झोपेत होता? त्याने डोकं हलवून पाहिलं. अगोदर मी कोण ते आठवायचा आणि नंतर तो कुठे आहे ते आठवायचा प्रयत्न केला. दूरवरून ते गाणं जेमतेम ऐकू येत नसतं तर त्याला नक्कीच वाटलं असतं की आपण खूप खूप पूर्वीच मेलो आहोत आणि थडग्यात उठून बसलो आहोत. मुळात तो बुटका होता, खूप हडकलेला दिसत होता. मी त्याला माझ्या वजनाखाली चिरडून भिंतीशी आपटलं. मग पुन्हा हवेत चाकू फिरवला.

"किंचाळू नकोस, मी तुला काहीतरी विचारणार आहे," मी म्हणालो.

मग त्याच्यापासून लांब झालो आणि त्याच्या अंगावर टाकलेलं वजन काढून त्याच्या तोंडावरचा हातही काढला. मात्र दुसऱ्या हातातला चाकू त्याच्या डोळ्यावर नेम धरून ठेवला होता.

"मला मारू नका, मी पाय धरतो तुमचे. सगळा चोरीचा माल घ्या तुम्ही!" तो म्हणाला.

त्याच्या अंगाला दारूचा आणि बुरशीचा वास येत होता. त्याच्या धाड धाड उडणाऱ्या हृदयाचे ठोकेही मला ऐकू येत होते. "मी तुला एक प्रश्न विचारणार आहे, त्याचं खरं खरं उत्तर द्यायचंस," मी म्हणालो.

"आईच्यान् खरं सांगेन," त्याने मान हलवली.

माझ्या मनात आलं की त्याला विचारावं, 'का रे बाबा अजून जगण्याचा अट्टाहास करतो आहेस? ह्या घाणीच्या ढिगाऱ्यात अजूनही का स्वतःचं थडगं खोदलं नाहीयेस तू? आणि त्यात तुझा हा एक डोळा आणि अंगाचा घाणेरडा दर्प घेऊन उडी का मारली नाहीस तू?'

परंतु हे प्रश्न विचारण्याऐवजी मी त्याला विचारलं, "आत्ता तू जी कविता म्हटलीस ती कुठे ऐकली होतीस?"

क्षणभर त्याचा डोळा चमकला आणि पुन्हा मंदावला. "मी काही चुकीचं केलं का?" तो अडखळत बोलला.

"तू जन्माला आलास हीच मोठी घोडचूक केली आहेस." मी म्हणालो, "माझ्या प्रश्नाचं उत्तर दे. कुठे ऐकलीस तू ती कविता?"

त्या सोप्या प्रश्नाला त्याने तसंच सोपं उत्तर दिलंही असतं परंतु त्याच्या डोळ्यावर नेम धरलेल्या चाकूमुळे त्याला धड विचार करता येईनासा झाला होता.

"आमच्या प्राथमिक शाळेतल्या शिक्षकांची कविता होती ती!" तो म्हणाला.

तेच त्याच्या जीवनाचं दुर्दैव होतं. मला जी माहिती हवी होती तीच तो सांगत होता.

"कुठे गेला होतास शाळेत तू? ब्लॅक फौंटन खेड्यातल्या?"

त्याचा चेहरा उजळला.

"होय, मी ब्लॅक फौंटन खेड्यातून आलो आहे. आमचे शिक्षक इस्तंबूलचे होते."

मी त्याला वाक्य पूर्ण करण्याची संधीच दिली नाही. त्याचा गळा आवळून त्याला भिंतीशी ढकलून म्हणालो, ''त्यांच्याबद्दल अक्षरही बोलायचं काम नाय. तुझ्या खेड्याबद्दल बोल.''

माझं मनगट आपल्या हडकुळ्या बोटांत पकडून तो माझ्याकडे अजिजीने पाहू लागला. हे काय झालं होतं? तो कशात अडकला होता? त्याने काय चुकीचं केलं होतं? त्याच्या मानेच्या शिरा फुगल्या होत्या. कपाळावर घाम डबडबला होता. ओठांच्या कडेतून थुंकी गळू लागली होती. तो घुसमटण्याच्या सीमेवर असताना मी पकड सैल करून त्याची मान सोडली. मग त्याच्याऐवजी मीच बोलू लागलो, ''तुझ्या खेड्याकडे जायचा रस्ता डोंगरातून उंच चढणीच्या मार्गाने जातो. त्यावर नेहमीच ढगांची दाटी झालेली असते. तुमच्या शेतात झाडं नसतात. तुम्ही गुरंढोरं पाळता. तुमची घरं काळ्या दगडाची असतात. तुमच्या खेड्याचं नाव ब्लॅक फौंटन असलं तरी तिथे कारंजंबिरंज काहीही नाही. तुम्ही विहिरीतून पाणी काढता.''

मी त्याची हनुवटी धरून जबरदस्तीने वर केली आणि त्याच्या डोळ्यांत पाहून बोलू लागलो. ''तुमच्या खेड्यातल्या भिंतीसुद्धा तुमच्यापेक्षा जास्त भरवशाच्या असतील. आकाशात सूर्य असो की रात्र... त्या बदलत नाहीत. कमीतकमी शंभर वर्षं उभ्या आहेत त्या. तिथले लोक इतर लोकांशी दिवसा हसूनखेळून वागत असले तरी त्यांचंच अशुभ व्हावं म्हणून रात्रीच्या वेळेस मेलेल्या कोंबड्यांचे तुटके पाय त्यांच्या दारात नेऊन लटकवतात. ते स्वतःचे दोष कधीही कबूल करत नाहीत. क्षमा कशी मागायची हे तर त्यांना माहीतच नाही. ते स्वतःच्या नात्यातील स्त्रियांवर बलात्कार करतात आणि मग त्यांनी घराण्याची अब्रू घालवली ह्या बहाण्याखाली त्यांची हत्या करतात. देवाचं नाव तर सदैवच त्यांच्या तोंडी असतं. रडण्यात तर ते अगदी उस्तादच असतात... ते तक्रारी करतात आणि पूर्वीच्या जुन्या दिवसांची स्वप्नं पाहतात. जोपर्यंत त्यांचं सगळं यथास्थित चाललंय तोपर्यंत दुनिया खड्ड्यात गेली तरी त्यांना पर्वा नसते. त्यांना वाटतं की दुष्टपणा हा दुसरीकडून कुठून तरी येतो. दुष्टपणाचा स्रोत एकतर त्यांचे शेजारी असतात किंवा मग गावात येणारे अनोळखी वाटसरू असतात. पण आपल्याच हृदयात वाढणारे साप काही त्यांना दिसत नाहीत.''

''तुम्ही बरोबर बोलताय!'' तो पडक्या स्वरात म्हणाला, ''त्यांनी माझं काय केलं पाहा. माझ्या स्वतःच्या गावातल्या लोकांनी, माझ्या नातेवाइकांनी माझा डोळा फोडून मला खेड्याबाहेर हाकलून दिलं.''

“गप्प बस, मला तुझ्याबद्दल ऐकायचं नाहीये. तुझ्याकडे तुझी स्वतःची गोष्ट नाही. तुझी गोष्ट ही समूहाची गोष्ट आहे. मी तुला सांगतोय ती एकच सामाईक गोष्ट आहे आणि तुमच्यातला प्रत्येकजण त्या गोष्टीतला एकेक तुकडा जगतो आहे.”

एकाक्षाने अंगभर शोधून फाटक्या कपड्यातल्या गुप्त खिशांतून पैसे काढले. मग मूठभर नोटा माझ्यासमोर धरून तो म्हणाला, “हे घे तू. मी रोज तुला पैसे आणून देईन.” मी त्याच्या हातावर चाकू मारून त्याच्या तळव्यातून रक्ताची चिळकांडी उडवली. त्याच्या हातातले पैसे जमिनीवर गळून पडले. “अयाई ग...” हात मागे घेऊन तो विव्हळला.

“तुम्ही सगळे लोक भेकड आहात, लबाड आहात. जिथे तुमचं वागणं खपून जाईल असं वाटतं तिथे तुम्ही क्रूरही होता. त्या शिक्षकांनाही असंच मारलंत तुम्ही लोकांनी. तुम्ही घरात झोपलेले असायचात तेव्हा ते उठायचे. शाळेच्या एकमेव वर्गाबाहेर चूल पेटवायचे. फळ्यावर चित्रं काढायचे. तुम्हाला अशा डोंगरांच्या गोष्टी सांगायचे जे तुमच्या डोंगरांसारखे अजिबात दिसायचे नाहीत. तुम्ही कधी ऐकलेलेच नसतील अशा प्राण्यांची वर्णनं करायचे. पृथ्वी गोल आहे; समुद्राने जमिनीपेक्षा पृथ्वीचा बराच भाग व्यापलेला आहे असल्या माहितीची तुम्हाला काहीच पडली नव्हती. तरीही ते तुम्हाला संध्याकाळी शाळेच्या मैदानात नेऊन आकाशगंगा दाखवायचे. ध्रुवतारा दाखवायचे. तुम्ही संध्याकाळी घरी गेलात की शाळा भटक्या कुत्र्यांचं आगर बनायची. तेव्हा ते त्यांच्या छोट्याशा अभ्यासिकेत स्वतःला कोंडून घ्यायचे आणि कंदिलाच्या अस्पष्ट उजेडात कविता लिहायचे. त्याच ते तुम्हाला वाचून दाखवायचे. त्यांच्या खिडकीबाहेर काळ्या सावल्या दबा धरून बसलेल्या आहेत ह्याची त्यांना कल्पनाच नव्हती. तुम्ही कशा प्रकारचे लोक आहात; दारांना मस्त कडीकुलपं लावून कशा प्रकारचं जीवन तुम्ही जगत असता हे समजायला वेळ लागला त्यांना. त्यातलं प्रत्येक घर, प्रत्येक व्यक्ती ही अंधारी गुहा होती ह्यावर विश्वास ठेवणं कठीण गेलं त्यांना! म्हणूनच त्यांची ती शेवटची कविता संपूर्ण भ्रमनिरास झाल्याबद्दलची होती. तुमच्या खेड्याचं नाव होतं ब्लॅक फौंटन, पण तुमच्याकडे कारंजं नव्हतंच. तू स्वतःसुद्धा खोटारडाच होतास तुझ्या त्या खेड्यासारखा. हाच खोटेपणा तुमच्या शिक्षकांना नाही सहन झाला.”

तो माझ्याकडे असा बघत राहिला की जसा त्याचा उरलेला डोळा बाहेरच येईल की काय असं वाटावं. त्याने ओठ चावले; माझा हात घट्ट धरला आणि

तो रडू लागला. सापळ्यात अडकलेल्या उंदरासारखा दिसत होता तो. अशा प्रकारे तो पूर्वी कधी रडला असेल कुणास ठाऊक! तो काही आपल्या दुष्कृत्यांचा विचार करत नव्हता तर माझ्या हातातल्या चाकूचा विचार करत होता. मी पुन्हा त्याला भगदाडाशी ढकलून त्याची कॉलर धरली.

"रडू नकोस नाहीतर गळा चिरीन तुझा.'' मी म्हणालो, "उशीर झालाय आता रडायलाही. तुम्ही लोक सगळीकडेच उशीर करता. खूप खूप पूर्वीच तुम्ही रडायला हवं होतं; गुरुजींची क्षमा मागायला हवी होती. त्यांनी तुमचं काय घोडं मारलं होतं? त्यांनी फक्त भिंतीशी बसणाऱ्या म्हाताऱ्यांना सत्य सांगितलं होतं. ते बोलताक्षणी तुम्हा लोकांची झोप उडाली. मध्यरात्री घामाने थबथबून तुम्ही लोक जागे झालात. मग अंधारात दाराबाहेर जाऊन दूरदूरवर बघत बसलात. रात्रभर विड्या फुंकल्यात. तुम्हाला सत्य समजून घ्यायचं नव्हतं. खोट्यासोबत जगण्यात, स्वतःचा दुष्टपणा नाकारण्यात तुम्ही समाधानी होता. हृदयातल्या सापासोबत किती सुखी होता तुम्ही? तुम्ही केवळ गुरुजींचाच विश्वासघात केला नाहीत तर प्रत्यक्ष ज्या डोंगराच्या आधारावर तुम्ही राहत होतात त्याचाही विश्वासघात केलात.''

"कोण आहात तुम्ही? तुम्ही आमच्या खेड्यातले आहात का?'' त्याने घाबरत घाबरत विचारलं.

"तुम्ही कोण आहात म्हणजे तुम्ही सगळे कोण आहात? असं म्हणायचंय का तुला?'' मी खरोखरच वैतागलो होतो आता. "तुम्ही क्षणभर थांबून स्वतःकडे एकदाही पाहत नाही? गुरुजी तुमच्या गावात आले होते कारण ते इस्तंबूलला विटले होते. शहराच्या घुसमटीतून त्यांना दूर जायचं होतं. नाहीतर वेड लागलं असतं त्यांना. एखाद्या प्रेतासारखं इस्तंबूल फुगलं होतं आणि तरीही तिथले लोक प्रेतावर जगणाऱ्या बांडगुळासारखे त्याला चिकटून राहिले होते. त्या दुःस्वप्नापासून त्यांना दूर पळायचं होतं. म्हणूनच त्यांनी ह्या खेड्याचा आसरा घेतला. संध्याकाळची वेळ त्यांना फ्रेंच काव्य अनुवादित करण्यात आणि त्यासोबत स्वतःच्या कवितेत नवी शैली आणण्यात व्यतीत करावी लागत होती. पण तिथले गावकरी तरी काही वेगळे होते काय? लोक सगळीकडे सारखेच नसतात काय? आपण एका दुःस्वप्नाकडून दुसऱ्या दुःस्वप्नाकडे गेलो आहोत हे गुरुजींना कळेपर्यंत खूप उशीर झाला होता. शहर तर खोटं होतंच पण आता हे खेडंही खोटं निघालं होतं. दोन खोट्यांच्या

सापळ्यात ते अडकले होते. जिथे पाहावं तिथे सगळं सडकं कुजकं होतं आणि जगात पळण्यासाठी कुठे जागा म्हणून शिल्लक राहिली नव्हती.''

मी त्या माणसाजवळ गेलो. त्याच्या तेलकट केसांचा वास घेऊन त्याचं अस्वच्छ कपाळ चाचपलं. मग बोटाला लागलेली धूळ त्याला दाखवत म्हणालो, ''ही... ही आशा होती ना, तिला त्यांनी धरून ठेवलं होतं. तुमचे ते गुरुजी म्हणजेच माझा बाप. त्यांच्या शेवटच्या कवितेत त्यांनी मानवतेला शिव्याशाप दिले. कविता लिहून झाल्यावर त्यांनी बाहेर जाऊन आकाशाकडे पाहिलं. आकाशगंगा क्षितिजाच्या एका टोकापासून दुसऱ्या टोकापर्यंत पसरली होती. उत्तरेचा ध्रुव ताराही खूप दूर होता. पण त्यांना तर उत्तरेकडे जाणं शक्य नव्हतं म्हणून ते दक्षिणेकडे गेले... पृथ्वीच्या पोटात सामावले. शेवटचा प्रवास करण्याचा तोच एक मार्ग होता. प्रत्येक मृत्यू हे खाली जाणंच नसतं का? ते खेड्याच्या चौकातल्या विहिरीकडे गेले, तिथे वाकून त्यांनी खाली पाहिलं. आपलं डोकं आत घातलं. शेवाळाने भरलेल्या भिंतींचा छान वास येत होता. तो सुगंध त्यांनी भरभरून घेतला. मग एक दगड पाण्यात टाकला. बराच वेळ पडत पडत तो दगड एकदाचा खाली गेला आणि पाण्यात पडताक्षणी त्याचा प्रतिध्वनी घुमला. तिथे खूप खूप खोल खाली अंधार होता, दमटपणा होता आणि गूढताही होती. सगळ्या जगाचं हृदय म्हणजेच दक्षिण दिशा... ती तिथे होती.''

शेकोटीजवळचे आवाज ऐकू येऊ लागले. आम्हाला इतका वेळ का लागला म्हणून मंडळी चिंतेत पडली होती. आमची नावं घेऊन हाका मारू लागली होती,

''अरे, एकडोळ्या, कुठे आहेस, कामो न्हावी, कुठे आहात तुम्ही?'' मी डोकं मागे करून बघितलं. दारुडे आगीभोवती दारू पीत बसलेले असले तरी त्यांच्यातला एखाददुसराच आमच्या दिशेने तोंड करून हाका मारत होता. ते इथे कधीही येऊ शकत होते. मग पोलादी चाकूंचं गाणं सुरू झालं असतं.

मागे वळल्यावर मी पांढऱ्या कुत्र्याला पाहिलं तेव्हा दगडाला अडखळलो आणि पुढे पडलो. हातातला चाकू खाली पडला. हा पांढरा कुत्रा माझ्या इतक्या जवळ कधी आला होता? त्याचा चेहरा राजबिंडा होता. गर्दन भरदार होती. शेपटीपर्यंत पसरलेल्या लांब केसांनी त्याचं रेशमी अंग झाकलेलं होतं. शहराच्या भिंतींशी दबा धरून बसलेल्या भटक्या कुत्र्यांसारखा हा दिसत नव्हता. तो अन्नामागे नव्हता. चंद्रप्रकाशात त्याचे दात चमकत होते. तीक्ष्ण टोकांचे

कान लांडग्याच्या कानांची आठवण करून देत होते. त्याचे लांबलचक पाय धुळीने भरलेले नव्हते. न हलता तो माझ्याकडे एकटक बघत होता. पुढे काय करणार आहे ह्याचा पत्ता लागू देत नव्हता. मी खाली वाकून चाकू उचलला आणि दोन पावलं मागे जाऊन भिंतीला टेकलो. तो चाकू, मी स्वतः आणि मला शोधत आलेला पांढरा कुत्रा ह्या जागी भेटावेत ही माझी इच्छा मला आठवली. मला आगगाडीचा आवाज ऐकू आला. जमीन थरथरू लागली. हातोडीचे घण लोखंडावर पडावेत तसे रुळांचे आवाज ऐकू येऊ लागले— ठकाक्क ठकाक्क ठकाक्क ठक. दारुडेही कुठल्याही क्षणी आले असते. ठकाक्क ठकाक्क ठकाक्क ठक... आता थोड्याच वेळात पोलादी चाकूंचं गाणं सुरू झालं असतं. आज रात्री प्रत्येकाला आपल्या नियतीला सामोरं जावंच लागेल. मी माझा देह भिंतीशी घट्ट दाबला आणि मुठी वळल्या. मी शेकोटीपासून दूर गेल्यावर अदाझाने काय सांगितलं असेल त्या लोकांना? "न्हावी म्हणून क्षुल्लक नका हं लेखू कामोला. त्याची बायको सुंदर आहे." अंधार वासनेने भरला होता आणि आगगाड्यांना रूळ आवडत होते. दारुडे दारूची बाटली आपापसात फिरवत होते. ती दारूची बाटली म्हणजे जणू धुंद ओठांच्या, पोटावर घाम ओघळत असलेल्या स्त्रीचं शरीर होतं. आगगाड्यांना रूळ आवडतात आणि लहान मुलांना विहिरी आवडतात... ठकाक्क ठकाक्क ठकाक्क ठक. माझ्या बापालाही विहिरी आवडत होत्या. तो ब्लॅक फौंटन खेड्यात तारे बघायचा, वाऱ्याचा वेग मोजायचा आणि पावसाची नोंद करायचा. माझ्या बापालाही विहिरी आवडत होत्या. ठकाक्क ठकाक्क ठकाक्क ठक. त्या ब्लॅक फौंटन खेड्यातल्या विहिरीने भोवऱ्यासारखं गरगरा फिरून मूर्ख मुलं, फसवे म्हातारे आणि पाषाणहृदयी स्त्रियांना गिळलं असतं तर? बंद दरवाजांच्या घरांना आणि पायतुटक्या कोंबड्यांना गिळलं असतं तर? ठकाक्क ठकाक्क ठकाक्क ठक. पण मग त्या विहिरीने माझ्या बापाला गिळलं असतं का?

रात्रीची वासना अचानक ओसरली. वासना ही मुंग्यांच्या फौजेसारखी असते. ती गुप्त गल्लीबोळांतून कवायत करत असते. एकदा का त्यांनी संपूर्ण भाग काबीज करून टाकला की मगच ती थांबते. माझे कान घणघणू लागले होते. आगगाडीचा आवाज अंधारातच दूर दूर गेला तेव्हा मी पडलो होतो तिथून डोकं वर उचललं.

मी जमिनीवर पडलो होतो? मी कधी जमिनीवर पडलो? ह्या खोटारडे-पणाने आणि दारुड्यांनी मला अगदी दमवून टाकलं बुवा. डोकं खूप दुखत

होतं. कसाबसा उठून बसलो. मग भिंतीशी टेकून पाय लांब केले. मान, पाठ, छाती सगळीकडेच घाम आला होता. प्लॅस्टिकच्या बाटलीतून पाणी प्यायलो. वाजलेत तरी किती? मान वळवून गजांबाहेर पाहिलं तेव्हा वाटेतल्या उजेडाने डोळे दुखले. मी आणखी थोडं पाणी प्यायलो. आज दिवस तरी कुठला होता? मी दिवसांचा हिशोबच विसरलो होतो. त्यांनी डॉक्टरांना आणि बाकीच्यांना अजून परत आणलं नव्हतं. फेफरं आलं तेव्हा मी एकटाच होतो ते बरं झालं. मला कुणाचीच मदत लागली नव्हती.

मी समोरच्या भिंतीकडे पाहिलं. तिच्यावर ओरखडे होते; अक्षरं होती आणि रक्ताचे डागही होते. बऱ्याच ठिकाणी पोपडे गेले होते. संपूर्ण कोठडीभर कसले कसले संदेश लिहून ठेवले होते. कधी ते कुणास ठाऊक? एकावर लिहिलं होतं, 'मानवी प्रतिष्ठा.'

दुसऱ्यावर लिहिलं होतं, 'नक्कीच तो दिवस येईल.'

आणखी एकावर लिहिलं होतं, 'वेदना का व्हाव्यात?'

आता हा काय प्रश्न झाला का? इथे येणारा प्रत्येकजण तोच तर विचार करत असायचा. वेदना मनांचं विभाजन करते तसंच ती जगाचंही विभाजन करते. लोकांना वाटतं की ही जागा वेदनास्थळ आहे आणि वरचं इस्तंबूल मात्र वेदनारहित आहे. ह्याचाच अर्थ हे मृगजळांचं युग आहे. एक असत्य लपवायचा उत्तम मार्ग दुसरं असत्य सांगायचं हाच तर असतो की. खरोखरच, जमिनीवरील वेदना लपवण्याचा उत्तम मार्ग म्हणजे जमिनीखाली वेदना निर्माण करणं. इथल्या थंडगार कोठड्यांत बंद केलेल्या लोकांना बाहेरच्या गर्दीची आणि रस्त्यांची आठवण येऊन चुकल्याचुकल्यासारखं होतं. तर बाहेरचे लोक सुखात होते. कारण ते कोठडीपासून दूर त्यांच्या उबदार बिछान्यांवर झोपले होते. पण इस्तंबूल तर कसलीही आशा न उरलेल्या, घुसमटणाऱ्या माणसांनी भरलेलं आहे ना? रोज सकाळी तिथले लोक उठतात आणि आळसटासारखे कामाला जातात. जमिनीवरच्या इस्तंबूलमधल्या घरांच्या भिंतींनाच मुळं फुटतात आणि ती मुळं जमिनीखालच्या कोठड्यांच्या भिंती तोलून धरतात. जमिनीवरच्या घरातले लोक खोट्या सुखाला कवटाळून असतात. त्याचमुळे तर इस्तंबूल आपल्या पावलांवर तग धरून राहू शकतं.

''चला, नवा खेळ सुरू.'' पहारेकऱ्याचा आवाज सगळ्या मार्गिकेतच घुमला. काय चाललंय तरी काय? लोखंडी दरवाजा उघडला की काय?

''सगळेजण बाहेर या. सगळेजण कोठडीच्या दाराशी आले पाहिजेत.''

काय करताहेत हे पहारेकरी? मला अंधूकशी कल्पनाही नव्हती.

त्यांनी गजांवर थडथड काठी आपटली. कोठडीची दारं एकामागोमाग उघडली. मग ते मार्गिकेतून पुढे पुढे येऊ लागले आणि माझ्यापर्यंत येऊन थांबले. त्यांनी कोयंडा काढला तेव्हा कोठडीत उजेड आला. माझे डोळे एकदम झोंबले. मस्तकशूळ आणखीन वाढला.

''अरे ए, उभा राहा, भाडखाऊ... दाराशी ये, चल.'' पहारेकरी मला ढोसून बाजूच्या कोठडीत गेला. दारं उघडण्याचा आवाज चालूच राहिला.

मी उठून बाहेर गेलो. प्रत्येकाला मार्गिकेत उभं केलं होतं. वाढलेले केस आणि दाढ्या एकत्र गुंतलेले पुरुष आणि चेहऱ्यावर ओरखडे उठलेल्या बायका एकमेकांकडे डोळे विस्फारून पाहू लागल्या. पहारेकरी मार्गिकेच्या टोकाशी गेला आणि त्याने विरुद्ध बाजूची कोठडी उघडली. दार उघडताक्षणी आतली मुलगी उठून उभी राहिली. झिनी सेवदा कधी परतली तिच्या कोठडीत? मला फेफरं आलं होतं तेव्हा तर नव्हे? ती बाहेर आली आणि माझ्यासमोर उभी राहिली. ती बराच काळ झोपली नसावी हे अगदी उघड दिसत होतं. तिचा चेहरा आणि मानच नव्हे तर बोटंही सुजलेली दिसत होती. तिच्या खालच्या ओठातून रक्ताचा थेंब आला. तो तिने हाताने पुसून टाकला.

''या, या सगळे...'' प्रश्नकर्ते मार्गिकेच्या तोंडाशी ओरडत होते, त्या दिशेने आम्ही पाहिलं. ते संख्येने पुष्कळ होते. त्यांच्या हातात काठ्या आणि साखळ्या होत्या. त्यांनी अंगातल्या स्वेटरच्या बाह्या सरसावल्या आणि आमच्याकडे बघत वेड लागल्यासारखे हसू लागले. ''हे घ्या तुमचे गुरू. तुमचे संरक्षक देवदूत.'' त्यांनी कुणालातरी लोखंडी दरवाजातून पायांना धरत ओढून आणलं होतं. त्या माणसाला त्यांनी मार्गिकेच्या सुरुवातीच्या टोकाशी टाकून दिलं. काळा लंगोट सोडला तर तो माणूस बाकी उघडाच होता. मी कुहेलन काकांचा धिप्पाड देह ओळखला. किनाऱ्यावर वाहून आलेल्या प्रेतासारखे दिसत होते ते. रक्ताने न्हाले होते. एवढे की त्यांचे पांढरे केसही लाल झाले होते. ह्या लोकांनी ठार मारलं होतं की काय त्यांना? हीच आता त्यांची दफनभूमी बनणार होती की काय? मार्गिकेतून लोकांची कुजबुज ऐकू आली. ते भीतियुक्त आवाज होते. कुणीतरी पुटपुटलं, ''मादरचोद, भडवे.'' आणखी कुणीतरी तेच शब्द उच्चारले. पहारेकऱ्याने ते ऐकलं आणि तो संतापाने आमच्यावर धावून आला.

''कोण बोलला तो?'' तो ओरडला.

हातातल्या काठीचे फटके मनात येईल त्याच्या अंगावर मारत तो रांगेवरून धावला. सगळीकडे तुटलेल्या दातांचा आणि रक्ताचा सडा पडला.

दोन चौकशी अधिकाऱ्यांनी कुहेलन काकांच्या काखांत हात घालून त्यांना चालवायचा प्रयत्न केला. ''चल रे, ढबोल्या, चाल.'' म्हणजे कुहेलन काका जिवंत होते तर! त्यांचं विव्हळणं मार्गिकेत घुमलं. तिथेच आम्ही अजिबात न हलता उभे होतो. पार शेवटल्या कैद्यापर्यंत तो आवाज पोचत होता. ''चल रे, हल रे म्हाताऱ्या. हल जरा!'' रिकाम्या हवेला धरावं तसा काकांनी एक हात हलवला. त्यांच्या खाली कलंडलेल्या डोक्याकडे, मानेकडे आणि रुंद खांद्यांकडे पाहिलं की एखाद्या जनावराची आठवण होत होती. जखमी जनावराच्या रक्त गोठवणाऱ्या आरोळीसारखं त्यांचं ओरडणं वाटत होतं. तोंडातून लाळ गळत होती. तोंडातून बाहेर पडणारे शब्द असंबद्ध बडबडीसारखे वाटत होते. कोण होते कुहेलन काका आता? हे समोर उभं राहिलेलं विव्हळणारं शरीर कोण होतं? काय होतं? त्यांनी एक पाय कसाबसा जमिनीवर ठेवला आणि दुसरा तसाच पुढे ओढला. चौकशी अधिकाऱ्यांनी त्यांचे हात सोडून त्यांना एकाच पायावर उभ्या अवस्थेत सोडून दिलं. ते क्षणभर डगमगले. मग त्यांनी दीर्घ श्वास घेतला आणि मागचा पाय आधीच्या पायाच्या पातळीत येईपर्यंत पुढे आणला. त्यांनी मान वर केली तेव्हा त्यांचा चेहरा मानवी वाटतच नव्हता. ओठ सुजलेले, जीभ बाहेर आलेली, भुवया कापलेल्या, रक्ताळ डोळे उघडतच नव्हते. छातीवरच्या जखमेतून पू बाहेर येत होता...

''नीट पाहून घ्या ह्याला!'' एक चौकशी अधिकारी ओरडला. ''आम्ही कसं काम करतो ते निरखून पाहा. आमच्या न्यायनिवाड्यापासून कुणाची सुटका होणार आहे?''

खरोखर पांढऱ्या देवमाशाच्या पाठलागासाठी समुद्रात शिरणाऱ्या कप्तानां-सारखे होते कुहेलन काका. ते वादळांविरुद्ध लढत होते परंतु बंदरावर पराभूत होऊन परतत होते... अगदी त्यांच्या बाबांनी सांगितलेल्या गोष्टींसारखेच. त्यांच्या जहाजावर हल्ले झाले होते; शिडाच्या चिंध्या चिंध्या झाल्या होत्या. परंतु त्या कप्तानांसारखेच प्रत्येक पराभवागणीक ते नव्या सागरी मोहिमेची स्वप्नं पाहत होते. रक्ताळलेल्या पायांनी ते पुढे येऊ लागले तेव्हा त्यांच्या कानात वादळी वाऱ्याचा आवाज घुमत होता. नाकातून येणाऱ्या रक्ताला ते समुद्राचं खारं पाणीच समजत होते. कधीही न संपणारं स्वप्न होतं ते. प्रत्येकजण

आपापल्या पांढऱ्या देवमाशामागे खुल्या समुद्रावर जात होता. परंतु कुहेलन काका मात्र इस्तंबूलच्या समुद्रातच आपला पांढरा देवमासा शोधत होते. तसं करता करता ते आनंदाने एवढे बेहोश होत होते की त्याचा मोह टाळणं त्यांना सर्वथैव अशक्य बनत होतं. आसरा देणारं बंदर ते शोधतच नव्हते. त्यांनी आपल्या नकाशावरची सर्व बेटं पुसूनच टाकली होती. ते एकतर समुद्रांवर विजय मिळवणार होते नाहीतर लाटांखाली समाधी घेणार होते.

चाकूच्या अगणित वारांनी त्यांच्या पाठीची चाळण झाली होती. जमिनीवरून ते आपले जडशीळ पाय ओढत ओढत पुढे येऊ लागले तेव्हा त्यांनी आपली मान वर केली. जणू त्यांनी एखादी किंकाळीच काही अंतरावरून ऐकली असावी. त्यांनी वाऱ्याच्या दिशेचा अंदाज घेतला.

कुहेलन काका त्यांच्या जीवनातला तो सर्वात दीर्घ प्रवास करत होते तेव्हा माझ्यासमोर खिळलेल्या अवस्थेत उभ्या असलेल्या झिनी सेवदाने हाताच्या मुठी घट्ट वळल्या होत्या. लहान मुलासारखी डोळ्यांची उघडझाप करून ती रांगेतून पुढे आली. मार्गिकेच्या मध्याकडे तिने दोन पावलं टाकली आणि ती कुहेलन काकांसमोर एखाद्या झाडासारखी ताठ उभी राहिली. दोघांमध्ये पाच-सहा मीटर अंतर होतं. सगळी डोकी झिनी सेवदाकडे वळली तेव्हा चौकशी अधिकाऱ्यांनी एकमेकांकडे पाहिलं. संपूर्ण मार्गिकाभर शांतता पसरली. कुहेलन काकांचं थेंब थेंब गळणारं रक्त जमिनीवर पडत होतं त्याचाच काय तो आवाज येत होता.

"काय करतेय काय ती?"

"साहेब, डोंगरांवरून आणलेली तीच ती मुलगी."

झिनी सेवदाने हाताने कपाळ आणि गाल पुसले. केस सारखे केले. कुतूहलाने बघणाऱ्या नजरांसमोर खाली वाकून एखाद्या संगमरवरी पुतळ्यासारखी ती काकांसमोर हात पसरून बसली. तिच्या दिशेने येणाऱ्या त्या जखमी शरीराला कवेत घेण्याची ती प्रतीक्षा करत होती. तिच्या पायांच्या तळव्यावर जाड जाड फोड आले होते. सिगरेटच्या चटक्यांनी मान भरून गेली होती. ती काही सूर्यास्ताच्या वेळेस लाटांतून बाहेर येणारी आणि खडकांवर बसून गाणी म्हणणारी जलपरी नव्हती, तर वेदनांनी तळमळणारा जखमी जीव होती. काका तिला पाहू शकत होते का? ती वाटेत हात पसरून बसली आहे ते त्यांच्या रक्ताळलेल्या डोळ्यांना दिसत होतं का?

"ए, ऊठ, हरामजादी, कुत्री..."

झिनी सेवदाने चौकशी अधिकाऱ्याकडे दुर्लक्ष केलं. ह्या वेळेस तिने ओठांतून येणारं काळं रक्त जिभेनेच अडवून तोंडात घेतलं आणि हात आणखीनच पसरले.

''उठवा त्या रांडेला.''

मार्गिकेच्या कडेला उभा असलेला चौकशी अधिकारी हातातली काठी उगारत पुढे आला आणि झिनी सेवदासमोर उभा राहिला. त्याने तोंडातली सिगरेट जमिनीवर टाकून पायांखाली चुरडली. झिनी सेवदाकडे बघत बघत त्याने आपला बूट काँक्रीटच्या जमिनीवर हळूहळू फिरवला आणि पिवळे दात दाखवत छद्मी हसून दोन पावलं मागे गेला. मग त्याने तिच्या पोटात सणसणीत लाथ घातली. एखाद्या ओंडक्यासारखी झिनी सेवदा मागच्या मागे उडाली आणि कोठडीच्या दारावर जाऊन आपटली. ती क्षणभर तशीच थांबली. मग पोट हातांनी आवळत हळूहळू उभी राहिली. पुन्हा खाली बसली आणि कुहेलन काकांकडे पाहू लागली. खरोखरच दोघांमधली पोकळी ओलांडण्यासारखी नव्हती.

चौकशी अधिकाऱ्याने पायाने सिगरेटचं थोटूक दूर सारलं आणि खाली वाकून झिनीच्या तोंडाजवळ तोंड नेलं. तिने काहीच प्रतिक्रिया व्यक्त केली नाही तेव्हा तो मागे झाला. अजूनही तो छद्मी हसत होता. एखाद्या खेळण्यासारखी हातातली काठी फिरवत होता. मग त्याने काठी हवेत उंचावली. आता तो माझ्या अगदी पुढ्यातच आला होता. एका झटक्यात मी त्याचा उचललेला हात पकडला. त्याची काठी हवेतच राहिली. आम्ही दोघं डोळ्यांत डोळे घालून बघू लागलो. साला मादरचोद... मला तो ओळखत होता का? त्याला पोलादी चाकूचं गाणं माहीत होतं का? माझं मस्तक ठणठणू लागलं. बाकीचे सर्वजण त्या काँक्रीटच्या जमिनीवर थरथरत उभे होते तेव्हा माझा चेहरा आगीत भाजल्यासारखा गरम होऊन उठला होता. मेंदूत गिरमीट फिरत होतं. त्याला पोलादी चाकूचं गाणं माहीत होतं का? मादरचोद! मला ढकलून त्याने आपला हात सोडवून घेण्याचा प्रयत्न केला. जेव्हा त्याला कळलं की त्याच्या अंगात तेवढी ताकद नाहीये तेव्हा तो किंचाळला.

●

दिवस **चौथा**

कुहेलन काकाचं कथन

भुकेला लांडगा

शिकारी टेकडीच्या उंच चढणीवर धडपडत चढत असताना त्यांना वादळाने घेरलं. हिमवादळामुळे थोड्याच वेळात सगळं काही बर्फाखाली गाडलं गेलं होतं. हिमवर्षावातून पलीकडे बघणंही अशक्य झालं होतं. रात्र लवकर पडली होती. वाट चुकलेल्या शिकाऱ्यांना अंधारात एके ठिकाणी उजेड दिसला. त्या बर्फात घसरत,   अडखळत ते त्या दिशेने जाऊ लागले. सरतेशेवटी ते डोंगरातल्या त्या पर्णकुटीपर्यंत पोचले. तिच्याभोवती बाग होती. त्यांनी दार वाजवलं. ''आम्ही थंडीने मरतो आहोत, आम्हाला आत येऊ द्या,'' त्यांनी साद घातली. आतून एका स्त्रीचा आवाज आला, ''कोण आहे?'' ''आम्ही इस्तंबूलचे तीन शिकारी आहोत. रस्ता चुकलो आहोत. आम्हाला कुठेतरी आसरा हवाय.'' ती म्हणाली, ''माझे पती घरी नाहीत. मी तुम्हाला घरात घेऊ शकत नाही.'' शिकाऱ्यांनी तिची करुणा भाकली, ''तुम्ही दार नाही उघडलं तर आम्ही इथे मरून जाऊ. हवं तर आम्ही तुम्हाला आमची सगळी हत्यारं देतो.'' ते तिची मनधरणी करू लागले. वारा जोरजोरात वाहू लागला होता. दूरवरून हिमकडा कोसळण्याचा आवाज येत होता. बाईने दार उघडलं. शिकाऱ्यांना शेकोटीपाशी ऊब घ्यायला बोलावलं. त्यांना खाऊपिऊ घातलं. शिकाऱ्यांनी आपल्या पाठीवरच्या पिशवीतून तिला एक आरसा, कंगवा आणि छोटा चाकू दिला. ''तुम्ही आमचा जीव वाचवलात, आम्ही तुमच्या कायमचे ऋणात राहू,'' ते म्हणाले. बाईने त्या भेटींबद्दल त्यांचे आभार मानले आणि

ती तिच्या खोलीत झोपायला गेली. शिकारी शेकोटीजवळ आडवे झाले आणि झोपी गेले. अचानक शीळ घातल्याचा आवाज ऐकून त्यांना जाग आली. शेकोटीतून चित्रविचित्र आवाज ऐकू येत होते. ज्वाळांचा रंग सारखा बदलत होता. तेवढ्यात धुरांड्यातून उजेडाचा झोत खाली आला आणि त्यांच्यासमोर उभा राहिला. त्यात हिरव्या पंखांची परी होती. ''घाबरू नका,'' परी म्हणाली. ''मी ललाटरेषा लिहायला आले आहे.''

''कुणाची? आमची?'' त्यांनी विचारलं.

''नाही,'' परी म्हणाली. ''तुमची ललाटरेषा तर तुमच्या जन्मापूर्वीच लिहिली गेली. मी बाजूच्या खोलीतल्या गर्भवती स्त्रीसाठी आले आहे. तिला लवकरच बाळ होणार आहे त्याची नियती मी लिहिणार आहे.''

''काय असेल त्या बाळाचं भविष्य? आम्हाला सांग ना!'' ते म्हणाले.

''ते मी तुम्हाला सांगू शकते, पण तुम्हाला ते बदलता येणार नाही.'' परी म्हणाली.

शिकाऱ्यांनी आग्रहच धरला तेव्हा परी हसली आणि तिने त्यांचं समाधान केलं. ''बाईला मुलगा होईल. तो चांगला हट्टाकट्टा आणि निरोगीही असेल. वीस वर्षांचा झाला की त्याचं त्याला आवडणाऱ्या मुलीशी लग्न होईल. परंतु त्याच्या लग्नाच्या रात्रीच एक लांडगा त्याला खाईल. ''

''नाही, नाही,'' शिकारी म्हणाले, ''आम्ही ते होऊ देणार नाही.''

''नियतीशी वाद घालूच नका,'' असं म्हणून परीने त्यांच्या अंगावर राख फुंकली. शिकारी झोपी गेले. सकाळी जाग आल्यावर त्यांनी आपल्याला पडलेलं स्वप्न एकमेकांना सांगितलं. तिघांनाही एकच स्वप्न पडलं होतं म्हणजे ते खरं असणार. त्यांनी बंदुकींवर हात ठेवले आणि गुपित हे गुपितच ठेवण्याची आणि बाळाचा जीव वाचवण्याची शपथ घेतली. त्या बाईला कसलीच कल्पना नव्हती.

ते तिला म्हणाले, ''तू आमची बहीण आहेस. आम्ही तुझ्याकडे एक मागणं मागतो.''

''काय हवंय तुम्हाला?'' बाईने विचारलं.

''आम्हाला तुझ्या बाळाच्या लग्नाला यायचंय. ते जेव्हा होईल तेव्हा तू आम्हाला बोलाव,'' ते म्हणाले.

पुढील वीस वर्षं त्या शिकाऱ्यांनी कशीबशी ढकलली. रोज ते त्या विवाहाच्या रात्रीसाठी तयारी करायचे. मग ती वेळ आली आणि लग्नाची

बातमी इस्तंबूलला पोचली. तेव्हा बंदुका खांद्याला लावून ते विजेच्या वेगाने डोंगरातील झोपडीकडे गेले, तिथेच त्यांचं इतक्या वर्षांपूर्वी आगतस्वागत झालं होतं. तिथे गेल्यावर त्यांनी एवढी वर्षं निष्ठेने जपून ठेवलेलं गुपित सर्वांना सांगितलं. मग सोबत आणलेला एक मोठा पेटारा खोलीच्या मधोमध ठेवला. त्यात नवरानवरीला बसवून त्यांनी पेटाऱ्याभोवती सात साखळ्या बांधल्या. झाकणाला सात कुलपं लावली. मग आपण अजिबात झोपणार नसल्याचं जाहीर केलं आणि चुकून झोप येऊ नये म्हणून आपल्या करंगळ्याही कापून घेतल्या. त्यानंतर पहाट होईतो ते वाऱ्याचं भणभणणं ऐकत बसले. जरा जरी आवाज झाला तरी सरळ ते गोळी घालायचे. सकाळचा पहिला किरण दृष्टिपथास आला तेव्हा ते आनंदाने आरडाओरडा करू लागले. अगोदर त्यांनी सात कुलपं उघडली. मग सात साखळ्या काढल्या. पण त्यांना पेटाऱ्यात रक्तबंबाळ अवस्थेतली एकटीच नवरी दिसली तेव्हा त्यांचा डोळ्यांवर विश्वास बसेना. काय झालं? त्यांनी विचारलं. नवरी चाचरत बोलू लागली, "मलाही कळलं नाही काय झालं ते. तुम्ही पेटाऱ्याचं दार बंद केलंत आणि त्या क्षणी माझं लांडग्यात रूपांतर झालं आणि ज्या माणसावर मी प्रेम केलं होतं त्यालाच मी खाल्लं. का ते मला माहीत नाही, पण मी खाल्लं त्याला."

डॉक्टर माझं बोलणं कुतूहलाने ऐकत होते. त्यांच्या चेहऱ्यावर करमणूक आणि भीती असे दोन्ही भाव होते. गोष्ट ऐकताना त्यांच्या डोळ्यांतले भाव बऱ्याचदा बदलतही होते.

"गोष्टीचा शेवट ऐकून तुम्हाला आश्चर्य वाटलं का डॉक्टर?" मी म्हटलं. "तुम्हाला माहित्येय का? लांडग्याने त्या मुलाला खाल्लं हे ऐकल्यावर आश्चर्य वाटण्याऐवजी हसणारे लोकही पाहिलेत मी."

"इथेही तुम्हाला हसणारे लोक भेटतील," झोपलेल्या कामोकडे बघून डॉक्टर म्हणाले. ते त्याच्या दिशेने झुकले आणि जणू त्याचा श्वासच ऐकत असावेत अशा तऱ्हेने त्यांनी त्याच्याजवळ कान नेला. मग काही काळ थांबून ते पुन्हा सरळ झाले. "मी ही गोष्ट पूर्वी ऐकली नव्हती काका, पण मला आवडली ही शिकाऱ्यांची गोष्ट. तुमच्या बाबांनी सांगितली होती का ही गोष्ट तुम्हाला?"

"हो, आमचा रेडिओ बिघडला त्या पहिल्या रात्री आम्हाला लगेच कंटाळा येऊ नये म्हणून बाबांनी ही गोष्ट सांगितली होती आम्हाला."

"तुम्हाला खेड्यात लगेच कंटाळा यायचा का?"

'खेड्यात काय हो, लोक हेच एकमेकांच्या करमणुकीचा विषय असतात. पूर्वी आम्हाला कंटाळा म्हणजे काय तेच माहीत नव्हतं, परंतु रेडिओमुळे आम्ही बदललो. रेडिओ बिघडला की आम्हाला काहीच करावंसं वाटायचं नाही. आम्ही नेहमी खेळ खेळायचो ते खेळण्यातही रस वाटायचा नाही. असं काही घडलं की शहरातले लोक काय करत असतील असा विचार आमच्या मनात यायचा.''

''किती चमत्कारिक!'' डॉक्टर म्हणाले.

''माझे बाबा अशाच एका सफरीवरून परत आले तेव्हा ट्रांझिस्टर घेऊन आले. जेव्हा त्यांचे इस्तंबूलचे दौरे छोटे असत तेव्हा आम्हाला माहीत असायचं की ते त्यांच्या तिथल्या मित्रांसोबत आहेत. परंतु जेव्हा ते बराच काळ जायचे तेव्हा आमच्या लक्षात यायचं की त्यांना शहरातील तुरुंगात बंदी बनवून ठेवलं आहे. रेडिओ आणला त्या वेळी ते बराच काळ दूर होते. त्यांचा अशक्त, पांढराफटक चेहरा आम्हाला दिसू नये म्हणून ह्या वेळेस त्यांनी लहान लहान भेटवस्तू आणल्या होत्या. त्या त्यांनी त्यांच्या बॅगेतून बाहेर काढल्या. त्यातला रेडिओ तर आम्ही प्रथमच पाहत होतो. बाकीच्या वस्तूंपेक्षा त्यामुळेच आम्ही खूश झालो होतो. त्या रात्री आम्ही रेडिओवर कादंबरी ऐकली. एक माणूस एका स्त्रीवर प्रेम करत असतो, पण ती त्याला नकार देते. पुढे ती स्त्री इस्तंबूल सोडून पॅरिसला जाते आणि बऱ्याच वर्षांनी परत येते, तेव्हा ते एकमेकांना पुन्हा भेटतात आणि एका चहाच्या मळ्यात एकत्र बसतात. झाडं त्यांच्याभोवती आपली सोनेरी पानं ढाळत असताना तो माणूस तिची सिगरेट पेटवून देतो. चित्रांच्या पोस्टकार्ड्सवर जोडपी बसलेली दाखवतात ना, तसेच बसून ते येणारी-जाणारी जहाजं आणि तोपकापी राजवाड्याबद्दल बोलत असतात, असं त्या कादंबरीत लिहिलेलं होतं. सरतेशेवटी ती स्त्री वळते आणि त्याच्या नजरेला नजर भिडवते. तिचा ध्यास घेतलेला तो माणूस मनाने वाळवंटातच जगत असतो. ती विचारते, ''तुझ्याकडे वाळवंट आहे का?'' त्यावर तो म्हणतो, ''होय, ''तू नव्हतीस तेव्हा हे शहर वाळवंटासारखं बनलं होतं.'' स्त्री त्याला विचारते, ''तू एके सकाळी उठलास आणि तुला कळलं की माझं रूपांतर वयस्कर घुशीत झालं आहे तर काय करशील?''

''मी तुझ्याशी चांगलंच वागेन.'' माणूस म्हणाला, ''तू मेलीस तर मी तुझ्यासाठी शोक करेन.''

त्यावर ती आणखी एक सिगरेट शिलगावून म्हणाली, ''मी तुला एक गोष्ट सांगते.'' ती बहुधा त्याची परीक्षा घेत असावी. परंतु तेवढ्यात रेडिओवरील निवेदकाने सांगितलं की त्या दिवसाचं प्रकरण संपलं आहे आणि पुढील भाग पुढल्या आठवड्यात ह्याच वेळेस ऐकाल. त्यामुळे मग त्या स्त्रीने सांगितलेली गोष्ट ऐकण्यासाठी आम्हाला आठवडाभर वाट पाहावी लागली.''

डॉक्टरांचं बहुधा डोकं दुखत असावं म्हणून त्यांनी अर्धवट डोळे मिटलेले होते. ते उजेडाच्या विरुद्ध बाजूला वळले आणि गजांकडे न पाहण्याचा त्यांनी प्रयत्न केला. परंतु माझं बोलणं मात्र ते रस घेऊन ऐकत होते.

''पुढल्या आठवड्यात रेडिओ बिघडला. बाबांनी खूप प्रयत्न केला पण त्यांना काही तो दुरुस्त करता आला नाही. आमच्या चेहऱ्यावरचे कंटाळलेले भाव त्यांनी पहिल्यांदाच पाहिले तेव्हा ते बहुधा दचकले. कारण ते आम्हाला म्हणाले, ''काळजी करू नका, मुलांनो, मला ती कादंबरी माहीत आहे.'' त्यांना ती खरोखरच माहीत होती का? परंतु खेड्यासारख्या ठिकाणी त्यांना ती माहीत असणं आणि आमचा त्यावर विश्वास बसणं गरजेचं होतं. त्या स्त्रीने त्या माणसाला रेडिओवर जी कहाणी सांगितली ती त्यांनी आमच्या नजरेसमोर उलगडली. त्यांनी एखाद्या जादूगारासारखी बोटं नाचवून त्या गर्भवती स्त्रीची आणि परीची सावली भिंतीवर पाडून दाखवली आणि हळूहळू त्या शिकाऱ्यांची कहाणी जिवंत केली. त्यांनी आम्हाला ती डोंगरातील पर्णकुटी आणि त्या घरात ठेवलेला पेटारासुद्धा दाखवला. त्या रात्री आयुष्यात प्रथमच मला वेगळ्या प्रकारच्या आनंदाची तहान लागली. मी स्वप्न पाहिलं की माझे बाबा मलाही इस्तंबूलला नेतील. तिथले सोनेरी दिवे दाखवतील. नंतर मी बाबांना विचारलं की, ''त्या गोष्टीत एक प्रश्नही होता का?'' बाबा म्हणाले, ''त्या गोष्टीत प्रश्न काय होता आणि उत्तर काय होतं ते तूच सांग मला. कादंबरीतल्या त्या बाईने त्या माणसाला ती गोष्ट का सांगितली असावी?''

''कुहेलन काका,'' डॉक्टर म्हणाले, ''मला कोडी आवडतात, पण इथे आम्हाला मुळात कोडंच काय ते माहीत नाही तर त्याचं उत्तर कसं माहीत असणार?''

''बाबा म्हणाले की प्रश्न काय आणि उत्तर काय हे तुम्हीच शोधून काढायचं. त्यांनी आम्हाला दुसऱ्या दिवशी संध्याकाळपर्यंत वेळही दिला.''

''मग? जमलं का तुम्हाला ते?''

''माझ्या आईला जमलं. कोड्यांची उत्तरं शोधण्यात ती आमच्या घरातली तरबेज व्यक्ती होती.''

''मलाही वेळ द्या. मीही प्रयत्न करतो आणि उद्यापर्यंत उत्तर शोधतो.''

''काहीच अडचण नाही, डॉक्टर! इथे आपल्याकडे काय वेळच वेळ आहे.''

दमित्राय गुडघ्यांवर डोकं टेकून झोपला होता. तो उठला. त्याने डोळे चोळले. त्याला थंडी वाजत असावी हे तर स्पष्टच दिसत होतं. त्याने छातीभोवती हात आवळून घेतले. मग झोपलेल्या कामोकडे बघून तो म्हणाला, ''केवढीही थंडी असली तरी हा कामो झोपणार म्हणजे झोपणार. मला हेवा वाटतो ह्याचा. थंडीचं म्हणाल तर सगळ्यात जास्त थंडी मलाच वाजते इथे.''

''तुला झोप लागत नाही का?'' मी विचारलं.

''नाही, काका, मी तुमची गोष्ट ऐकली. एखाद्या सिनेमासारखी होती ती. माझ्या डोळ्यांसमोर सगळी दृश्यं जिवंत झाली. ती वादळी रात्र, खिडकीत दिवा पेटलेली पर्णकुटी... मला वाटतं की गोष्टीच्या अखेरीस प्रश्न स्पष्ट झाला. म्हणजे कितीही अटळ असलं तरी त्या मुलाची नियती बदलण्याचा आणखी कुठला मार्ग होता का त्यांच्यासमोर?''

''प्रश्न सोपा असला तर उत्तरही सोपंच असलं पाहिजे. तुला माहित्येय का उत्तर?'' डॉक्टरांनी विचारलं.

''होय डॉक्टर, मला वाटतं की त्यांना त्याचं नशीब बदलता आलं नसतं.''

''का नाही? त्यांनी त्या मुलाला एकट्यालाच पेटाऱ्यात ठेवलं असतं तर तो वाचला नसता का?

''तसं झालं असतं तर त्या शिकाऱ्यांपैकी एकाचं लांडग्यात रूपांतर झालं असतं. त्याने बाकीच्या दोघांचे तुकडे तुकडे केले असते आणि नंतर त्या पेटाऱ्यात शिरला असता ना तो.''

डॉक्टरांनी त्या बोलण्यास हरकत घेतली. ''नाही, तसं झालं असतं तर बाकीच्या शिकाऱ्यांना लांडग्यास ठार मारण्याची संधी मिळाली असती. शिकाऱ्यांना फक्त त्या मुलालाच वाचवायचं नव्हतं तर त्यांना त्या लांडग्याशीही दोन हात करायचे होते. त्यांनी त्यांची बोटं कापून घेतली होती, स्वतःचं रक्त

सांडलं होतं. रक्ताच्या वासाचा मोह घालून त्यांना लांडग्याला तिथे आणायचं होतं. लांडग्याने ललकारायला हवं होतं त्यांना.''

दमिर्ताय परीक्षेतला प्रश्न सोडवावा त्याप्रमाणे त्यावर विचार करत होता असं दिसत होतं. ''ह्यापेक्षा बरं उत्तर शोधण्यासाठी मला थोडा वेळ द्या,'' तो म्हणाला.

डॉक्टर माझ्याकडे वळले, ''कुहेलन काका, तुमच्या आईने काय उत्तर दिलं? आपण नशीब बदलू शकत नाही असंच म्हणाली का तीही?''

''नाही, तिने आणखी वेगळा विचार केला.''

''माझ्याकडे एक उत्तर आहे, तुम्हाला ऐकायचंय का ते?''

''घाई काय आहे डॉक्टर? शिवाय तुम्ही उद्या सकाळपर्यंत वेळ मागून घेतला आहे ना?''

''तुम्ही दमिर्तायशी बोलत असताना मी विचार करत होतो. शिकाऱ्यांच्या गोष्टीत प्रश्न असा काही नाहीये. त्याशिवाय तो गोष्टीच्या आतून निर्माण होणार नाहीये तर गोष्टीबाहेरून उपस्थित होणार आहे. कादंबरीतली स्त्री स्वतःबद्दल एक प्रश्न विचारणार आहे. म्हणूनच तिने ती गोष्ट सांगितली, हो ना?''

''वा, चांगलं सांगताहात, बोला पुढे.''

''तो माणूस तिच्यासाठी कुठल्या पातळीपर्यंत जाऊन त्याग करायला तयार आहे हे त्या स्त्रीला जाणून घ्यायचं होतं. ती त्याला विचारणार होती की तो त्या कथेतला मुलगा असता तर तिच्यासोबत पेटाऱ्यात बसायला तयार झाला असता का? तिला समस्या सोडवायचीच नव्हती. तिला पाहायचं होतं की समस्येला तोंड देण्याएवढा तो धाडसी आहे का?''

''अगदी माझ्या आईसारखं बोललात, डॉक्टर! तुम्हाला माहित्येय का कादंबरी?''

''नाही.''

''कादंबरीचा शेवट सुखद आहे.'' मी म्हणालो, ''माझ्या बाबांच्या मते काही काही प्रेमांना उमलून यायला वेळ लागतो. ह्या कादंबरीचं नशीबही तसंच आहे.''

''कादंबरीचं नशीब...'' स्वतःशीच बोलल्याप्रमाणे डॉक्टर बोलले. त्यांनी भिंतीवर नखाने उभी रेषा काढली. ''नशीब काय असं सरळ रेषेसारखं असतं का? ते बदलता येतं की नाही? हा कामो उठला की त्याला विचारणार आहे मी कुहेलन काका. तुम्हीही झोपा आता. विश्रांती घ्या थोडी आणखी.''

“मला नाही आलेली झोप. कामो गाढ झोपलाय. त्याच्या चेहऱ्यावर जखमा किंवा ओरखडे नसतील पण त्या चौकशीवाल्यांनी त्याचं डोकं जोरात आपटलं आणि त्याला जमिनीवर पाडून लाथा घातल्या.”

काल ते कामोला ढकलत, मारत कोठडीत घेऊन आले तेव्हा आम्ही दोघं अर्धमेल्या अवस्थेत होतो. वेदना एवढ्या होत्या की झोपच लागत नव्हती. कामोपेक्षाही मला समोरच्या कोठडीतल्या झिनी सेवदाची जास्त काळजी लागून राहिली होती. ती पुढे का झाली, तिने स्वतःहून त्यांच्या माराला आमंत्रण का दिलं तेच मला कळत नव्हतं. ती मार्गिकेच्या मधोमध बसली होती आणि माझ्या दिशेने तिने बाहू पसरले होते. मारहाण होत असूनही ती न डगमगता तिथेच बसून राहिली होती. चौकशी अधिकाऱ्याचा हात पकडून कामो न्हाव्याने तिचं रक्षण करण्याचा प्रयत्न केला होता तेव्हा अन्य सर्वांप्रमाणे तीही आश्चर्यचकित झाली होती.

“नाही,” कामो म्हणाला. “मी त्याचा हात नाही पकडला. माझा त्याला चुकून स्पर्श झाला म्हणून त्याने माझ्यावर हल्ला केला.”

मला सगळं स्पष्ट आठवत होतं. मी रक्तबंबाळ झालो होतो. पाय शिशासारखे जड झाले होते. हलवताही येत नव्हते. तसं असूनही मी मार्गिकेत दोन्ही बाजूंना उभे असलेले कैदी ओळखू शकत होतो. मला अजूनही ऐकू येत होतं. झिनी सेवदा माझ्यासमोर बाहू पसरून खाली बसली होती. कामोने त्या छळकर्त्याचं मनगट पकडून त्याला भिंतीवर आदळलं होतं. किंकाळ्या आणि शिव्याशापांनी हवा नुसती गरम होऊन उठली होती. त्यांनी झिनीला मारलं, कामोवर हल्ला केला, पण मला जीभही हलवता येत नव्हती. माझ्या घशातून घरघरच तेवढी बाहेर येत होती.

“तुमचा गैरसमज होतोय, कुहेलन काका! मी त्या मुलीला मदत नाही केली. करून तरी काय मोठासा फरक पडणार होता? प्रत्येकाला स्वतःच्या वेदनांना स्वतःलाच सामोरं जावं लागतं. मला माझ्या समस्या आहेतच की. दुसऱ्यांच्या वेदनांत मी नाक खुपसत बसू शकत नाही. ह्या जगात कुणीही दुसऱ्याच्या वेदनांचं ओझं हलकं करू शकत नाही. मला माहित्येय ते. मी त्या छळकर्त्यावर हल्ला केला नाही की त्या मुलीला वाचवायचा प्रयत्नही केला नाही. तुम्हाला काय हवा तो विचार करा. मला नाही पर्वा त्याची.”

आपण दाखवलेल्या सहानुभूतीची त्याला खंत वाटत होती का? दुसऱ्यांची काळजी घेताना तो अस्वस्थ होत होता का? काही लोकांना एकाकीपणापासून

लांब जावंसं वाटतं तर काही लोकांना एकाकीपणच बरं वाटतं. ह्या टीचभर कोठडीत कामो न्हावी असाच एक कोपरा शोधत होता, जिथे त्याला एकांतात राहता येईल. तो फार क्वचित बोलायचा. खाली मान घालून सतत आपल्याच पायाची बोटं निरखायचा. जमिनीवरच्या मुंगीसारखी त्याची नजर फिरायची, भिंतीवर चढायची आणि कुठल्या भोकात रांगत जाता येईल, कुठल्या चिरेत दडून बसता येईल ह्याचा वेध घ्यायची आणि पुनश्च पायांच्या बोटांवर स्थिर व्हायची. 'वेळ हीच कैदाशीण आहे, लावसट आहे.' तो स्वतःशीच पुटपुटायचा. झोपण्यासाठी मान खाली घालताना तेच शब्द मंत्रासारखे पुन्हा पुन्हा घोळवायचा. 'वेळ हीच कैदाशीण आहे... लावसट आहे.'

जमिनीत खूप खोल दडलेल्या त्या कोठडीतल्या आमच्या हालचाली मंदावल्या होत्या; शरीरं जडशीळ झाली होती. जमिनीवरच्या गतीला सरावलेली आमची मनं इथल्या परिस्थितीशी जुळवून घेताना सारखी ठेचकाळत होती. आमचेच आवाज आम्हाला परके वाटत होते. बारकासा आवाजही कानात घणघणल्यासारखा भासत होता. आमची अशक्त बोटं रात्रीच्या अंधारात थरथरत राहायची. जणू ती आमची नव्हतीच. लोकांना ओळखता न येणं ही आमच्यासाठी कठीण गोष्ट नव्हती तर आम्हाला स्वतःची ओळख पटू लागली होती हीच गोष्ट कठीण होऊन बसली होती. ज्या दुःस्वप्नात आम्ही जगत होतो ते होतं तरी काय? वेदनेला शरण जाणारं हे शरीर होतं तरी कुणाचं? आणखी किती वेदना ते सहन करू शकणार होतं? घाणेरड्या दर्पासारखा समोर पसरलेला वेळ हाच आमचा सर्वात वाईट शत्रू होता. शेतात रोवलेल्या नांगराच्या फाळासारखा तो आमच्या शरीरात रुतला होता. आमचं रक्त काढत होता. पुन्हा पुन्हा काढत होता.

कामो न्हावी जी वेळ म्हणत होता ती बाहेरची वेळ होती की इथली आतली वेळ होती? जमिनीवरच्या जगातली वेळ कैदाशीण होती का? एका अदृश्य शिडीने तिच्यापर्यंत पोचता येत होतं का? त्या जागी आगगाडीची स्थानकं नव्हती. गर्दीने खचाखच भरलेल्या फेरीबोटी होत्या. चालताना लोक एकमेकांवर आपटतील असे मोठाले हमरस्ते होती. दिव्यांचे खांब होते. पूल होते आणि मनोरेसुद्धा होते. प्रत्येकाला काहीतरी गहन अर्थ होता. त्या अर्थाचा एक भाग होता घाईचा आणि दुसरा होता त्रस्त होण्याचा. प्रत्येक लहानशा गोष्टीतही त्या अधिक व्यापक अर्थाचं प्रतिबिंब पडत होतं. पडदे ओढणं; दिवसाचं काम संपल्यावर कामाची जागा सोडून निघून जाणं; प्रेमिकांनी चौकांत

भेटण्याची वेळ ठरवणं ही सगळी त्याचीच प्रतिबिंबं होती. पाऊस पडला की शहरातील धूळ आणि माती धुतली जाई. कित्येक दिवस स्वच्छता दिसे. परंतु सूर्याची पहिली किरणं पडत तेव्हा त्यातून तो गहन अर्थ प्रकट होत होता. प्रसूतिगृहात, आडगल्ल्यांत, रात्री उशिरापर्यंत चालू राहणाऱ्या मद्यगृहांत टिकटिकणारा वेळ शहराच्या गतीशी खेळत होता. लोक सूर्य, चंद्र, ताऱ्यांना विसरून जात आणि फक्त वेळेसोबत जीवन जगत. कामावर जायची वेळ, शाळेत जायची वेळ, कुणाला तरी भेटण्याची वेळ, जेवणाची वेळ, बाहेर जाण्याची वेळ. सरतेशेवटी जेव्हा झोपण्याची वेळ होई तेव्हा लोकांच्या अंगात जगाबद्दल विचार करण्याची ना ताकद उरलेली असे ना इच्छा. ते स्वतःला खुशाल अंधारात लोटून देत. कुठलातरी एकच अर्थ त्यांना स्वतःसोबत खेचून नेत होता. तोच अर्थ प्रत्येक गोष्टीत भरलेला होता. 'काय होता तो अर्थ आणि तो आपल्याला नेत तरी कुठे होता?' असे प्रश्न मनात गर्दी करू नयेत म्हणून तर लोक स्वतःसाठी लहानसहान आनंद निर्माण करत होते आणि त्यांच्यामागे अथकपणे धावत होते. ते जीवनातील कष्टांपासून दूर पळत होते; शांतपणे झोपत होते. मनावरील ओझं हलकं करत होते. त्यांची ती हृदयं... त्यांचा त्यावरही विश्वास होता. परंतु जोवर त्यांच्याच आतली भिंत कोसळून तिच्याखाली त्यांचं हृदय चिरडून जात नव्हतं तोवरच तो विश्वास टिकत होता. जेव्हा त्यांच्या लक्षात यायचं की पडक्या ढिगाऱ्याखाली जे काही टिकटिकतंय ते आपलं हृदय नाहीये तर वेळ आहे तेव्हा ते खूप घाबरायचे. मग त्यांच्याकडे काही पर्यायच उरायचा नाही. मग कुणी नकार देवो वा होकार ही कैदाशीण वेळ त्या माणसाच्या रंध्रारंध्रांत शिरायची; शहराच्या नसानसांत भिनायची.

कामो न्हाव्याचा तसल्या प्रकारच्या वेळेवर विश्वास होता का? त्यासाठीच का तो आपलं डोकं पुढे झुकवून बसला होता? तो उसासे सोडायचा; शिव्याशाप द्यायचा. जमिनीवर अस्तित्वात असलेल्या चिंतांना जमिनीखाली असूनही तो बळी पडत होता का? जिथे त्याला एकटंच राहता येईल असा आडोसा तो शोधत होता. तरुण असूनही आपण जीवनाच्या शेवटास पोचलो आहोत असंच त्याला वाटत होतं. म्हणून तो भविष्याकडे नव्हे तर भूतकाळाकडे पाहत होता. छळकर्त्यांनाही ते माहीत होतं. ते मला म्हणायचे, ''काय रे म्हाताऱ्या, तुझ्या कोठडीतल्या सोबत्याएवढी गुपितं आहेत का तुझ्यापाशी? कामो न्हाव्याएवढी स्मरणशक्ती तल्लख आहे का तुझी?''

वेदना सहन करत असताना मलाही माझ्या स्मरणशक्तीच्या मर्यादेचं कुतूहल वाटू लागलं होतं. मला माहीत होतं त्याबद्दल मी विचार करत नव्हतो तर जे माहीत नव्हतं त्याबद्दल विचार करत होतो. जेवढं जेवढं विसरायचा प्रयत्न करत होतो तेवढं तेवढं माझी स्मरणशक्ती ते आठवायचा प्रयत्न करत होती. कधी मी ओरडायचो, तर कधी गप्प बसून राहायचो. प्रत्येक वेळेस स्वतःला सांगायचो की वेदना ह्यापेक्षा अधिक पुढे जाऊ शकत नाही. पण मग ती अधिकच तीव्र व्हायची आणि मी नव्या मर्यादेपर्यंत पोचायचो. शोध लागण्याची भावना किती विचित्र असते ना? लोक वेदनेलाही शोधून काढतात. मांस सोललं जात असताना, हाडं मोडली जात असताना होणाऱ्या नवनव्या वेदनेशी मी ओळख करून घेत होतो. चौकशी अधिकारी टिंगल करायचे. म्हणायचे, ''स्वतःला समजतोस कोण तू? क्रुसावरचा येशू ख्रिस्त?'' तेव्हा माझे हात दोन्ही बाजूंना ताणलेले असायचे आणि अवजड तुळईला मला बांधून ठेवलेलं असायचं. हवेतच लटकत असायचो मी. पायांखाली पोकळी असायची तर डोक्यावर अनंत अवकाश असायचं. मी जणू आकाशातला स्थिर बिंदू होतो. जग आणि तारे माझ्याभोवती फिरत होते. त्या वेदनेच्या कल्लोळात मी स्वतःला समजून घेण्याचा प्रयत्न करत होतो. चौकशी अधिकारी हसायचे. म्हणायचे, ''तुझ्यासारख्या कित्येकांचं रक्त काढून कुत्र्यांना खायला घातलंय आम्ही. ख्रिस्ताला क्रुसावर चढवणारे, मन्सूर अल हल्लाजला छळ करून मारणारे ते आम्हीच. आमचा इतिहास तुझ्यापेक्षा अधिक गौरवशाली आहे. तुला एडवर्ड जॉरीस हा बंडखोर माहीत आहे का? सुलतान अब्दुल हमीदची हत्या करायला तो इस्तंबूलमध्ये आला होता. दर शुक्रवारी नमाजासाठी हुजूर यिल्दिझ मशिदीत जायचे. तिथून चालत बाहेर पडून वाहनात येऊन बसण्यासाठी त्यांना नेहमीच एक मिनिट बेचाळीस सेकंद लागायचे. ह्या दहशतवादी जॉरीसने तो वेळ मोजून एक बॉम्ब तयार केला. परंतु त्या शुक्रवारी मशिदीतून बाहेर पडताना वाटेत सैउल इस्लाम ह्यांच्याशी गप्पा मारायला हुजूर थांबले आणि बॉम्बस्फोटातून वाचले. त्या स्फोटात एकूण सव्वीस माणसं मेली. मग त्या दहशतवाद्याला पकडलं आम्ही. त्याचं काय केलं ठाऊक आहे का? त्याच्या हाडांत खिळे ठोकले. बोटांची नखं एकेक करून उपटून काढली. त्याला आमचा गुलाम करून टाकलं. जिथे ख्रिस्तही वेदनेला शरण गेला तिथे हे बंडखोर स्वतःला समजतात तरी कोण? 'देवा, तू मला विसरलास का?' असं दूषण शेवटचा श्वास घेताना ख्रिस्तानेही देवाला दिलं होतं. वेदना सहन

करताना प्रत्येकजण एकेकटाच असतो. तूही... तूही सगळ्या गुप्त बातम्या ओकशील.''

क्रुसावर डोळे बांधलेल्या अवस्थेत मी बेभान झालो होतो. कान घणघणत होते. मी कुठे आहे तेही कळेनासं झालं होतं. दूरवरून लांडग्याचं ओरडणं ऐकू येत होतं. किती दिवसांपूर्वीची... नव्हे किती आठवड्यांपूर्वीची गोष्ट होती ती? एके रात्री गुडघ्याएवढ्या बर्फातून ठेचकाळत चालत असताना मी लांडग्याला बघितलं. हयमाना पर्वतावर दाटून आलेले ढग विखुरले होते. एकेक चांदणी दिसू लागली होती. पौर्णिमेचा चंद्र होता. लांडगा जंगलाच्या बाजूला उंचावर उभा राहून माझं निरीक्षण करत होता. एकटाच होता तो. जंगलातल्या सगळ्या भुकेल्या लांडग्यांची भूक त्याच्या नजरेत स्पष्ट वाचता येत होती. एवढ्या अंधारात त्याला फक्त मीच दिसलो होतो का? त्याला एखाद्या हरणाचा किंवा सशाचा वास का बरं आला नव्हता? मी ब्राउनिंग पिस्तूल कोटाच्या खिशातून बाहेर काढलं आणि त्याच्या थंड नळीला स्पर्श केला. मी ते भरून घेतलं होतं. ही जागा, हा डोंगर हे त्या लांडग्याचं घर आहे हे मला माहीत होतं. मी फक्त तिथून पुढे जाणारा प्रवासी होतो. पहाटेचं तांबडं फुटण्याआधी डोंगरापलीकडच्या खेड्यात जाणं गरजेचं होतं.

एका ओळखीच्या मुलाला दुखापत झाली आहे, त्या खेड्यातल्या मेंढपाळाच्या घरी तो विश्रांती घेत आहे असं मला समजलं होतं. मला उशीर करणं शक्य नव्हतं. पहाटेपूर्वी त्या मुलाला खेड्यातून बाहेर काढायला हवंच होतं. काही ठिकाणी बर्फ खूप साठला होता. त्यामुळे चालणं आणखीनच अवघड बनत होतं. माझा वेग कमी झाला. मी अडखळू लागलो. वाटत होतं की आपण पाठीवरून मोठमोठे खडकच वाहून नेतोय की काय? शरीरही जडशीळ झालं. मानेवरून घाम गळू लागला.

वरच्या सपाट भागात पोचल्यावर थांबलो. बुटांच्या सैलावलेल्या नाड्या सोडून पुन्हा घट्ट बांधल्या. कोटावरचा बर्फ झटकला. मागावर येत असलेला लांडगाही थांबला होता. त्याच्या शेपटावर बर्फ साठला होता. नजर भेदक होती. जराही न हलता तो उतारावर थांबला होता. त्यालाही बर्फात चालणं अवघड होत होतं का? त्याच्या अशक्त देहाकडे बघून जाणवत होतं की त्याला हा हिवाळा कठीणच जाणार होता. लांडगा माझ्या जवळ आला नाही पण फार लांबही गेला नाही. आमच्यात केवळ एका गोळीच्या निशाण्याचं अंतर होतं. परंतु मी त्याला मारणार नव्हतो. बुटांच्या नाड्या बांधताना बर्फावर

ठेवलेलं पिस्तूल मी उचललं आणि खिशात ठेवलं. मग माझे रिकामे हात उचलून ते लांडग्याला दाखवले.

लांडगा आकाशाकडे तोंड करून ओरडू लागला. प्रत्येक शत्रूला हरवायला किंवा एकाकी अवस्थेत मरायला तो सिद्ध झाला होता. त्याला फक्त भुकेचं भय वाटत होतं. त्याच्या आवाजाचा प्रतिध्वनी खूप दूरवर जात होता. जंगलात आणि आकाशात त्याचे नाद घुमत होते. डोंगरमाथ्यावर उभा राहिलेला लांडगा बऱ्याच वर्षांपासून वादळवारं सोसत उभं राहणाऱ्या खडकासारखा दिसत होता. ह्या लांडग्याएवढा चिवट दुसरा लांडगा नसेल. ह्या लांडग्याएवढा भुकेला श्वास अन्य लांडग्याचा नसेल. प्रत्येकाला ते माहीत असायला हवं आणि प्रत्येकाने त्याच्यापुढे मान झुकवायला हवी. त्याचं ओरडणं सतत चालू राहिलं होतं. हिमाचे कडे, जंगल आणि रात्र ह्या सर्वांवर घुमत होतं; पार ताऱ्यांपर्यंत पोचत होतं.

लांडग्याचं भुंकणं थांबलं तेव्हा मी ओरडू लागलो. त्याच्यासारखंच मस्तक वर उंचावून मीही ओरडलो. माझा आवाज घुमला आणि सगळीकडे पसरला. मी ताऱ्यांच्या दिशेने हात पसरले. मीही इथेच होतो. त्याच आकाशाखाली होतो. प्रत्येक शत्रूचा निःपात करायला किंवा एकटंच मरायला तयार होतो. घसा सुकेपर्यंत मी ओरडलो. मधे श्वास घेण्यासाठी म्हणून थांबलो तेव्हा हातात बर्फ घेऊन चोळला. माझ्या मनात आलं की आपण आहोत तरी कोण? लांडग्याला समोरासमोर भेटलेला माणूस की माणसाच्या मागावर असलेला लांडगा? आत्ता आमच्यातलं कोण ओरडलं होतं? आपला ठसा रात्रीवर उमटवून कोण गेलं होतं? माझ्याही श्वासाला भुकेचा वास होता. मान गारठली होती. हे जंगलच माझं घर होतं की मी तिथून जाणारा फक्त एक वाटसरू होतो?

मी आकाशाकडे पाहिलं. माझे बाबा म्हणायचे की आपलं दुसरं जीवन आकाशात असतं. आपल्या जगाचं एक प्रतिबिंब असतं तिथे आरशासारखं. आपल्यातल्या प्रत्येकाची प्रतिमा आकाशातल्या दुनियेत जगत असते. तिथले लोक दिवसा झोपतात आणि रात्री जागे होतात. त्यांना उकाड्यात थंडी वाजते आणि थंडीत उकडतं. उजेडात त्यांना दिसत नाही परंतु अंधारात मात्र लांबची वस्तूही दिसते. ह्या जगातले पुरुष त्या जगात स्त्रीरूपात असतात आणि ह्या जगातल्या स्त्रिया तिथे पुरुषरूपात असतात. ते लोक जीवन फारसं गांभीर्याने घेत नाहीत परंतु स्वप्नांना मात्र खूपच महत्त्व देतात. त्यांना अनोळखी लोकांना

मिठ्या मारायला आवडतं. गरीब असण्याची लाज वाटत नाही तर श्रीमंत असण्याची वाटते. त्यांच्या दृष्टीने हसणं म्हणजे रडणं असतं आणि रडणं म्हणजे हसणं असतं. कुणी मेलं की ते गाणी म्हणून नाचतात. मी लहान होतो तेव्हा बऱ्याचदा आकाशाकडे टक लावून पाहायचो आणि माझ्या प्रतिमेला ओझरतं तरी बघण्याचा प्रयत्न करायचो. त्या दुसऱ्या जीवनातला मी कसा असेन ह्याचं मला खूप कुतूहल होतं. आता मी अंधारात जंगलाचा विचार करतो तेव्हा मला वाटतं की त्या दुसऱ्या दुनियेतही जंगल असेल का? कुणास ठाऊक, कदाचित आपल्या जीवनाची प्रतिबिंबं जंगलावरही पडली असतील. म्हणूनच आपल्या आवाजांचे प्रतिध्वनी निर्माण होत असतील. हे प्रतिध्वनी म्हणजे आपल्या दुसऱ्या जीवनातून मिळालेला प्रतिसाद असणार. त्याशिवाय प्रत्येक माणसाला समान असा एक पशूही झाडांमध्ये वावरत असणार. मग त्यातील काही हरणं असतील तर काही साप. मी कदाचित लांडगा असणार होतो... क्रूर, एकाकी, भुकेला लांडगा. आता भुकेने माझी पार दशा झाली होती. म्हणूनच मी त्या बर्फाळ रात्री एका म्हाताऱ्याचा माग काढत चाललो होतो...

थंडीमुळे आकाश काचेसारखं निरभ्र झालं होतं. गडद निळ्या प्रकाशात जंगल न्हालं होतं. मी डोंगरमाथ्यावरल्या लांडग्याकडे पाहिलं. माझ्यासारखाच तोही दम खायला थांबला होता. त्याचा श्वास आता अधिक नियमित झाला होता. आम्ही वेळ घालवायला नको होता. पुढे पुढे जात राहणं ही आमची गरज होती. आम्ही पुन्हा चालू लागलो. बर्फात पायाचे ठसे उमटवत पुढे जाताना आम्ही क्षितिजावर नजर लावलेली होती. प्रत्येक उतारामागून आणखी एक उतार समोर येणार आहे आणि प्रत्येक उतारावर नवीन वारा वाहणार आहे हे आम्हाला माहीत होतं. आम्हाला एकांताची सवय होती. आकाशातून उल्का गळून पडाव्यात तसे आम्ही आज इथे असलो तरी उद्या नसणार होतो. म्हणून तर आम्हाला अनोळखी प्राण्याच्या बाजूने चालण्यात मौज वाटत होती. एकमेकांवर विश्वास ठेवण्यासाठी चंद्रप्रकाशात पडणाऱ्या सावल्याही पुरेशा होत्या. परतीच्या प्रवासातही आम्ही एकत्र चालणार होतो का? त्याच आकाशाखाली एकत्र चालणार होतो का? मेंढपाळाच्या घरी पोचल्यावर त्याच्याकडून थोडं मटण घेऊन परतीच्या प्रवासात मी लांडग्यासमोर ठेवणार होतो. त्या कारणासाठीसुद्धा मी घाई करत होतो.

विसावा घेण्यासाठी न थांबता मी हयमाना पर्वत ओलांडला तेव्हा पाठीवरून घाम ओघळू लागला होता. तांबडं फुटण्यापूर्वीच मी खेड्यात

पोचलो. वेशीवरच मला मेंढपाळाचं घर दिसलं तेव्हा मी थांबून इकडे तिकडे पाहिलं. सगळं खेडं गाढ झोपेत होतं. घरावरच्या धुराड्यांतून धुराच्या अतिशय पातळ रेघा पसरत होत्या. छतं हिमाच्छादित झाली होती. जमिनीवर पावलांचे खूपच जास्त ठसे दिसत होते. हिमवृष्टीत गुरंढोरं, कुत्री आणि माणसांच्या पावलांचे ठसे एकमेकांत मिसळून जातात. मेंढपाळाच्या खिडकीत मंदसा दिवा तेवत होता. त्याने गॅसचा कंदील चालू ठेवलेला दिसत होता. तीच तर आमची खूण होती. कंदील पेटत नसता तर मला कळलं असतं की काहीतरी चुकीचं घडलेलं आहे. मी वळून मागे पाहिलं. लांडगा थोड्या अंतरावर उभा राहून मला निरखत होता. एकदा त्याला कुत्र्याचा वास लागल्यावर तो माझ्या जास्त जवळ यायची शक्यता नव्हती. तो त्याच्या जगाच्या सीमेवर वाट पाहत उभा होता. पण कुत्रे तर कुठे दिसतच नव्हते. ते अंगणाच्या फाटकापाशीही नव्हते. कदाचित थंडीमुळे त्यांनी गवताच्या गंजीत आसरा घेतला असेल किंवा मग ते खेड्यात आतवर गेले असतील. बर्फातले पावलांचे ठसे काळजीपूर्वक बघत मी घराजवळ पोचलो. सगळीकडे नीट पाहिलं. रबरी सोलांच्या जोडीला सैनिकांच्या बुटांसारखे दिसणारे ठसे नाहीत ना हेही बघितलं. मला काहीच संशयास्पद वाटलं नाही. क्षणभर थांबून मी एकवार हवा हुंगली आणि पलीकडल्या उताराची टेहळणी केली. पण सैनिक खाली आडवे होऊन माझी वाट पाहत आहेत हे मला कसं कळणार होतं? काल रात्रीपासून मला पकडण्यासाठी ते दबा धरून बसले होते हे मला माहीतच नव्हतं. कुत्र्यांची गैरहजेरी ही एकमेव विचित्र गोष्ट होती. पण त्यामुळे माझा संशय जागृत झाला नाही. मी खिडकीतल्या उजेडावर विश्वास ठेवला आणि माझं मन खुशाल त्या उजेडावर सोपवून दिलं. मला त्या जखमी मुलाला लवकरात लवकर तिथून न्यायचं होतं आणि त्या जागेपासून पहाट होण्यापूर्वीच दूर निघून जायचं होतं. परंतु मी अंगणात शिरलो मात्र तिथेच माझा प्रवास संपला. भिंतीआड दडलेल्या सैनिकांनी माझ्यावर झडप घातली तेव्हा खिशातल्या पिस्तुलाला स्पर्श करण्याचीही संधी मिळाली नाही. त्यांनी मला जमिनीवर लोळवलं आणि माझ्या डोक्यावर बंदुकीच्या दस्त्याने थडाथड प्रहार केले. मग हात बांधून मला ते घरात घेऊन गेले.

मी तोंडातलं रक्त थुंकलं आणि किंचाळलो. संतापाच्या अश्रूंनी माझे डोळे झोंबू लागले होते. इतक्या सहजपणे मी सापळ्यात अडकलो होतो! एखाद्या सशासारखं त्यांनी मला पकडलं होतं ह्यावर माझा विश्वासच बसत नव्हता. मी

खूप धडपड केली. माझ्या पायांनी तिथली किटली जमिनीवर आदळली. आसपास पाहिलं, कुणी माझी खबर दिली असावी हे शोधण्याचा मी प्रयत्न करत होतो. तिथे मेंढपाळाची किंवा जखमी मुलाची नावनिशाणीही नव्हती. सैनिकांनी एका उंचाड्या तरुणाला बाजूच्या खोलीतून आणलं आणि माझ्याकडे बोट दाखवून विचारलं, "हाच का तो?"

"होय," तो तरुण उत्तरला. मी क्षणभर विचार केला आणि मला आठवलं की गेल्या वर्षी ह्याच घरातून मी त्याला नेलं होतं आणि डोंगरात ज्या गटाला तो भेटणार होता तिथे नेऊन पोचवलं होतं. त्यांनी त्याला विचारलं, "ह्यानंच इस्तंबूलहून माल आणला होता का?" त्या प्रश्नालाही होकारार्थी उत्तर देऊन तो म्हणाला होता की, "ह्याला इस्तंबूलची खडान्‌खडा माहिती आहे."

इस्तंबूल? हे ह्याला कुठून कळलं? मागच्या वर्षी आम्ही रात्रीचे भेटलो होतो तेव्हा डोंगरातल्या भेटायच्या ठिकाणी जाताना वाटेत गप्पा मारल्या होत्या. नेहमीप्रमाणे मी इस्तंबूलचा विषय काढून नव्या गोष्टी शिकण्याचा आणि वेगळ्या कुणाच्या तरी नजरेतून ते शहर पाहण्याचा प्रयत्न केला होता. त्याने गोल्डन हॉर्न कालव्याचा उल्लेख केला तेव्हा मी त्यावरच्या पुलांची भर टाकली. रुंद रस्त्यांवरील दुकानांतील खिडक्यांचं वर्णन त्याने केलं तेव्हा त्या रस्त्यांच्या टोकाला असलेल्या चौकांची आठवण करून दिली. त्यामुळे त्याने गृहीत धरलं की इस्तंबूलमधल्या आमच्या मित्रांशी संपर्क साधणारा तो मीच. किंवा मग त्यांनी जबरदस्तीने त्याच्याकडून नावं वदवून घेतली तेव्हा माझंच नाव त्याच्या डोक्यात पहिल्यांदा आलं असेल. "खोटं, खोटं आहे हे," मी ओरडलो, परंतु सैनिकांनी विश्वास ठेवला नाही. त्यांनी मला मार मार मारलं. माझं रक्त काढलं. जवळ जवळ दोन महिने ते माझ्या ओळखीच्या लोकांचे नावपत्ते मागत होते. त्यांनी माझ्यासमोर इस्तंबूलचा नकाशा पसरला. तो पाहून मी त्यांना मोहल्ले आणि रस्त्यांची नावं सांगेन असं त्यांना वाटत होतं. त्यांना शहरातील माझी गुपितं जाणून घ्यायची होती. मी मला माहीत असलेलं त्यांना सांगितलं. इस्तंबूलच्या बंदरावरील लाकडी इमारती, काचेत लपेटलेल्या गगनचुंबी इमारती, ज्युडास वृक्षांच्या बागा ह्याबद्दल मी बोललो. सूर्यास्त पाहण्याची उत्तम जागा म्हणजे खूप वेगाने अदृश्य होणाऱ्या तिथल्या बागा होत्या. गर्दी असूनही दिवसभराचं काम संपल्यावर तुम्ही तिथे बसू शकत होता. रात्रीच्या वेळेस काजव्यांसारख्या चमकणाऱ्या दूरच्या दिव्यांचं वर्णनही

मी त्यांच्याजवळ केलं. ''इस्तंबूलच्या लोकांचा त्यांच्या नगरीवरचा विश्वास उडत चाललाय.'' मी म्हणालो, ''पण माझा इस्तंबूलवर आहे विश्वास.''

प्रत्येक नगरीला एक विजय हवा असतो आणि प्रत्येक युग आपला स्वतःचा विजेता निर्माण करतं. मी कल्पनाविश्वाचा विजेता होतो. इस्तंबूलवर विश्वास ठेवत होतो आणि त्या नगरीबद्दल मनोराज्यं रंगवत जगत होतो. सगळीकडे निराशेचा प्लेग पसरला तेव्हा मला जाणवू लागलं की माझं तिथे असणं ही त्यांची गरज होती. ते माझी वाट पाहत होते. इस्तंबूलला जीवन मिळावं म्हणून मी माझा देह ओवाळून टाकायला सिद्ध होतो. वेदना हाच माझ्या प्रेमाचा आरसा होता. ख्रिस्ताने मृतांना जिवंत केलं तेव्हा त्याने प्रेतांत प्राण फुंकले नव्हते तर आपलं अमरपण विसरलेल्या मानवाला त्याने स्मरण करून दिलं होतं. मलाही एका अमर नगरीला तिच्या अमरत्वाची आठवण करून द्यायची होती. त्यासाठी गरज पडली तर मी ख्रिस्तासारखा क्रुसावर लटकायला, साऱ्या जगाच्या वेदना देहावर झेलायला सिद्ध होतो. इस्तंबूल नगरीचं सौंदर्य दिवसागणीक थोडं थोडं ओरबाडलं जात होतं. त्या नगरीला माझी गरज होती.

बर्फात चालतानाच्या रात्री मला सोबत करणाऱ्या लांडग्याने त्याच्या वेळेची सांगड माझ्या वेळेशी घातली होती. रात्री गोष्टी सांगणाऱ्या बाबांनी त्यांच्या वेळेची सांगड माझ्या वेळेशी घातली होती. ना मी माझ्या बाबांच्या गोष्टी विसरू शकत होतो ना त्या लांडग्याच्या! त्या गोष्टी मनात असल्यामुळेच मला इस्तंबूलला येण्याची तीव्र इच्छा झाली होती आणि म्हणूनच मी माझ्या जीवनातलं अखेरचं पाऊल उचललं होतं. मी सैनिकांना सांगितलं होतं की, ''तुम्ही मला इस्तंबूलला नेलंत तर तुम्हाला हवी ती ठिकाणं दाखवीन आणि जी गुपितं ऐकायची आहेत ती ऐकवीन.'' मला वेदना सोसाव्या लागणारच असतील तर त्या इस्तंबूलमध्ये सोसायच्या होत्या. मरण यायचंच असेल तर ते इस्तंबूलमध्ये यायला हवं होतं.

शेवटी इस्तंबूलमधल्या कोठडीत येऊन पडलो. ती मला मुळीच परक्यासारखी वाटली नाही. उलट मला तिथे घरच्यासारखंच वाटत होतं. कोठडी मला अथांग वाटायची. त्या भिंतींपलीकडे समुद्र होता, रस्ते होते आणि नव्या भिंतीही होत्या. त्यातल्या एकापासून दुसऱ्याला वेगळं काढणं अशक्य होतं. प्रत्येक भिंतीकडून रस्ता निघत होता आणि प्रत्येक रस्ता समुद्राकडे जात होता. एकामागोमाग एक असा त्यांचा असीम विस्तार होता.

एका बाजूच्या वेदना ह्या दुसरीकडे जाऊन सुख बनत होत्या. एका दुनियेतले अश्रू दुसऱ्या दुनियेत हास्य बनत होते. दुःख, भीती आणि आनंद ह्या सगळ्या गोष्टी एकत्र गुरगुटून झोपलेल्या मांजरीच्या पिलांसारख्या एकमेकींत गुंतल्या होत्या. कधी कधी त्यांची वेगळी नावं सांगणं अशक्य बनत होतं. मरण अगदी जवळ आलंय असा विचार करत असतानाच अचानक जीवन चैतन्याने सळसळू लागत होतं. क्षण जसा पटकन निघून जातो तशी ही अनंतत्वाची भावनाही ओसरून जात होती. ह्या क्षणी मी त्या सीमेवर उभा होतो. ज्या भिंतीला टेकून उभा होतो त्यामागचा समुद्र मला जाणवत होता; पुढ्यातले वळणावळणाचे रस्ते जाणवत होते. मी माझ्या अंतरातला आवाज ऐकत होतो. जे आपण बघितलं आहे त्यापेक्षा जे बघितलं नाही ह्याकडेच बाकीच्या लोकांसारखा मीही जोडला जात होतो.

कामो न्हावी खोकू लागला तेव्हा भिंतीपलीकडे लागलेली नजर हटवून मी ती जबरदस्तीने आत वळवली. तेव्हा कुठे मला जाणवलं की आपल्याला खूप थंडी वाजते आहे. मी डॉक्टरांकडे आणि विद्यार्थ्याकडे पाहिलं. त्यांचे चेहरे काळोखात दडले होते. श्वासाला दुर्गंध येत होता. माझ्याइतकेच तेही गारठले होते. खांदे पाडून काखांत हात खुपसून बसले होते.

कामोचं खोकणं थांबलं. त्याने गुडघ्यांवर ठेवलेलं डोकं वर केलं. झोपेतून उठल्यावर आपण वेगळ्याच खोलीत आहोत असं कळलेल्या लहान मुलासारखे भाव त्याच्या चेहऱ्यावर होते.

"बरा आहेस ना?" डॉक्टरांनी विचारलं.

कामोने उत्तर दिलं नाही. त्याने पुढे झुकून दाराजवळची प्लॅस्टिकची बाटली उचलून पाणी प्यायला आणि हाताने तोंड पुसलं.

मी डॉक्टरांचाच प्रश्न पुन्हा विचारला, "कामो, बरा आहेस ना रे?"

दुखलं तरी कामो मान्य करणाऱ्यातला नव्हता. त्याच्या कपाळावरच्या आठ्या गेल्या आणि चेहऱ्यावर शांत भाव आले.

"कुहेलन काका, तुम्हाला लांडगे आवडतात का?" त्याने विचारलं.

त्याला स्वप्न पडलं होतं का? त्या बर्फाळ रात्री माझ्यासोबत आलेल्या लांडग्याबद्दल तो विचारत होता का? की त्या शिकाऱ्यांच्या गोष्टीतल्या मुलाला खाणाऱ्या लांडग्याबद्दल बोलत होता तो?"

"होय," मी म्हणालो.

त्याने उजेडाकडे चेहरा केला. जराही डोळे उघडझाप न करता त्याने

एकाच बिंदूवर नजर स्थिर केली. त्याचा चेहरा क्षणभर का होईना पण आनंदला. ''मी लांडगा असतो ना, तर खाऊन टाकलं असतं तुम्हाला सर्वांना!'' तो म्हणाला.

त्यावर आम्ही हसायला हवं होतं की भीतीने थरथर कापायला हवं होतं?

''भूक लागलेय तुला. आमच्याकडे थोडासा पाव आहे उरलेला... देऊ का तुला?''

''तरीही मी तुम्हाला खाल्लं असतं.''

उजेडावर नजर खिळवूनच तो बोलत होता. त्याला काय वाटेल ते स्वप्न पडलेलं असो, पण त्याला आम्हाला खायचं होतं हे निश्चित.

''का?'' मी विचारलं

''प्रत्येक गोष्टीला कारण असावंच लागतं का कुहेलन काका? तुम्हाला बरं वाटत असेल तर कारणही सांगतो मी. तुम्ही सगळ्या थंडीतल्या गोष्टी सांगता. त्यात हिम असतं. तुमचे शिकारी वादळात सापडतात. अशा गोष्टी सांगून तुम्ही ही आधीच गारठलेली कोठडी आणखी थंडगार करता. ह्या काँक्रीटवर आपण बसतो ते तुम्ही चक्क बर्फाचं बनवता. मग मी खरोखरच गारठतो तेव्हा लांडगा बनण्याखेरीज दुसरा मार्गच उरत नाही माझ्यापुढे. तुमचे तुकडे तुकडे करून गिळावंसं वाटतं मग मला.''

आमच्या अंगावरील रंध्रारंध्राला चिकटलेल्या रक्ताचा वास येत असेल का त्याला? आमचे केस, चेहरे, मान सगळीकडे सुकलेलं रक्त होतं. सुळे शिवशिवू लागले की त्याला आमच्या चिंधड्या चिंधड्या झालेल्या मांसाची भूक लागत असेल का? मी स्वतःशीच हसलो. मग उजेडाकडे मान वळवून मीही त्याच्यासारखीच एका बिंदूवर नजर खिळवली. प्रत्येकाच्याच अंतरंगात एक अंधारी पोकळी असेल तर कामो त्याच्या पोकळीच्या काठावर वाट पाहत उभा होता. त्या अथांग पोकळीत त्याला फक्त अंधारच दिसत होता. आसपास उजेड असला तरीही त्यात त्याला अंधारच दिसत होता. म्हणूनच तर कामोला वेदनेबद्दल तुच्छता वाटत होती. ही दुनिया आणि जगणं हेच त्याला क्षुल्लक वाटू लागलं होतं. तो खूप कमी पाव खात होता. कमी पाणी पीत होता. त्याने त्याच्या स्मृतीत अनेक शब्द साठवून ठेवले होते आणि बहुतेक वेळा शांत राहणंच तो पसंत करत होता. तो डोळे मिटून घेऊन स्वतःच्या कोषात शिरायचा. जणू तो डोक्यातल्या ठणठणण्याला शरण जात होता. आमच्याकडे

बघायचा तेव्हा उजेडात दिसणारी आमची तोंडं पाहून त्याला आमची कीव यायची. आमच्या अवस्थेकडे पाहून त्याला वाईट वाटत होतं. कदाचित तो स्वतःला सदासर्वकाळ एकच प्रश्न विचारत असावा : नशीब म्हणजे भिंतीवर ओढलेली सरळ रेषा आहे का? ती कधीच पुसून टाकता येणार नाही का? हे नशीब कधीतरी बदलेल का?

''कुहेलन काका, बरे आहात ना?'' डॉक्टरांनी माझ्या दंडाला स्पर्श केला. ''कुठे हरवलात?''

हो का? माझ्या डोक्यात काय चाललंय ते मला तरी डोंबलाचं कुठं कळत होतं?

''अं? मी इस्तंबूलचा विचार करत होतो... हे आपल्या वरचं इस्तंबूल आहे ना?''

''इस्तंबूल?''

जेव्हा जेव्हा मी कसला विचार करतोय हे विसरून जायचो किंवा मला विषय बदलायचा असे तेव्हा माझ्या डोक्यात पहिला शब्द 'इस्तंबूल' हाच यायचा.

''मी इथून बाहेर पडेन,'' मी म्हणालो, ''तेव्हा पहिली गोष्ट मी काय करणार आहे ते सांगू का? मी गलाता पुलापर्यंत फेरफटका मारायला जाणार आहे. तिथे मासेमारी करायला बसलेल्या लोकांजवळ उभा राहून मी बॉस्फरसचा समुद्र पाहणार आहे. मग मी माझीच नक्कल असलेल्या, परंतु तिथे वेगळं जीवन जगत असलेल्या माणसाचा शोध घेणार आहे.''

''तुमची नक्कल?'' डॉक्टरांनी विचारलं.

''वेगळं जीवन म्हणजे काय म्हणायचंय तुम्हाला?'' दमिर्ताय विद्यार्थी म्हणाला.

''मी ह्या शहरात जन्मलो असतो तर माझं आयुष्य कशा प्रकारचं झालं असतं?'' मी म्हणालो. ''ह्या प्रश्नाचं उत्तर आहे. कारण माझ्यासारखा हुबेहूब माणूस इथे राहतो आहे. तुम्ही म्हणता की तुम्हाला माहीत असलेल्या गोष्टीच तुम्ही नेहमी सांगत असता. ही अशी गोष्ट आहे जी तुम्हाला माहीत नाही.''

''काय माहीत नाही आम्हाला?'' त्यांनी विचारलं.

''तुम्ही मला ओळखता, तसंच इस्तंबूलला ओळखता आणि वेदनेलाही ओळखता. परंतु ह्या तिन्हींमध्ये काही मोकळ्या जागा आहेत.''

''मग सांगा आम्हाला. आम्हाला ते सगळं जाणून घ्यायचंय.''

“मी सांगेन तुम्हाला,” मी म्हणालो, “आमच्या छोट्याशा खेडेगावात माझे बाबा आम्हाला रात्रीचं आकाश दाखवायचे तेव्हा म्हणायचे की आपण तिथेही एक जीवन कंठत आहोत. आपल्या जीवनाचं आरशासारखं प्रतिबिंब तिथे पडलेलं आहे. आपल्या सगळ्यांची नक्कल असलेली माणसं तिथे जगताहेत. मग मी मध्यरात्री गादीवरून उठायचो आणि खिडकीतून आकाशाकडे बघत राहायचो. विचार करायचो की माझी नक्कल असलेली तिथली मुलगी आत्ता काय करत असेल? माझे बाबा आम्हाला सोडून शहरात गेले की मी आकाशाकडे जास्तच पाहायचो. माझ्या मनात यायचं की परत आल्यावर ते आम्हाला इस्तंबूलच्या गोष्टी सांगायचे त्या गोष्टी आमच्या त्या दुसऱ्या जीवनाशी संबंधित आहेत की काय? कदाचित इस्तंबूल ही आकाशातली ती नगरी असेल जिथे आमची प्रतिबिंबं असलेले लोक राहत असतील. आमच्या नकला असणाऱ्या लोकांना बघण्यासाठीच माझे बाबा तिथे जात असतील. माझ्यासारख्याच दिसणाऱ्या त्या दुसऱ्या मुलीवर ते माया करत असतील; तिला आमच्या खेड्याच्या गोष्टी सांगत असतील. इस्तंबूलमधील मुलगी जणू मीच असल्यासारखी जगते आणि ज्या गोष्टी आपण कराव्यात अशी स्वप्नं मला पडायची, त्या सगळ्या गोष्टी करते असा विचार एके दिवशी माझ्या मनात आला. तेव्हा मला असंही वाटलं की माझं प्रतिबिंब इस्तंबूलमध्ये असेल तर मी त्या प्रतिबिंबाचं खेड्यातलं रूप असेन. त्या मुलीलाही माझ्याबद्दल जाणून घेण्याची इच्छा असणार. ही जाणीव झाल्यावर मीही त्या मुलीसाठी जगू लागलो. म्हणजे तिला शहरात ज्या गोष्टी करताच येणार नाहीत त्या मी इथे करू लागलो. नदीत मासे पकडू लागलो; डोंगरातली करवंदं गोळा करू लागलो; जखमी गुरांना मलमपट्टी करू लागलो; म्हाताऱ्या बायकांची जड ओझी उचलू लागलो. प्रत्येकजण दुसऱ्या कुणासाठी तरी जगतो आहे असा विचार केल्यामुळे मी दुप्पट जबाबदारीने वागू लागलो. मी खूप हसतो तेव्हा ती रडत असते आणि मी रडतो तेव्हा ती हसते हे मी लक्षात ठेवलं. आम्ही एकमेकांना पूर्ण करत होतो. मी मुलगा होतो तर ती मुलगी होती. आता मी तुम्हाला त्या मुलीची गोष्ट सांगतो. ऐकायला आवडेल का तुम्हाला?”

“होय, सांगा ना आम्हाला.”

“अगोदर चहा पिऊया कपभर. घसा तहानला आहे.”

मी वाकलो आणि हातात किटली धरली आहे अशा तऱ्हेने हात उचलला आणि अदृश्य कप भरले. मग ते कप पुष्कळ गरम आहेत अशा आविर्भावाने बोटांच्या टोकांनी कप पकडून प्रत्येकाला दिला. मग सगळ्यांना साखर दिली. चहा चांगला कडक आणि सुगंधी होता. मी तो हलके हलके ढवळला. त्यांनीही तसंच केलं. जेव्हा दमिर्ताय विद्यार्थ्याने चहा थोडा जोरात ढवळला तेव्हा मी त्याला हळूहळू ढवळण्याची खूण केली. काचेवर आपटण्यामुळे होणारी चमच्याची किणकिण त्या मार्गिकेतून घुमत कदाचित पहारेकऱ्यांपर्यंत पोचली असती. दमिर्ताय हसला. जीवनाला ह्याच तर ठिकाणी ते स्मित, तो चहा आणि त्या गोष्टींचा शोध लागला होता ना!

दिवस **पाचवा**

विद्यार्थी दमितीयचं कथन

रात्रीचे दिवे

''लढाईचा काळ होता तो. युद्धकथा भरपूर लांबलचक असतात, पण मी थोडक्यात आटपतो हं. कित्येक दिवस लहान-मोठ्या चकमकी लढल्यामुळे सैन्याची तुकडी पार थकून गेली होती. त्यांच्याकडील दाणापाण्याची रसद संपुष्टात आली होती. देशाच्या अंतर्भागाशी संपर्कही तुटला होता. कुठेतरी डोकं टेकायला मिळावं म्हणून शोध घेत घेत ते लोक अंधारात कित्येक तास चालले आणि सरतेशेवटी एका मैदानी प्रदेशात आले. तिथे एका तळ्यातलं पाणी पिऊन त्यांनी खाण्यासाठी झुडपातल्या ब्लॅकबेरी गोळा केल्या. एखाद्या हरणाला गोळी वगैरे घालण्याचा धोका ते पत्करू शकत नव्हते. कारण तसं केलं असतं तर त्यांची लपण्याची जागा उघड झाली असती. मग एक छोटीशी झोप काढल्यावर ते डोंगरातील तीव्र चढण चढू लागले. रात्री प्रवास करायचा आणि दिवसा खडकांच्या सावलीत झोपायचं. त्यांनी चुली पेटवल्या नाहीत. साप-सरड्यांची शिकार करायला जमली तर ते कच्चंच खायचे. शत्रूच्या हाती सापडल्यावर तो जीवे मारणार नाहीत ह्याची हमी मिळाली असती तर केवळ दिवसाला एका जेवणाच्या बोलीवर त्यातले कित्येकजण शरण जायलाही तयार झाले असते. ''आपलं सगळं सैन्यच वाताहत होऊन माघार घेतंय का?'' ''आपण कुणाशी आणि कसा संपर्क साधायला हवा?'' त्यांना काहीच सुगावा लागत नव्हता. कुठल्यातरी खेड्यात शिरून विचारण्याचीही सोय नव्हती. कारण तो संपूर्ण प्रदेशच शत्रूच्या हाती गेला होता. खरंतर ही मोठीच गोष्ट आहे, पण मी थोडक्यात आटपतो. दिवसागणीक संख्येने कमी होत गेलेली

ती तुकडी तीन दिवसांनी एका नव्या डोंगरमाथ्यावर पोचली. ढळढळीत सूर्य-प्रकाशात, अत्यंत थकल्याभागल्या अवस्थेत त्यांनी जमिनीवर स्वतःला झोकून दिलं आणि ते झोपूनही गेले. मग संध्याकाळ झाल्यावर पाण्याचा शोध घेतला. अंघोळीपंघोळी केल्या तेव्हा कुठे त्यांच्या जीवात जीव आला. आपण आता कुठे आहोत हेही जाणून घेण्याचा त्यांनी प्रयत्न केला. सोन्याचा दात लावलेल्या एका सैनिकाने खालच्या दरीकडे बोट दाखवून म्हटलं, ''माझं खेडं तिथे आहे.'' तो बोट दाखवत असताना लहान मुलांसारखे आवंढे गिळत ते अंधारात उभे होते. त्या खेड्यातले दिवे काजव्यांसारखे लुकलुकत होते. सोन्याचा दातवाला सैनिक म्हणाला, ''मी खेड्यात जातो आणि सर्वांसाठी अन्न घेऊन येतो.'' तेव्हा त्यांच्या कप्तानाने हरकत घेतली. समजा, तो पकडला गेला आणि शत्रूकडून मारला गेला तर? त्यावर सोन्याचा दातवाला सैनिक म्हणाला, ''नाहीतरी आत्ताही आपण मरणाच्या दारातच तर उभे आहोत. मी परतलो तर फक्त अन्नच घेऊन नाही परतणार. मी आपल्या बाकीच्या लोकांची बातमी आणेन, शत्रूचीही माहिती आणेन.'' तेव्हा कुठे सगळ्यांनी त्याला पाठिंबा दिला. मग सहकाऱ्यांचा निरोप घेऊन सैनिक दरीत उतरला आणि अंधारात दिसेनासा झाला. तेवढ्या काळात आकाशाचा रंग गडद निळा ते ज्वाळांचा लाल असा एकूण तीन वेळा बदलला. पहाटेच्या वेळेस सोन्याचा दातवाला सैनिक त्यांना खडकांतून येताना दिसला. त्याच्या पाठीवर दोन बोचकी होती. सहकाऱ्यांच्या उतावीळ प्रश्नांना थोपवत तो म्हणाला, ''खाली बसा. मला तुम्हाला बऱ्याच गोष्टी सांगायच्या आहेत.'' मग पाठीवरची बोचकी खाली उतरवून तो बोलू लागला, ''खेड्यात शत्रूचा सुळसुळाट झाला आहे. परंतु खेड्याबद्दल मला जेवढी माहिती आहे तेवढी त्यांना नाही. त्यामुळे मी कुणालाही नकळत आडवाटेने गेलो आणि घरात शिरलो. घराची कडी वाजवली तर बायकोनेच दार उघडलं. मला पाहून ती किंचाळणारच होती पण मी तिच्या तोंडावर हात ठेवला. मग पुढे काय झालं?'' सोन्याच्या दातवाल्या सैनिकाने स्वतःच प्रश्न विचारला आणि आपल्या बोचक्यात हात घालून चीझचा मोठा तुकडा बाहेर काढला. ''पुढे काय झालं ह्याचं उत्तर जो देईल त्याला हा चीझचा तुकडा मिळेल.'' कित्येक दिवस उपाशीतापाशी काढल्यामुळे श्वासाला दुर्गंध येणारे सैनिक उत्साहाने उत्तर देऊ लागले. एकजण म्हणाला, ''शत्रू संख्येने किती आहेत ह्यांची चौकशी केली असशील तू.'' दुसरा म्हणाला, ''आपले सैनिक कुठेत हे विचारलं असशील.'' ही प्रश्नोत्तरांची

सरबत्ती अखंड चालूच राहील असं वाटल्यामुळे पाठीमागे बसलेल्या इस्तंबूलच्या सैनिकाने हात वर करून म्हटलं, "तू बायकोवर जागच्या जागीच तुटून पडला असशील." तेव्हा त्या सोन्याच्या दातवाल्या सैनिकाने हसून त्याच्याकडे चीझचा तुकडा भिरकावला. सगळे सैनिक आश्चर्याने हुंकारले आणि मोठ्ठ्याने हसले. मग सोन्याच्या दातवाल्या सैनिकाने बोचक्यातून एक गोड पदार्थ काढून म्हटलं, "पुढे काय झालं हे सांगणाऱ्याला हा खाऊ मिळेल." तेव्हा एकजण म्हणाला, "ह्या वेळेस तू नक्कीच आपल्या सैनिकांबद्दल विचारलं असशील." दुसरा म्हणाला, "तू तुझ्या मुलांबद्दल विचारलंस का?" तेव्हा सदैव मागेच बसलेल्या इस्तंबूलच्या सैनिकाने पुन्हा हात वर केला. सैन्यात असो की शाळेत ह्या प्रकारचे लोक नेहमीच मागच्या बाकावर बसतात. तो म्हणाला, "तू आणखी एकदा बायकोवर तुटून पडलास, हो ना." तेव्हा सोन्याच्या दातवाल्या सैनिकाने हसत हसत त्याला तो गोड पदार्थही दिला. मग त्याने बोचक्यातून तळलेला कोंबडीचा तुकडा काढून हवेत हलवला. "त्यानंतर मी काय केलं हे सांगणाऱ्याला हा कोंबडीचा तुकडा मिळेल." तेव्हा सगळे सैनिक एकमुखाने ओरडले, "म्हणजे काय? तू तिसऱ्यांदा बायकोला..." जणू ती नित्यनेमाने करायची पहाटेची कवायतच होती. सोन्याच्या दातवाल्या सैनिकाला काही केल्या हसू आवरेना. तो म्हणाला, "नाही, नाही, त्यानंतर मी बूट काढले."

मी तेच वाक्य पुन्हा बोललो, "नाही, त्यानंतर मी बूट काढले."

मग तोंडावर हात ठेवून मी हळूहळू हसू लागलो. डॉक्टर आणि कुहेलन काकाही हसू लागले. हसताना त्यांचे खांदे वरखाली झुलू लागले. आम्ही आवाज न करता हसत असलो तरी आमच्या हलत्या शरीरांमुळे भिंती थरथरू लागल्या होत्या. जणू गुप्त ठिकाणी लपून बसलेली आम्ही खट्याळ मुलंच होतो आणि मोठी माणसं जिथे आम्हाला बघूच शकणार नाहीत अशा ठिकाणी बसून हसत होतो. आमची तोंडं उघडी होती. आम्ही एकमेकांकडे आनंदाने पाहत होतो. काय बोलल्यामुळे एखाद्याला हसवता येतं हे कळणं हा तो माणूस समजून घेण्याचा एक मार्गच असतो, नाही का? उलट कामो न्हाव्याला कशामुळे हसू येणार नाही हे माहीत झाल्यामुळेच आम्ही त्याला ओळखू लागलो होतो असंही म्हणता आलं असतं. त्याचा चेहरा सदैव दुर्मुखलेला, आंबट असायचा. कामो निर्विकारपणे आमच्याकडे पाहत होता. आम्हाला कशाचं हसू आलं होतं ह्याचं त्याला सोयरसुतक नव्हतं.

हसणं ओसरू लागल्यावर मी म्हणालो, ''आपण केवढे हसलो आत्ता. काही भयंकर तर घडणार नसेल ना आपल्या बाबतीत.''

''काहीतरी भयंकर?'' डॉक्टर म्हणाले, ''काय भयंकर घडणार आहे आपल्या बाबतीत? तेही कुठे? इथे?''

मग आम्ही पुन्हा हसायला लागलो. लोक दारू पितात किंवा खूप हसतात तेव्हाच ते भविष्य विसरून जातात आणि जीवनाकडे बघून खांदे उडवतात. माणूस वेदना सोसत असतो तेव्हा काळ स्तब्ध होत असतो. तसाच तो हसत असतो तेव्हाही काळ स्तब्धच होत असतो. मग भूतकाळ आणि वर्तमानकाळ पुसले जातात आणि त्या क्षणातली अथांगता तेवढीच शिल्लक राहते.

हसून हसून दमल्यावर आम्ही थोडा दम खाल्ला आणि डोळ्यांत आलेलं पाणी पुसलं.

''मला त्या सैनिकांची गोष्ट माहित्येय.'' कुहेलन काका म्हणाले, ''परंतु माझ्या माहितीच्या गोष्टीत इस्तंबूलचं कुणी नव्हतं. ती गोष्ट रशियात घडलेली होती.''

डॉक्टरांनी माझ्या वतीने उत्तर दिलं, ''इथे आलं की सगळ्या गोष्टी इस्तंबूलच्या मालकीच्या होतात.''

''तुम्ही माहीत असलेल्या गोष्टीच सांगून थांबत नाही तर त्या बदलता आणि तुम्हाला हवा तो आकारही देता त्यांना.''

''काका, तुमचे बाबाही तेच करत होते की! पांढऱ्या देवमाशाच्या मागावर ते इस्तंबूलच्या खलाश्यांना नाही का महासागरांत लोटत होते? लांडग्याच्या कहाणीतल्या शिकाऱ्यांना तर त्यांनी पार इस्तंबूलपर्यंत आणलं होतं.''

मग डॉक्टर आणि कुहेलन काका सैनिक, शिकारी आणि खलाश्यांविषयी बोलण्यात गर्क झाले. ते किनारपट्टीवर बांधलेल्या रस्त्याबद्दल बोलले. त्या रस्त्यामुळेच कुमकापीतल्या कोळ्यांचं जुनं खेडं नष्ट झालं होतं. बॉस्फरसच्या किनारपट्टीवरील ज्युडास वृक्षांची संख्याही कमी कमी होत चालली होती. सिनान ह्या वास्तुतज्ज्ञाने चारशे वर्षांपूर्वी बांधलेली 'इलायझादे मशीद'ही पेट्रोल पंप बांधण्यासाठी जमीनदोस्त करण्यात आली होती. हजार वर्षांपूर्वी झालेल्या भूकंपामुळे इस्तंबूलजवळचं एक बेट काल्पनिक अटलांटीस बेटासारखं समुद्रात बुडालं होतं, त्याबद्दल ते बोलत होते आणि बोलता बोलता एकमेकांना विचारत होते, ''इस्तंबूलसुद्धा बेट आहे का हो?''

डॉक्टरांच्या मते इस्तंबूल हे बेटच होतं आणि तिथल्या पापांचा भार दिवसेंदिवस वाढत चालला होता. त्यामुळेच एक दिवस त्याचा विनाश होणार होता. तिथली पापंही एकाच प्रकारची नव्हती. तीही सारखी बदलत होती. म्हणूनच तर आता ती नगरी कुणाच्याच ओळखीची म्हणून उरली नव्हती. तिथे लोक रोजच्या रोज नवीनच काहीतरी शिकत होते. ह्या रहस्यमयतेमुळेच तर बदल घडवायची त्या नगरीची इच्छा उसळी मारून उठत होती. स्वतःला भविष्यास जोडून घ्यायच्या तिच्या इच्छेस त्यामुळेच जोर मिळत होता. जेव्हा आजचा दिवस अंधूक बनू लागतो तेव्हा सत्यही अंधूक बनू लागतं. मग सत्याची जागा प्रतीकं घेऊ लागतात. मग पर्वतांच्या जागी इमारती येतात, समुद्रकिनाऱ्यांच्या जागी फुलांनी सजवलेले सज्जे येतात. मग प्रेमाचं रूपांतरही सातत्याने नवनवे अनुभव शोधत राहणाऱ्या एका असंतुष्ट, केसाळ, घामट जनावरात होतं.

कुहेलन काकांना ते बोलणं पटलं नाही. त्यांनी डॉक्टरांशी वाद घातला की प्रतीकं ही सत्यापेक्षा अधिक खरी असतात. मुळात ह्या जगात लोक स्वतःच्या इच्छेने आलेले नसतात. त्यामुळेच स्वतःच्या अस्तित्वाचा शोध घेण्यास ते बांधीलही नसतात. उलट त्यांना आपलं वेगळं अस्तित्व प्रत्यक्षात उतरवायचं असतं. आपण अस्तित्वात येण्यापूर्वी पर्वत हे पर्वतच होते आणि झाडंसुद्धा झाडंच होती. परंतु तेव्हाचं शहर तसं होतं का? पोलाद, वीज आणि टेलिफोन तसे होते का? ज्या लोकांनी गोंगाटातून संगीत निर्माण केलं, संख्यांतून गणित निर्माण केलं, त्यांनी शहरासोबतच स्वतःचं असं नवीन विश्व निर्माण केलं. बाह्य सृष्टीपासून ते जेवढे दूर गेले तेवढे ते स्वरचित सृष्टीच्या जवळ गेले. डोंगरमाथ्यांऐवजी ते बाजूबाजूला बांधलेल्या घरांच्या छतांवर अधिक भरवसा करू लागले. नद्यांऐवजी गजबजलेल्या रस्त्यांवर भरवसा करू लागले, ताऱ्यांऐवजी सर्वत्र चमकणाऱ्या दिव्यांवर भरवसा करू लागले.

माझा भरवसा कशावर आहे? चांदण्यांवर की शहरातल्या दिव्यांवर? मागच्याच महिन्यात मी हिसारुस्तू येथील घरात लपून बसलो होतो, तेव्हा त्या घराच्या खिडकीतून बाहेर बघताना मी त्यावर विचार केला होता. चांदण्या कुठे संपतात आणि शहरातले दिवे कुठे सुरू होतात तेच मला कळत नव्हतं. हातातलं पुस्तक वाचणं काही काळ थांबलं तेव्हा मी आकाशगंगेत आणि माझ्या स्वप्नांच्या दुनियेत हरवून गेलो. वाटू लागलं की ज्या चमकत्या रूपांकडे मी पाहत आहे ती खरोखरच आकाशगंगा आहे का?

हिसारुत्सूमधल्या घरातले सुरुवातीचे दिवस मी एकटा नव्हतो. यास्मीन आब्ला माझ्यासोबत होती. मला तिचं खरं नाव माहीत नव्हतं. तीसुद्धा मला युसूफ ह्या टोपणनावानेच ओळखत होती. आम्ही ताकसीम येथील गेझी पार्कात भेटलो. त्यापूर्वी कधीच भेटलो नसल्याने आम्हाला दिलेल्या माहितीनुसार तिने गळ्याभोवती गुंडाळलेल्या हिरव्या स्कार्फमुळे मी तिला ओळखलं होतं आणि माझ्या हातातल्या क्रीडाविषयक मासिकामुळे तिनेही मला ओळखलं होतं. ती माझ्यापेक्षा पाच-सहा वर्षांनी मोठी वाटत होती.

"युसूफ," घरी पोचल्या पोचल्या ती म्हणाली, "आपण इथे काही दिवस राहणार आहोत. इथले शेजारी मला ओळखतात. कुणी विचारलंच तर आपण बहीण-भाऊ आहोत असं सांगू. पण शक्यतो कुणाच्या दृष्टीस पडला नाहीस तर चांगलं."

ते घर म्हणजे एकच खोली असलेलं गेसाकोंडू (इस्तंबूलमधील बैठ्या झोपडपट्टीतलं एक घर) होतं. दाराशीच छोटी मोरी होती. स्वयंपाकघर म्हणजे छोटी चूल होती. रात्री झोपायच्या वेळेस आम्ही आळीपाळीने मोरीत जाऊन कपडे बदलायचो. आम्ही वेगवेगळ्या कोचांवर झोपत होतो. त्या रात्री आगकाडीच्या जळत्या वासाने जाग आली. अर्धवट डोळे उघडून पाहिलं तर यास्मीन आब्ला खिडकीजवळ बसली होती. तिच्या हातात सिगरेट होती. बाहेर बघत ती कसलातरी विचार करत होती.

"तुला झोप येत नाहीये का?" मी विचारलं.

"आपल्याला एका मित्राशी संपर्क साधता येत नाहीये. त्याने काल दोन वेळा ठरलेली वेळ चुकवली. मी त्याचा विचार करत होते."

"त्याला हे घर माहित्येय का?" मलाही कळायच्या आतच माझ्या तोंडून प्रश्न बाहेर पडला.

"तो पकडला गेला तर एकच पत्ता देऊ शकतो. पण कालच रात्री आपण ते घर सोडलंय आणि हे घर त्याला माहीत नाही."

"मी सहजच विचारलं होतं ग."

"काळजी करण्याबद्दल मी तुला दोष देत नाही युसूफ."

बिछान्यावरून उठून मी तिच्याजवळ गेलो आणि टेबलाच्या दुसऱ्या बाजूच्या खुर्चीवर बसून सिगरेट पेटवली.

"यास्मीन आब्ला," माझी काळजी दिसणार नाही ह्याची दक्षता घेत मी म्हणालो, "तू कधी पकडली गेली आहेस का?"

"नाही. तू?"

"मीही नाही."

ते घर उतारावर होतं. मोडकळीस आलेली एकसारखी बैठी घरं डोंगराच्या उतारावर सगळीकडे पसरली होती. समुद्रापर्यंत पोचलेले रस्त्यावरचे दिवे बॉस्फरसमध्ये तरंगणाऱ्या जहाजांच्या आणि बोटींच्या दिव्यांत मिसळून गेले होते. इस्तंबूलचा तो एक सुंदर समुद्रकिनारा होता. खरोखरच इस्तंबूलने आपली आतिथ्यशीलता वैभवशाली बंगले आणि गगनचुंबी इमारती ह्यांच्यावर उधळण्याऐवजी ह्या लहानशा गेसाकोंडूंवरच उधळलेली दिसत होती.

आम्ही चहा केला आणि पहाटेपर्यंत बसूनच राहिलो. आम्ही राजकारणाबद्दल बोलत नव्हतो, तर पुस्तकांबद्दल बोलत होतो. आमच्या स्वप्नांबद्दल बोलत होतो. यास्मीन आब्लाचा काव्यसंग्रह आणि कुठलाही शब्द सांगितल्यावर तो वापरून दोन ओळींचा शेर म्हणण्याची हातोटी पाहून मला तिचा हेवाच वाटू लागला. मी 'समुद्र' म्हणालो तेव्हा ती शेर गुणगुणली, "हे मुक्त मानवा, तू नेहमीच समुद्रास जतन करशील." मी 'घड्याळ' म्हणालो तेव्हा ती उत्तरली, "घड्याळ... म्हणजे उपद्रवी, भयंकर, दगडी चेहऱ्याचा देवच जणू." तिचं हास्य पहिलीतल्या मुलासारखं निरागस होतं. दिवा बंद केला तेव्हा रस्त्यावरल्या दिव्याच्या उजेडात तिचा चेहरा उजळून निघाला. रात्र संपताना पहाटेच्या गुलाबी रंगावर धुक्याने आपली शाल लपेटली तेव्हा आम्ही बिछान्यात शिरलो आणि सीगल-चिमण्यांच्या किलबिलाटाला भीक न घालता गाढ झोपून गेलो.

दुपारच्या सुमारास यास्मीन आब्ला बाहेर गेली आणि अंधार पडल्यावर परतली. तिच्या हातात पिशवीभरून खाद्यपदार्थ होते.

"आपल्या हरवलेल्या मित्राकडून अजूनही काही कळलं नाहीये, युसूफ. मी उद्या शहराबाहेर जातेय. उशिरात उशिरा तीन दिवसांत परत येईन."

"मी काय करायचंय?"

"मी तुझ्यासाठी अन्न आणलंय. तिसऱ्या दिवसाच्या संध्याकाळी परत आले नाही तर घर रिकामं कर. घरात अशी कुठलीही वस्तू ठेवू नकोस ज्यायोगे तुझी ओळख पटू शकेल."

यास्मीन आब्लाने चुलीवर पाणी गरम केलं. मग मोरीत जाऊन अंघोळ केली. ती परतली तेव्हा तिच्या अंगात घरातले कपडे होते.

मी टेबलाशी बसून फाटकं जाकीट शिवत होतो हे पाहून तिने विचारलं, "शिवता येतं का तुला?"

“नाही,” मी म्हणालो.

“दे मला ते. शिवून देते. माझ्या कानातल्याचा हूक निघालाय, तो तू लावून देतोस का?”

मी तिच्याकडून कानातले सोनेरी डूल घेतले आणि दोन्हींची तुलना करून त्यातला हूक नसलेला कसा दुरुस्त करायचा ते पाहिलं. मग त्यातला पिवळट सोनेरी खडा तुटणार नाही अशा बेताने खिशातला चाकू हलकेच फिरवला.

माझ्या जाकिटाच्या खांद्याला पडलेली चीर शिवत असताना यास्मीनने मान वर केली, “तुला हस्तकलेच्या वस्तू आवडतात का?” तिने विचारलं.

“विशेष नाहीत... तुला आवडतात?”

“मी शिवणकाम करणारीच होते. मला कापडाचा स्पर्श खूप आवडतो. मी स्वतः माझा कुडता शिवलाय.”

मी भिंतीवर लटकणाऱ्या कुडत्याकडे पाहिलं. कुडता खोल गळ्याचा, गुडघ्यापर्यंत पोचणारा होता. त्याला पट्टाही होता. कुडत्यावरील फुलांची रंगसंगती तिच्या कानातल्या फुलांशी जुळणारी दिसत होती.

“उभा राहून जाकीट घालून पाहा बरं!” ती म्हणाली.

मी जाकीट घातलं आणि हात पुढे-मागे आणि बाजूला हलवून पाहिला.

“वा, मस्तच केलंयस काम तू,” मी म्हणालो.

यास्मीन आब्ला जवळ आली आणि तिने जाकिटाची चुरगळलेली कॉलर नीट केली.

“मग, तुझ्याकडे भरपूर वेळ आहे आता. मी परत येण्यापूर्वी जाकिटाला इस्त्री करून ठेव बरं.”

“होय बाईसाहेबा, जशी आज्ञा!” मी हसत म्हणालो.

“ही आज्ञा नाही, इच्छा आहे.”

तिचे केस ओले होते. अंगाला गुलाबाचा वास येत होता. नुकतीच न्हाऊन आल्यामुळे ती ताजीतवानी दिसत होती. ती हळूच मागे सरली आणि चुलीवरील चहाचं भांडं उचलून तिने चहाचे कप भरले.

तिला बोलायला आवडत होतं. ज्या गरीब घरात ती लहानाची मोठी झाली, ज्या घराच्या छोट्या खिडकीतून ती जगाकडे बघायची त्याबद्दल तिने मला सांगितलं. पुन्हा एकदा मी बोललेला प्रत्येक शब्द वापरून तिने मला शेर म्हणून दाखवले. त्यानंतर खिडकीच्या कठड्यावर ठेवलेल्या जिरॅनियमच्या रोपट्यांना पाणीही घातलं.

दोन कुंड्यांपैकी एकीतल्या जिरॅनियमला बहर आला होता तर दुसरीतली फुलं कोमेजून चालली होती. परतल्यावर बागेतल्या झाडांनाही पाणी घालीन असं ती म्हणाली. तिथे बागेतही फोर ओ क्लॉक, ओलिएंडर, गुलाब अशी फुलझाडं होती. बोलता बोलता आमच्या शब्दांत आणि फुलांत गुरगटून बसलेली रात्र हळुवारपणे बाहेर पडली आणि वाहून गेली. फुटक्या बाटलीतून पाणी ओघळून जावं ना अगदी तशीच. आकाश फिकट होऊ लागलंय, तारेही निजधामाला गेलेत हेही आमच्या लक्षात आलं नाही.

त्यानंतर बऱ्याच वेळाने मी पावसाच्या आवाजाने जागा झालो तेव्हा ती बिछान्यात नव्हती. हलक्या पावलांनी बाहेर पडली असावी.

मी खिडकीशी बसून सिगरेट शिलगावली.

बाहेर वादळ घोंगावत होतं. बेभान वारा वाहत होता. इस्तंबूलचा समुद्र कल्पनातीत खवळलेला दिसत होता. भरात आलेल्या वादळाने दिवसाची रात्र करून टाकली होती. ढगांना तैलचित्रातला काळा कुळकुळीत रंग चढला होता. बॉस्फरसमधल्या लाटा एका जहाजाला जोरदार थपडा मारून काठाकडे लोटत होत्या. सगळ्या बाजूंनी झोडपल्या गेलेल्या त्या जहाजाने संकटात सापडल्याचा भयसूचक बिगूल वाजवला. कुठल्याही क्षणी ते बुडणार होतं, लाटांकडून गिळंकृत होणार होतं. त्या बिगुलाची कर्णभेदक किंकाळी पाऊस-वारा-लाटांच्या आवाजात मिसळून जात होती. जहाजातील सर्व माणसं आकाशाकडे बघून देवाची करुणा भाकत होती. काठावरचे दारुडे, भिकारी आणि आत्महत्येच्या टोकावर असलेले लोकच बहुधा म्हणत होते की जहाजाने अगोदर आम्हाला खडकांतून उचलून न्यावं आणि नंतरच इच्छा असेल तर बुडावं. जहाजासोबत बुडणं हा मरण्याचा उत्तम मार्ग होता. संतापाने तोंडाला फेस आलेला समुद्र पुन्हा पुन्हा चाबूक हाणत होता आणि ज्यांना माणसाळवणं अशक्य आहे अशा जंगली अश्वांसारख्या लाटा पुन्हा पुन्हा उफाळून येत होत्या. बाहेर पडण्यासाठी यास्मीन आब्लाने अगदी योग्य वेळ साधली होती. एक तर ते होतं किंवा मग तिने बाहेर पडण्याची आणि बॉस्फरसमध्ये जहाज येण्याची वेळ एकच गाठली गेली होती. तेवढ्यात वादळच थांबलं. 'फोर ओ क्लॉक', ओलिएंडर आणि गुलाबाच्या फुलांच्या उरल्यासुरल्या पाकळ्या वाऱ्याने बागेत विखरून टाकल्या होत्या. रस्ते रिकामे होते. कुत्र्यांनी आणि बेघरांनी मोडकळीस आलेल्या इमारतींत आसरा घेतला होता. दारिद्र्याने आणि उधळपट्टीने बेभान झालेलं इस्तंबूल आपले बाहू पसरून वादळ थांबण्याची

प्रतीक्षा करत होतं तर जहाजातील खलाशी वादळदेवाला आलटून पालटून विनवत होते आणि शिव्याशापही देत होते. आपलं थडगं समुद्र सोडून अन्यत्र कुठंही असणार नाही असा विचार करत होते. जेव्हा प्रत्येक मार्ग खुंटतो तेव्हा आपली नियती स्वीकारणं योग्य ठरतं की शिव्याशाप देणं? वादळाने अशा वादविवादांना चालना दिली होती. आसपास हे एवढं होत असूनही, तीच हवा, तेच पाणी असूनही इकडे खिडकीच्या कठड्यावरचं एक जिरॅनियम कोमेजत होतं तर दुसरं बहरत होतं.

बरोब्बर त्याच क्षणी माझं लक्ष त्या पिवळट खड्यांच्या कर्णफुलाकडे गेलं. त्या दोन कुंड्यांच्या मधोमध ते पडलं होतं. त्याला बाहेरच्या पाऊस-वाऱ्याचा स्पर्शही झाला नव्हता. कालच रात्री तर मी ते दुरुस्त केलं होतं. पण मग दुसरं कुठं होतं? मी सगळीकडे शोधलं. सोफ्यावर, बाहेरच्या दाराशी, मोरीतल्या आरशाशीही पाहिलं. सामान भरताना यास्मीन आब्ला दुसरं कर्णफूल घ्यायचं विसरून गेली होती का? एवढ्या घाईघाईत ती बाहेर पडली होती का?

मी सोफ्यावर बसलो आणि ते कर्णफूल हवेत उंच धरलं. त्याचा आकार सोनेरी, अर्धपारदर्शक द्राक्षासारखा होता. चांदीच्या हुकावर ते डोलत होतं. त्याच्या पुरातन गहनतेत प्रकाशलाटांचं नाजूक नर्तन चाललं होतं. केशरी, तपकिरी लाटा आतल्या आत हलकेच डुलत होत्या. स्त्रियांच्या कानांत डुलणाऱ्या त्या पिवळट खड्याच्या कर्णफुलाकडे मी टक लावून पाहिलं. कित्येक वर्षांपासून तशी कर्णफुलं दुकानांच्या खिडक्यात मांडून ठेवलेली मी पाहिली होती. परंतु आत्ता मात्र कधीच न पाहिल्यासारखं पाहत होतो. आपल्या मनातली निवडप्रक्रिया कशी काय चालत असते? एखाद्या वस्तूच्या अस्तित्वाची जाणीव आपल्याला कधी होते?

ह्यापूर्वी माझं लक्ष कर्णफुलांकडे कधी गेलं नव्हतं तसंच रस्त्यात यास्मीन आब्ला समोरून गेली असती तर तिच्याकडेही माझं लक्ष गेलं नसतं. कदाचित तो आणखी एक पावसाळी दिवस होता. लोक छत्र्यांखाली स्वतःला सावरून घेत चालत होते. भव्य, उंच इमारतींच्या बाजूने भराभरा चालत पावलं टाकत होते. गल्लीबोळांच्या नाक्यावर वाद्यावर गाणी वाजवत उभ्या राहिलेल्या तरुण मुलींना ओलांडून पुढे जात होते. त्यातील काहीजणी सोडून जाणाऱ्या प्रियकराची आठवण घोळवत होत्या तर काहीजणी आपल्या बेशिस्त लहानग्यांमुळे निराश होत होत्या. सगळेजण एकच भाषा बोलत असूनही कुणीच

कुणाला समजून घेत नव्हतं. प्रत्येक मनात आणखीही मनं राहत होती. पाऊस पडला की इस्तंबूलचं रूपांतर निष्पर्ण वृक्षांच्या घनगर्द जंगलात व्हायचं. प्रत्येकजण गडबडून, गोंधळून जायचा. मग प्रत्येक घर, प्रत्येक रस्ता, प्रत्येक चेहरा एकसारखा भासायचा. मी यास्मीन आब्लाला ओलांडून पुढे गेलो. तिच्या भेटीची ठरलेली वेळ मला पाळायची होती. तिचे केस ओले होते. कोटाची टोपी कपाळावर ओढून घेऊन मी घाईघाईने चालत पुढे गेलो. तेव्हा जर तिचं एका कानातलं कर्णफूल खाली पडलं असतं आणि ते नकळता ती चालत राहिली असती तर? खाली चिखलात पडलेलं ते पिवळट खड्याचं कर्णफूल मी उचलून घेतलं असतं तर? मी माझा ओला हात आणि यास्मीन आब्लाला गिळून टाकणारा भोवतीचा राखाडी जमाव निरखत क्षणभर थांबलो असतो तर? तर इस्तंबूल माझ्यासाठी बदललं असतं का? त्या कर्णफुलाने माझं हृदय पूर्वी कधीही न अनुभवलेल्या आनंदाने भरून गेलं असतं का?

इस्तंबूलची हीच विचित्र गोष्ट होती की त्या नगरीला उत्तरांपेक्षा प्रश्नच प्रिय होते. ती सुखाचं रूपांतर दुःस्वप्नात करू शकत होती आणि हताश रात्रीचं रूपांतर आनंदी पहाटेत करू शकत होती. अनिश्चिततेतूनच तिला बळ प्राप्त होत होतं.   लोक त्यालाच तर ह्या नगरीची नियती म्हणत होते. एका रस्त्यातील स्वर्ग आणि दुसऱ्या रस्त्यावरील नरक क्षणार्धात आपापल्या जागा बदलू शकत होते. जणू राजा आणि भिकाऱ्याच्या गोष्टीतल्यासारखंच तिथे घडत होतं. म्हणजे एका राजाला काही काळ करमणूक हवी असते. म्हणून रस्त्यावर झोपलेल्या एका कंगाल माणसाला तो राजवाड्यात आणण्याचा हुकूम देतो. कंगाल जागा होतो तेव्हा सर्वजण त्याला राजाच्या सन्मानाने वागवतात. आश्चर्याचा धक्का ओसरल्यावर कंगालाला वाटू लागतं की आपण खरोखरचे राजे आहोत की काय? आपलं दारिद्र्यातलं दुसरं जीवन हे स्वप्नच होतं की काय? दिवस संपतो आणि रात्र होते तेव्हा तो सुखमय निद्रेच्या अधीन होतो तेव्हा ते लोक त्याला पुन्हा बाहेर नेतात. मग सकाळी डोळे उघडल्यावर त्याला कळतं की आपण पुन्हा रस्त्यावरच्या धुळीत आहोत. मग सत्य काय आणि स्वप्न काय हेच त्याला समजेनासं होतं. अशा बऱ्याच रात्री ते हा खेळ खेळतात. म्हणजे एका सकाळी जागं झाल्यावर तो कंगाल महालात असतो तर पुढल्या सकाळी तोच रस्त्यावर असतो. प्रत्येक वेळी त्याला वाटतं की आपलं दुसरं जीवन हे स्वप्न होतं. कोण म्हणतं की गोष्टी शिळ्या होतात म्हणून त्यांना शहरांत प्रवेश देऊ नये? तो राजा आणि तो

कंगाल हे दोघं इस्तंबूलचेच नव्हते का? एकाला दुसऱ्याच्या नियतीशी खेळण्यात गंमत वाटत होती तर दुसऱ्याला सत्याच्या एका टोकापासून दुसऱ्या टोकापर्यंत हिंदकळण्यात आनंद मिळत होता. उद्या आपण सकाळी उठताना कुठल्या अवस्थेत उठू हे आत्ता पावसात धावतपळत चालणाऱ्या लोकांना माहीत होतं का?

त्याच धर्तीवर म्हणायचं झालं तर इस्तंबूल हे नुसतंच इस्तंबूल नव्हतं आणि पिवळट खड्याचं कर्णफूलही नुसतंच कर्णफूल नव्हतं. कारण त्या दोघांनाही स्वतःचा इतिहास होता. यास्मीन आब्लाने ते कर्णफूल विकत घेतलं होतं. कारण तिला ते आवडलं होतं. आपल्याला ते शोभून दिसतं असं वाटलं होतं. मग तिने मला ते दुरुस्त करायला देऊन त्याच्या इतिहासात मलाही सामील करून घेतलं होतं. ह्या पिवळट कर्णफुलाकडे एक गोष्ट होती आणि एका सुंदर व्यक्तीचं स्वप्नही होतं.

मी खिडकीकडे जाऊन पुन्हा एकदा बाहेर पाहिलं. समुद्र स्थिरावला होता, लाटाही शांतावल्या होत्या. क्षणापूर्वी वादळाशी झगडणारं, संकटसूचक बिगूल वाजवणारं जहाज आता कुठे होतं? मार्गस्थ झालं होतं की समुद्राच्या तळाशी गाडलं गेलं होतं? पाऊस थांबला होता. कुत्रे रस्त्यावर आले होते. घरांच्या रांगेसमोरून विचारात बुडलेला एक माणूस जात होता. त्याच्या अंगावर कोट नव्हता, हातात छत्रीसुद्धा नव्हती. वाटेत चिखलाच्या डबक्यात पाय पडतोय इकडेही लक्ष नव्हतं. क्षणभर थांबून त्याने आमच्या घराकडे मान वळवली. अंधारात मला त्याचा चेहरा दिसला नाही परंतु तो खूप थकलेला, भुकेलेला असेल ह्याची कल्पना करणं अवघड नव्हतं. पुढे जाण्याचा बेत रद्द करून तो मागे वळला. काहीतरी विसरलेलं आणायला जावं तशी त्याने आपली गती वाढवली.

मी चहा उकळवला. उशीर झाला होता तरी न्याहारी केली. मग भिंतीवरल्या फळ्यांवर ओळीने लावलेल्या पुस्तकांकडे पाहिलं. त्यातली दोन पुस्तकं मी निवडली. एक होतं, 'ॲन अँथॉलॉग ऑफ वर्ल्ड पोएट्री' आणि दुसरं होतं यासर केमाल ह्या लेखकाची 'नेमेद, माय हॉक' ही कादंबरी. मग सोफ्यावर आडवा झालो. बऱ्याच कविता वाचून झाल्यावर कादंबरी वाचायला सुरुवात केली.

पाऊस पडून गेल्यावरच्या सूर्यप्रकाशात मुलांचा आणि रस्त्यावरील फेरीवाल्यांचा गलबला सगळीकडे घुमू लागला. सूर्य किती उत्साही आणि

आनंदी वाटत होता. वादळात त्याने आपल्या कोषात हातपाय आकसून घेतले होते, परंतु नंतर मात्र सगळ्या चराचराला त्याने काबीज करून टाकलं होतं. मलाही खिडकी उघडावीशी वाटत होती परंतु ह्या घरात कुणीतरी आहे हे कुणालाही कळता कामा नये हेही मला माहीत होतं. मी पडद्याआडून रस्त्यावर पाहत होतो. बाहेरून कुणाला दिसणार नाही ह्याची दक्षता घेऊन मी खिडकी अगदी किंचितशी किलकिली केली आणि बाहेरची स्वच्छ, ताजी हवा नाकात ओढून घेतली.

ते तीन दिवस मी सोफ्यावर लोळून वाचनात आणि भरपूर झोपण्यात घालवले. रात्रीच्या वेळेस शेजारपाजारच्या परिसरातले दिवे आणि बॉस्फरसवर तरंगणाऱ्या होड्यांबद्दल मी विचार करायचो. दर रात्री आकाशाचा रंग बदलायचा. आकाशाच्या एका टोकापासून दुसऱ्या टोकापर्यंत रंग वाहत यायचे. दूरवरच्या दिव्यांचा प्रकाश वाऱ्यामुळे सर्व दिशांना अस्ताव्यस्त भरकटायचा. तिसऱ्या दिवसाच्या संध्याकाळपर्यंत मी शांत चित्ताने प्रतीक्षा केली. पिवळट खड्यांची कर्णफुलं हातात घेऊन त्यांच्याशी चाळा केला. कादंबरी वाचून संपवली आणि काही कविता पुन्हा पुन्हा वाचल्या.

यास्मीन आब्ला म्हणाली होती, ''तिसऱ्या दिवशीच्या संध्याकाळी येईन.'' मग वाइटात वाईट परिस्थिती काय होऊ शकते ह्याचा मी विचार करू लागलो. ती पकडली गेली तर, अशीही मी कल्पना केली. सूर्यास्त होऊ लागल्यावर मी बाहेर पडण्यासाठी तयार झालो. माझा दात घासायचा ब्रश आणि वस्तरा घेतला. सिगरेटची थोटकं टाकलेली कचऱ्याची थैली बांधून घेत असताना दाराबाहेर मला पावलांचा आवाज ऐकू आला.

दाराची कडी वाजली, परंतु आमच्या सांकेतिक खुणेसारखी कडी वाजली नव्हती. मी थांबलो.

लहान मुलीचा आवाज ऐकू आला, ''कुणी आहे का आत?''

ही बहुधा शेजारपाजारची छोटी मुलगी असावी. मी अजिबात हललो नाही.

ह्या वेळेस तोच आवाज परंतु कुजबुजल्यासारखं बोलला, ''अग्बी, दार उघडता का?''

अग्बी? ही कशी ओळखते मला? त्यांनी मला यास्मीन आब्लासोबत येताना पाहिलं असेल पण ती मला का हाक मारतेय? यास्मीनला का नाही?

मला काहीच समजेना. मी दिवा न लावता दाराकडे गेलो आणि हळूच दार किलकिलं केलं. एक चिमुरडी पोर माझ्याकडे डोळे विस्फारून पाहत होती. ''अग्बी, मला उद्याचा गृहपाठ करायचाय. मला मदत कराल का तुम्ही? आजीने तुम्हाला बोलवायला सांगितलंय मला.''

''तुझी आजी? कोण आहे तुझी आजी?''

''आम्ही तुमच्या घराच्या मागच्या घरात राहतो. यास्मीन आब्लासुद्धा माझ्या गृहपाठात मदत करते.''

''यास्मीन आब्ला बाहेर गेलेय. ती परत आली की सांगतो मी तिला की तू येऊन गेलीस म्हणून. ती येईल तुमच्याकडे.''

''पण युसूफ अग्बी, आजीने तुम्हालाच बोलवायला सांगितलंय मला..''

त्या क्षणी माझ्या मनात शंभर प्रश्न चमकले. यास्मीन आब्ला परत आली नाही हे हिला कसं कळलं? माझं नाव हिला कसं कळलं? आता मात्र माझी उत्सुकता स्वस्थ बसू देईना. शिवाय घरात बसण्यापेक्षा शेजारच्या घरी वाट पाहणं हा अधिक बरा पर्याय होता.

''थांब, मी जाकीट घेतो हं,'' मी म्हणालो.

बाहेर पडता पडता मी पाठीवरची पिशवीही घेतली. मी इथे परत येणार नव्हतो. बागेच्या भिंतीपलीकडल्या कचराकुंडीत मी कचऱ्याची थैली भिरकावली.

''नाव काय तुझं?''

''सर्पील!''

घराजवळच्या अरुंद बोळकंडीतून सर्पील चालू लागली. तिला अंधारातही रस्ता पाठ होता. मी मुकाट्याने तिच्यामागे चालू लागलो. एकदा तर आम्ही मागच्या बाजूने मोडक्या कुंपणांवरूनही चढलो. नंतर आणखी एका बोळकंडीत शिरलो; जी मला एकट्याला सापडलीच नसती. त्यानंतर आम्ही एका मोडकळीस आलेल्या दगडी जिन्यावरून वर चढलो. तिथल्या घरांसमोर आलो तेव्हा थांबून इकडे तिकडे पाहिलं. आम्ही ज्या गेसाकोंडूमध्ये राहत होतो, त्या गेसाकोंडूच्या बरोब्बर वर आलो होतो आम्ही.

अगोदर सर्पील उघड्या दारातून आत गेली.

''आत या, अग्बी,'' ती म्हणाली.

ते घर आमच्यासारखंच एकखणी होतं. खिडकीजवळच्या सोफ्यावर एक स्त्री विणकाम करत बसली होती.

"आलास युसूफ तू?" ती म्हणाली.

"होय! नमस्ते, आजी!" मी म्हणालो.

"माझ्या बाजूला येऊन बस मुला!"

तेव्हा माझ्या लक्षात आलं की ती स्त्री आंधळी आहे. मी तिच्यासमोर बसून तिच्या चेहऱ्याकडे न पाहता भराभरा विणणाऱ्या बोटांकडे पाहू लागलो. दोन टाके विणा, मग दोन सोडा असं करत ती मोजत होती आणि तिचा स्वेटरही हळूहळू मोठा होत होता. मी तिच्या विणण्याकडे बघतोय हे तिला कळलंच असावं तशी ती थांबली.

सुया बाजूला ठेवून ती म्हणाली, "जवळ ये जरा,"

तिने हात पुढे करून माझ्या चेहऱ्याला स्पर्श केला. माझे गाल, हनुवटी, कपाळ सगळं चाचपून पाहिलं. मग एक हात माझ्या गळ्यावर ठेवून दुसरा हात माझ्या नाकावरून आणि भुवयांवरून फिरवला.

"तुझे नाकडोळे सुबक आहेत, चेहरा देखणा आहे," ती म्हणाली. जणू ती तिच्या विणकामाबद्दलच बोलत होती. "यास्मीनने आम्हाला तुझ्याबद्दल सांगितलंय. जरा ह्या मुलीला गृहपाठात मदत करशील ना? ह्या शाळेतल्या भानगडी माझ्या डोक्यात शिरतच नाहीत ना."

अठराविश्व दारिद्र्याच्या खुणा वागवणारं ह्या घरासारखं दुसरं घर आत्तापर्यंत माझ्या पाहण्यात नव्हतं. खिडक्यांना पडदे नव्हते. तावदानं फुटकी होती. वरच्या कोपऱ्यात जिथे काचच नव्हती तिथे प्लॅस्टिकची पिशवी खोचून ठेवली होती. दोन-चार दिवस तंबू ठोकल्यावर जेवण बनवायला वापरतात तसा छोटा गॅसचा सिलेंडर समोरच्या भिंतीला लागून होता. पलीकडे काडेपेटी, काही ताटल्या-पेले पडले होते. चहासाठी मंद आचेवर पाणी उकळत ठेवलेलं दिसत होतं. जमिनीवर घातलेला गालिचा विटका आणि फाटका होता. भिंतीचा गिलावा निघालेला होता. घरात टेबलखुर्ची काहीच नव्हतं. सोफ्याच्या वरच्या बाजूला दोन गाद्या गुंडाळून ठेवलेल्या दिसत होत्या. रात्री त्या दोघी त्या दोन गाद्यांवर सोफ्याच्या बाजूला झोपत असणार हे कळत होतं.

जमिनीवरून दप्तर उचलून सर्पील माझ्या बाजूला येऊन बसली. ते रंग उडालेलं, कडेशी उसवलेलं दप्तर उघडून त्यातून वह्या-पुस्तकं काढू लागली.

"आमच्या बाईंनी तीन प्रश्न दिलेत आम्हाला."

"चल, मग सुरुवात करूया." मी म्हणालो, "एकेक प्रश्न वाचून दाखव बरं."

सर्पीलने आधी आजीकडे आणि नंतर माझ्याकडे पाहिलं आणि वाचायला सुरुवात केली.

"चाचणी प्रश्न क्रमांक १. ऋतू का बदलतात? उन्हाळा किंवा पावसाळा कायमचा का राहत नाही?"

"मला काय मेलं कळणार ह्यातलं?" आजी म्हणाल्या.

सर्पील आणि मी एकमेकांकडे बघून हसलो.

"सर्पील, मुली लिही," मी म्हणालो, "त्याची दोन कारणं आहेत : एक म्हणजे हे जग सूर्याभोवती फिरतं आणि दुसरं म्हणजे पृथ्वीचा अक्ष सरळ नाही. सूर्याचे किरण पृथ्वीवर वर्षभर वेगवेगळ्या कोनांतून पडत असतात. त्यामुळे तापमानही बदलतं. म्हणूनच वेगवेगळे ऋतू आपल्याला मिळतात."

"मला माहीत होतं," आजी म्हणाल्या.

"माहीत होतं? मग मला का नाही सांगितलंस आजी तू?"

"प्रश्नाचं उत्तर नव्हे ग बाळा, यास्मीनचे सगळे मित्र हुशार असतात हे मला माहीत होतं."

मी एकदम खाकरलो आणि तिचं वाक्य सुधारायचा प्रयत्न केला. "मी यास्मीनचा मित्र नाही. भाऊ आहे."

"भाऊ – मित्र – काय फरक पडतो? तुम्ही सगळे सारखेच तर आहात."

मग सर्पीलचा अभ्यास होईतो आम्ही तिघांनी गप्पा मारल्या. 'ऋतू बदलला तरीही डोंगरमाथ्यावरील बर्फ का वितळत नाही?', आपल्या इथे चार ऋतू असले तरी दोन्ही ध्रुवांवर मात्र वर्षभर एकच ऋतू का असतो ह्याबद्दल आम्ही चर्चा केली.

"आम्ही दोन्ही ध्रुवांसारखे आहोत," आजी म्हणाली. "आम्ही सदैव गरीबच राहतो. चार ऋतूंप्रमाणे गरीब–श्रीमंतांनीही आपापल्या जागा बदलल्या असत्या तर बरं झालं असतं असं मला वाटतं. त्यामुळे अन्याय झाला नसता."

खिडकीच्या फटीतून ऑटममधील बोचरा वारा आत येत होता. त्यावरून हा न्याय त्यांना लवकरच मिळायला हवा होता हे सिद्ध होत होतं. इस्तंबूलमधील थंडी, हिम आणि तो ओलावा हाडाहाडांत भिनू लागल्यावर काय करणार होत्या त्या? हीटर वापरू शकणार होत्या? मोजांना पडलेल्या भोकांतून सर्पीलचे अंगठे बाहेर डोकावत होते. कदाचित आजी तिच्यासाठी

मोजेच विणत असेल आणि मोजे विणून झाल्यावर तिच्यासाठी जाडसर स्वेटर विणण्याचाही तिचा बेत असेल. दोघी खूप बारीक होत्या. त्यांची बोटं हडकुळी आणि चेहरे फिकुटलेले होते. त्या घरात फक्त दोघींच राहत होत्या हे मी सांगू शकत होतो. कारण तिथे सोफा सोडला तर काहीच लाकडी सामान नव्हतं आणि दोन गाद्या सोडल्या तर आणखी काही चादरी वगैरेही नव्हत्या.

"मी निघतो आता, म्हणजे बरं पडेल," मी म्हणालो.

आजींनी माझा दंड धरला, "ते काही मी ऐकणार नाही. अजून तू चहा प्यायला नाहीयेस, काही खाल्लंही नाहीयेस. सर्पील बाळा, गृहपाठ संपला असेल तर आम्हाला थोडा चहा दे ग. आणि तुझ्या युसूफ अग्बीसाठी काहीतरी खायला आण."

"माझा थोडासाच अभ्यास उरलाय, आजी. एक कविता पाठ करायचीय."

"कुठली कविता?"

"स्वर्गातल्या घराची."

"स्वर्गातल्या घराची?" आजी हसल्या, "हूं, काय पण स्वर्ग तरी."

मी उठून बसलो. "सर्पीलला अभ्यास करू दे, मी आणतो चहा," मी म्हणालो.

"मला तुला त्रास द्यायचा नाहीये मुला. तो बघ, तिथे पाव आणि थोडी ऑलिव्ह आहेत. घे तीही चहासोबत..."

"आभार, आजी, पण खायला नकोय काही. इथे येण्यापूर्वी खाल्लं होतं मी. त्यामुळे पोट भरलंय."

सर्पीलने गादीच्या बाजूला बसून कविता पाठ करण्यासाठी पुस्तक उघडलं. मी चहा ओतला, पेल्यात साखर टाकून ढवळली.

आजींनी विणकाम मांडीवर ठेवलं आणि दोन्ही हातांच्या तळव्यात गरम पेला धरला.

"सर्पीलच्या वयाची होते तेव्हापासून मी विणकाम करायला लागले," त्या म्हणाल्या. "तेव्हा मला दिसत होतं. आमचं खेडं जगाच्या पार दुसऱ्या टोकाला होतं. तिथे दोन ऋतू असायचे. उन्हाळ्यात मी शेतात काम करायची आणि थंडीत विणकाम. बघ, म्हणजे एके काळी मला वाटायचं की आपलं सगळं जीवन शेतातच जाणार. तीच मी आता हे विणलेले स्वेटर विकून उपजीविका करतेय. शेजारपाजारचे लोक मध्यस्थ म्हणून काम करतात. ते त्यांच्या ओळखीपाळखीच्या लोकांना माझ्याबद्दल सांगतात. कधी कधी मी

समुद्रकिनारी जाते आणि तिथल्या रस्त्यांवर स्वेटर विकते. परंतु स्वेटर विकून मिळालेले पैसे किती काळ पुरणार? ह्या मुलीला त्यापेक्षा अधिकाची गरज आहे.''

''फक्त मुलीलाच नव्हे, तुम्हालासुद्धा आहेच की गरज.''

आजींनी हातातला चहाचा पेला खिडकीच्या कठड्यावर ठेवला. मग माझ्याकडे झुकून त्या म्हणाल्या, ''मी एक प्रश्न विचारला तर तुला उत्तर देता येईल का?''

''कसला प्रश्न?''

''सर्पीलबद्दल आहे.''

मी काहीच न कळल्यासारखं तिच्याकडे पाहिलं.

''प्रश्न सोपाय,'' त्या म्हणाल्या. ''सर्पील माझ्या मुलीची मुलगी आहे आणि माझ्या नवऱ्याची बहीणही आहे. हे कसं घडू शकतं?''

त्या प्रश्नापेक्षाही तो किती निरर्थक आहे ह्यावरच मी विचार केला. ''कोडंच वाटतंय हे,'' मी म्हणालो.

''मी यास्मीनला असेच प्रश्न विचारलेत आणि त्यांची उत्तरं द्यायला ती परत येईपर्यंतचा वेळ दिलाय. तिला परत येण्यासाठी आणखी एक कारण असावं असं मला वाटतं. तुला ह्या प्रश्नाचं उत्तर शोधता येईल का?''

''सांगता येत नाही. फारच गुंतागुंतीचं वाटतंय.''

''आनंद झालाय हे ऐकून. मी तुलाही वेळ देते. जिथे कुठे जाशील, तिथे स्वतःची काळजी घे आणि सुरक्षितपणे परत ये. मला ह्या कोड्याचं उत्तर हवंय.''

''काळजी करू नका, मी उत्तर घेऊन येईनच!'' आनंदी असल्याचं अवसान आणून मी म्हणालो.

आजी मागे सरकून बसल्या. त्यांनी बोटांनी डोळे टिपले. ''तुला माहित्येय का युसूफ?'' त्या म्हणाल्या, ''माझी दृष्टी जायच्या आधी मला स्वप्नं पडत त्यांची कमतरता मला जाणवते. खेड्यातल्या लग्नप्रसंगी मी तरुण मुलींना पाहायचे तेव्हा मला त्या डोंगरातल्या पऱ्या वाटायच्या. त्यांच्या लांबलचक डौलदार माना, खोल गळ्यातून ओझरते दिसणारे उरोज, श्वासातून ऐकू येणारी पक्ष्यांची फडफड. आपण मोठ्या झालो की त्या मुलींसारख्या दिसू अशी स्वप्नं मी पाहत होते. माझ्या रूपानं आरसेही चमकून उठतील असं मला वाटायचं. परंतु किशोरवयात प्रवेश करण्यापूर्वीच माझं जीवन बदलून गेलं. त्या साली

उन्हाळाभर बुरशीचा वास येणारे वारे खेड्यात वाहत होते. पिकं सडली. नद्यांत बुडलेली हरणे आणि उंच कड्यांवरून खाली कोसळलेली लांडग्यांची प्रेतं गुराख्यांना सापडू लागली. आकाशाचे स्वामी असल्याच्या रुबाबात उडणारे भव्य पंखांचे गरुड एकामागोमाग एक खाली पडू लागले. त्या सर्वांना अंधत्व बहाल करणारा आजार लवकरच लहान मुलांतही पसरला. त्या एका रात्री माझे बरेचसे मित्रमैत्रिणी डोळ्यांत खूप दुखतंय सांगत सांगत मृत्युमुखी पडले. शोक करणाऱ्या रुदाली स्त्रिया आल्या आणि छाती पिटून आक्रोश करू लागल्या. मी नशीबवान ठरले. म्हणजे डोळे गेले तरी जिवंत राहिले. मी खूप रडले. रुदाल्या माझ्याहूनही उच्चरवात रडल्या. लोक म्हणू लागले की हरिणशावकांना पकडण्यासाठी आपण सापळे लावले. लांडग्यांच्या बच्च्यांची शिकार केली म्हणून आपल्या खेड्याला शाप मिळाला. युसूफ, तुला ती गोष्ट माहित्येय का? एक फक्त अंध लोकांचं शहर होतं. तेथील सर्वजण जन्मजात नेत्रहीन होते. एके दिवशी एका मुलाला दृष्टी आली आणि तो भोवतालच्या गोष्टी बघू लागला. त्याच्या त्या 'आजारा'मुळे गावकरी भयभीत झाले. हा आजार अन्य मुलांत पसरू नये म्हणून त्यांनी त्या मुलाला ठार मारून टाकलं आणि त्याचा देह जाळून टाकला. मी इस्तंबूलचा विचार करते आहे. अशी भयंकर पापं करणाऱ्या ह्या नगरीला काय शिक्षा मिळायला हवी? काय शाप मिळाला तर तिला चांगली शिक्षा मिळेल? की तिला आधीच शाप मिळालेला आहे आणि आपण सारे त्या शापाचेच परिणाम भोगत आहोत? ज्या कुणाला दृष्टी येते त्याला ते जमावाने मिळून ठार मारत आहेत. मुला, तुझ्याकडे स्वप्नं आहेत, तुलाही ते ठार मारतील." बोलता बोलता आजींचा आवाज खोल गेला, जणू त्यांना झोपच येऊ लागली होती. त्यांचा आवाज मंदावला. त्या स्वगत पुटपुटल्या, "ते यास्मीनलाही ठार मारतील. तिची मान लांब, डौलदार आहे. खोल गळ्यातून तिचे स्तन ओझरते दिसतात. तिच्या श्वासांत पक्ष्यांच्या पंखांची फ़डफड ऐकू येते म्हणून करतील ते तसं."

मी बाहेर पाहिलं. आमच्या गेसाकोंडूचं परसदार खिडकीतून दिसत होतं. आम्ही तिथून आत-बाहेर करताना आमचं निरीक्षण इथून करणं शक्य होतं. पण कोण करणार होतं ते? ह्या आंधळ्या आजी? आता अंधार झाला होता. यास्मीन आब्ला परतली नव्हती आणि इतक्या उशिरानंतर तर ती परतली नसतीच.

जहाजांचे भोंगे आणि सीगल पक्ष्यांचे चीत्कार दूरवरून येत होते. पूर्वेकडून धूळभरला ढग यावा तसा शहरावरून चांदण्यांचा प्रवाह तरंगत होता. आकाश ओलं ओलं दिसत होतं. जणू ते पाण्याने तुडुंब भरलंच असावं. कदाचित क्षितिजापलीकडे आणखीही चांदण्या असतील आणि आकाशात जागाच नसल्याने ताटकळत उभ्या राहिल्या असतील. आकाश एकाच वेळी अनंत होतं आणि घंटाकृती बरणीत मावण्याएवढं सुबकही होतं. चांदण्या कुठे संपल्या आणि शहराचे दिवे कुठे सुरू झाले ते सांगणं अवघडच होतं.

आजींनी पुढे होऊन माझा हात धरला आणि त्यावर एक घडी केलेला चिठोरा ठेवला. मी मोठ्या उत्सुकतेने उघडून ती चिठ्ठी वाचली, 'घरावर नजर आहे... राखाडी स्थळ... उद्या... १५... ता. क. कानातले विसरून जा...''

''कानातले?''

आजींनी त्यांच्या पोलक्यात हात घालून एक कर्णफूल काढून दिलं. ते त्या पिवळट खड्यांच्या जोडीतलं दुसरं कर्णफूल होतं.

''यास्मीन आब्ला आली होती इथे?'' मी एकदम विचारलं.

''मी आंधळी आहे, मी काय सांगणार?'' आजी गूढपणे म्हणाल्या. ''मागच्या दाराकडे एक बोळकंडी आहे. सर्पील तुला ती दाखवील. कुणाच्याही नजरेस न पडता तू तिथून जाऊ शकतोस.''

मी हातातली चिठ्ठी पुन्हा वाचली. आम्ही आपापल्या परीने सावधगिरी घेत होतो. आमच्या भेटण्याच्या जागांना आम्ही वेगवेगळे रंग दिले होते. राखाडी स्थळ म्हणजे इस्तंबूल विद्यापीठाच्या ग्रंथालयासमोरचा बसथांबा होता. भेटण्याची वेळही लिहिलेल्या वेळेच्या एक तास अगोदर असायची. ह्याचा अर्थ आम्ही दुपारी दोन वाजता भेटणार होतो. कानातलं दुसरं कर्णफूल पाठवणं ही यास्मीन आब्लाची क्लृप्ती होती, ज्यायोगे ही चिठ्ठी तिच्याकडूनच आली असणार यावर माझा विश्वास बसला असता. ''कर्णफुलांना विसरून जा,'' हा तिचा इशारा भिंतीत ठोकलेल्या खिळ्यासारखा होता. मी पाठीमागे कसलीही खूण ठेवून जायचं नव्हतं. माझ्यासोबत असं काहीही असायला नको होतं ज्यामुळे दुसऱ्या कुणाशी त्याचा संबंध जोडता येईल.

मी आजींच्या हातांवर ओठ टेकले.

''आमच्या घरात जिरॅनियमच्या कुंड्या आहेत. तुमच्याकडे चावी ठेवली, तर पाणी घालाल?'' मी विचारलं.

''काळजी करू नकोस मुला, आमच्याकडे चावी आहे,'' आजी म्हणाल्या. त्यांनी विणकाम उचललं, बोटाभोवती लोकर गुंडाळली आणि पुन्हा विणायला सुरुवात केली. पक्ष्याच्या पंखांप्रमाणे त्यांच्या सुया खालीवर हलू लागल्या. मी तिथून जाऊ लागताच आजी मागून म्हणाल्या, ''माझा प्रश्न विसरू नकोस हं, उत्तर हवंय मला.''

बाहेर पडल्यावर बोचरा वारा माझ्या चेहऱ्याला कुरवाळू लागला तेव्हा मी गळ्याभोवती घट्ट रुमाल बांधला. नंतर सर्पीलच्या मागोमाग मीही अंधारात जणू उडीच मारली. तिथले गल्लीबोळ सारखे वळत होते. जणू तो अनंताकडे जाणारा प्रवासच होता. मधून मधून रस्त्याला दोन वळणंही लागायची. सगळीकडे झुडपं होती. आपण कुठे चाललोय हे माहीत नसलेला माणूस तर काही कळायच्या आतच तिथे हरवला असता. तो एक गुप्त चक्रव्यूहच होता. हळूहळू उजेड मंदावू लागला. खालून ओरडणाऱ्या कुत्र्यांचे आवाजही मंदावले. टेकडी आणि झुडपं ओलांडल्यावर आम्ही एका भाजीच्या मळ्यात आलो आणि थांबलो. तिथपासूनचा पुढला मार्ग मला एकट्याने चालायचा होता.

मी खिशातले पैसे काढून अर्धे सर्पीलला दिले. तिला म्हटलं, ''खूप अभ्यास कर, आजीची काळजी घे.'' मग खाली वाकून मी तिच्या डोक्यावर ओठ टेकले. तेव्हा मला जाणवलं की तिच्या त्या तजेलदार चेहऱ्यावर ती पिवळट खड्यांची कर्णफुलं अगदी शोभून दिसतील. तिचा चेहरा निर्व्याज, नाजूक आणि लाघवी होता. एखाद्या डोंगरातल्या परीसारखीच दिसत होती ती. तिच्या केसांच्या बटा दोन्ही हातांनी बाजूला सारून मी तिची हनुवटी वर केली. मग तिच्या दोन्ही कानांत ती कर्णफुलं घातली. ''ही तुझीच आहेत हं,'' मी म्हणालो. तिने अविश्वासाने डोळ्यांची उघडझाप केली आणि पाण्याच्या थेंबांसारखी हलणारी ती कर्णफुलं चाचपून पाहिली तेव्हा तिच्या चेहऱ्यावरील भाव जगातले सर्वांत सुंदर भाव होते. मी जा म्हटलं असतं तर त्या क्षणी तिला पंख फुटले असते आणि ती त्या चांदण्यांनी भरलेल्या आकाशात उडून गेली असती.

भाजीच्या मळ्यात प्रवेश करून मी हळूहळू चालू लागलो तेव्हा यास्मीन आब्लाच्या तोंडून ऐकलेल्या ओळी माझ्या कानात गुंजू लागल्या, 'हे मुक्त माणसा, तू नेहमीच समुद्राला हृदयात जतन करशील.' अगदी त्याच क्षणी कुणीतरी माझ्या खऱ्या नावानं हाक मारली. मी अंधारातच थांबून इकडे तिकडे

पाहिलं. आवाज कुठून येतोय ते मला कळत नव्हतं. माझं हृदय छातीतच धडका मारू लागलं. थंड घाम मानेवरून ओघळू लागला. जेव्हा तोच आवाज पुन्हा कानावर आला तेव्हा मी अर्धवट डोळे उघडले.

''दमिर्ताय,'' डॉक्टर म्हणाले, ''झोपेत बोलतो आहेस तू.''

''मला डुलकी लागली असावी,'' कोठडीतल्या अंधाऱ्या भिंतींकडे पाहत मी म्हणालो. झोपणं आणि विचारांत बुडून जाणं हे जणू आजारावरचे उपचारच होते. मला स्वप्न पडलं होतं की मी इथून बाहेर पडलोय, त्यांनी मला पकडण्यापूर्वीच्या जुन्या जीवनात परत गेलोय. परंतु असं स्वप्न पडलं की त्यानंतरचं मात्र सगळं भयंकर असायचं. म्हणजे डोळे पुन्हा त्या कोठडीतच उघडले की निराशा आणि खंतीची भावना मला पुनश्च कुरतडू लागे. पुवाच्या रंगाची भिंत समोर उभी ठाके. 'का मी पकडला गेलो? का मी आणखी जोरात धावू शकलो नाही?' मी स्वतःशीच चरफडत म्हणायचो. 'मला आणखी एक संधी हवी होती. अशी संधी जिने माझं जीवन आमूलाग्र बदलून टाकलं असतं,' मी स्वगत म्हणायचो आणि नंतर शरीरावरच्या जखमांच्या वेदनांनी तळमळत, तडफडत राहायचो.

''कुहेलन काका,'' मी म्हणालो, ''कोडं घालू का तुम्हाला एक?''

''देवा रे, मी काल तुला कोडं घातलं त्याचा बदला घेण्यासाठी म्हणून माझी परीक्षा घेतोस होय रे?''

''माझं कोडं कठीण आहे. ऐका. एका स्त्रीसोबत एक छोटी मुलगी असते. ही तुमची नात आहे का, असा प्रश्न विचारल्यावर ती म्हणते, ही माझ्या मुलीची मुलगी आहे आणि माझ्या नवऱ्याची बहीणही आहे. हे कसं काय घडू शकतं?''

''हेच स्वप्न पडलं का तुला?''

''नाही,'' मी म्हणालो. मी त्या आजींचं आणि सर्पीलचं नाव घेतलं नाही.

''माझ्या मुलीची मुलगी ही माझ्या नवऱ्याची बहीण?'' कुहेलन काका स्वतःशीच म्हणाले. ''चांगला प्रश्न आहे हा. मला त्याबद्दल विचार करू दे आणि मला सोडवता येतो का ते बघू दे.''

कुहेलन काका आणि डॉक्टरांना प्रश्न पडला होता की मागचे दोन दिवस त्यांनी कुणालाच छळायला का बरं नेलं नव्हतं? सगळ्या कोठड्यांना त्यांनी का बरं मोकळीक दिली होती? काल आणि आज त्यांनी कुणालाही नेलं

नव्हतं. पहारेकऱ्यांची पाळी बदलली तेव्हा आणि खायचे पदार्थ आणले तेव्हाच फक्त लोखंडी दार उघडलं होतं.

"चौकशी अधिकारीसुद्धा माणसंच आहेत. दररोज दहा-दहा, वीस-वीस तास लोकांना छळायचं म्हणजे काही खायचं काम नाही. तेही दमतात. त्या सर्वांनी एक दिवस सुट्टी घेतलेली आहे. म्हणजे त्यांनाही थोडा बदल मिळेल. ते बहुधा समुद्रातल्या एखाद्या उबदार बेटावर जाऊन पहुडले असतील. तसं केल्याने सूर्य त्यांचे आत्मे चांगले सुकवून देईल," कुहेलन काका हसून म्हणाले.

"नाही," डॉक्टर म्हणाले, "छळ करतानाही घाम गाळावा लागतो. घाम सुकण्यापूर्वीच ते बाहेर गेले असतील. त्यामुळे थंडी आणि वारा दोन्ही बाधलं असेल त्यांना. थंडी अंगात भरून आल्यामुळे आता ते घरी शांत पडले असतील आणि लिंबू, पुदिना घातलेला काढा पीत असतील."

डॉक्टर आणि कुहेलन काका हसत असताना एक छोटंसं बटण कोठडीतील काँक्रीट जमिनीवर आमच्या पायाशी येऊन पडलं. हे कुठून आलं ते काही आम्हाला कळेना. ते दोन भोकांचं, पिवळ्या रंगाचं, चांदणीच्या आकाराचं बटण होतं. कुहेलन काकांनी ते उचलून उजेडात धरलं. "हे बायकांच्या कपड्यांना लावायचं बटण आहे," ते म्हणाले. आम्ही सगळेजण गजांपाशी जाऊन बाहेर बघू लागलो. झिनी सेवदा समोरच्या कोठडीत उभी होती. राखाडी चौकटीत बसवलेल्या चित्रासारखी दिसत होती ती. तिने अंगावरचं बटण ओढून काढलं होतं आणि दाराखालच्या फटीतून आमच्याकडे फेकलं होतं. आम्हाला बघितल्यावर, नव्हे कुहेलन काकांना बघितल्यावर ती हसली. तिच्या डोळ्यांच्या जांभळटसर छटेला चमक आली. तिने हवेत गिरवलं, "कसे आहात तुम्ही?" कुहेलन काका कष्टपूर्वक अक्षरं गिरवत लिहू लागले. जणू एखादा शाळकरी मुलगा नव्याने शाळेत जाऊ लागला असावा.

त्या दोघांना एकटं सोडून मी खाली बसलो आणि डॉक्टरांच्या पायांवर पाय ठेवले. मग गुडघ्यांवर डोकं ठेवून झोपलेल्या कामो न्हाव्याच्या निर्विकारपणाबद्दल विचार करू लागलो. आज तो अक्षरही बोलला नव्हता. जणू आम्ही तिथे नव्हतोच. तो आपल्या कोषात गेला होता आणि सगळा वेळ झोपतच होता.

कुहेलन काका दाराशी उभे होते. ते खाली वाकून म्हणाले, "कामो, गजांपाशी ये बरं, झिनी सेवदाला तुझे आभार मानायचे आहेत." कामोने डोकं वर उचललं. आज त्याच्या चेहऱ्यावरचे भाव नेहमीपेक्षा अधिकच निरुत्साही

होते. त्याने आसपासचा परिसर अशा तऱ्हेने न्याहाळला की जणू काही आपण कुठे आहोत ते आठवण्याचाच तो प्रयत्न करत असावा. मग हात हवेत उडवून त्याने दर्शवलं की जाऊ द्या. मला एकटंच सोडा. मग गुडघे आवळून, हाताच्या घडीत डोकं खुपसून तो पुनश्च स्वतःच्या जगात रममाण झाला. सगळ्या एकाकी स्थानी तो फक्त झोपेतूनच जाऊ शकत होता. आमच्यापासून लांब जाण्याचा तो एकमेव मार्ग होता.

●

दिवस **सहावा**

डॉक्टरांचं कथन

समयाचे पक्षी

एक मुलगी इस्तंबूल बंदरावर एका मोठ्या जहाजात चोरट्यासारखी शिरली आणि पायऱ्यांवरून चढून एका मोठ्या जीवरक्षक नौकेत लपून बसली. तिने अंगाभोवती शीड गुंडाळून घेतलं होतं. बाहेरून आवाज येतोय का हे ती जीवाचा कान करून ऐकत होती. जहाज निघालं तेव्हा कुठे तिने सुटकेचा निःश्वास टाकला. जहाजावरचा सगळा वेळ तिने झोप आणि जागेपणा ह्यातच घालवला होता. तिथल्या खलाश्यांचं गाणंही ऐकलं होतं. जहाजाने पुढल्या बंदरात नांगर टाकला तेव्हा सगळीकडे शांतता होईपर्यंत, अंधार पडेपर्यंत ती थांबली आणि कुणाच्याही दृष्टीस न पडता पायऱ्यांवरून झपाझप खाली उतरून धावू लागली. ती नव्या जगाच्या दिशेने जात होती. पहाट होईपर्यंत ती धावली. धावताना पौर्णिमेचा चंद्रमा तिच्यामागोमाग येत होता; ती वळेल तिथे मागून वळत होता. वाळवंटात पोचल्यावर तिने वाळूत चक्क अंगच टाकलं आणि काही काळ विश्रांती घेतली. खूप दूरवर तिला एक खोपटं दिसत होतं. खोपट्यासमोर एक वयस्कर फकीर सूर्याकडे तोंड करून प्रार्थना करत बसला होता. ती रेशमी वस्त्रांकित सुंदरी त्याच्या दिशेने येत असताना तो हलकेच उठून उभा राहिला आणि स्वप्नात असल्यासारखा तिच्याकडे टक लावून पाहू लागला. मग धावत धावत खोपटात गेला आणि पवित्र धर्मग्रंथासमोर गुडघे टेकून स्वतःशीच म्हणू लागला, 'देव माझी परीक्षा पाहतोय. मी देहवासनांना बळी पडता कामा नये. शिवाय मी वयाने वृद्धही

१२१

आहे. मी असं करतो, बाहेर जातो आणि तिला प्यायला पाणी देतो.' मुलीने त्याला सांगितलं, ''मला राजवाड्याच्या जनानखान्यात राहायचं नाहीये म्हणून मी इस्तंबूलहून पळून आले आहे.'' तिला फकिरासोबत राहण्याची इच्छा होती. तसं केल्याने तिला ईश्वरभक्तीचा योग्य मार्गही सापडला असता. पण फकीर म्हणाला, ''तू अशीच चालत राहा. ह्या वाळूच्या टेकड्यांपलीकडे आणखी एक फकीर राहतो. ईश्वरभक्ती कशी शिकवायची ते त्याला माहीत आहे.'' तेव्हा ती मुलगी तळपत्या उन्हात थकूनभागून चालू लागली. दुपारच्या सुमारास ती दुसऱ्या फकिराच्या खोपटापाशी पोचली. तिला पाहून आपण मृगजळ तर पाहत नाही ना, असं वाटून त्याने डोळे चोळले आणि तो तिच्याकडे एकटक पाहू लागला. त्याच्या दिशेने येणारी स्त्री सुकेशिनी, कमनीय-कटी अशी अप्सराच होती. फकिरास जीवनात प्रथमच एवढ्या कठीण परीक्षेस सामोरं जावं लागणार होतं. ज्या अर्थी देवाने आपल्यापुढे असं बिकट आव्हान ठेवलंय त्या अर्थी आपण नक्कीच देदीप्यमान प्रभावळीतील संत बनण्याच्या मार्गावर आहोत, ही जाणीव झाल्यावर त्याने गुडघे टेकले आणि आकाशाच्या दिशेने हात उंचावून प्रार्थना केली, ''हे देवा, मी वृद्ध असूनही माझ्या विषयवासना जागृत आहेत. देहात आग पेटली आहे. रक्त उकळू लागलं आहे. तरीही मी संयम ठेवीन. सैतानाच्या मार्गावर जाणार नाही.'' मग हातात पाण्याचा वाडगा घेऊन तो मुलीकडे गेला. खूप तहान लागल्यामुळे ती घटाघटा पाणी प्यायली. पाण्याचे थेंब तिच्या ओठांवरून गळून हनुवटीवर पडले. तिथून मानेवर गेले. पापण्यांआडून तिने त्याच्याकडे पाहून म्हटलं, ''माझा संभाळ करा. मला तुमच्यापाशी राहू द्या. मला ईश्वरभक्तीचा मार्ग दाखवा.'' त्यावर त्या फकिराने निःश्वास सोडून म्हटलं, ''बाळे, तुला ईश्वरभक्ती शिकवायला खूप आवडलं असतं मला! पण... हे काम माझ्यापेक्षा अधिक चांगलं करणारं आणखीन कुणीतरी आहे. ह्या वाळूच्या टेकड्या ओलांडून पलीकडे जा. जिथे सूर्यास्त होतो त्या ठिकाणीच एक फकीर राहतो. तो तुला ईश्वरभक्तीचा मार्ग दाखवील.''

वाळवंट म्हणजे काय असतं? वाळू आणि सूर्य वगळता तिथे काय असतं? वाळूचे कण एकसारखे होते; वाळूच्या टेकड्या एकसारख्या होत्या आणि फकीरही एकसारखेच होते. ते सगळे अगदी एकमेकांसारखे होते. वाक्यंही एकमेकांसारखीच बोलत होते. जोपर्यंत सूर्य कधीच न थांबणारी आग ओकत होता तोवर ते वाळवंट तरी काय होतं? मुलगी पुढे पुढे चालत राहिली. आणखी आणखी थकत गेली. तिचा वेग आणखी आणखी

मंदावला. सूर्य अस्तबिंदूशी आला तेव्हा तिने शेवटची वाळूची टेकडी ओलांडली आणि त्या खालच्या खोपटाकडे पाहिलं. ‘‘ह्या इथेच वाळवंटाचा सर्वात देखणा भाग आहे.’’ ती म्हणाली. खोपटासमोरचा फकीर अन्य फकिरांपेक्षा बराच तरुण दिसत होता. मावळत्या सूर्यासमोर गुडघे टेकून तो प्रार्थनेत गढून गेला होता. तरुण फकिराने मुलीचा आवाज ऐकल्यावर मागे वळून पाहिलं. त्याच्यासमोर एक सुंदर परी उभी होती. उमलत्या कळ्यांसारख्या स्तनांची आणि अनावृत्त मांड्यांची! ती... ती देवाने पाठवलेली भेट होती. अतिशय थकल्यामुळे भेलकांडणाऱ्या मुलीला त्याने हातात उचलून घेतलं आणि खोपटात नेलं. ओल्या फडक्याने तिचं कपाळ, मान, शुष्क ओठ टिपले. मग पहाट होईतो तो तिच्या उशाशी बसून राहिला. देव आपली आणि सौंदर्याची भेट वेगवेगळ्या तऱ्हांनी घडवून आणतो. झुडपांवर उमललेले गुलाब, वाळवंटातलं पाणी, आकाशातील चंद्र हे तर सुंदरच होतं. भरीला ही परीसारखी मुलगी तर स्वर्गाचं प्रतिबिंब पडावं तशी होती. सौंदर्याचा शोध घेणं हाच तर ईश्वराचा मार्ग होता. म्हणून तर त्याने एवढ्या तारुण्यात स्वतःला खोल वाळवंटात गाडून घेतलं होतं. दुसऱ्या दिवशी बाहेरचं आकाश हळूहळू प्रकाशमान होऊ लागलं तेव्हा मुलीने डोळे उघडले. तिने फकिराकडे पाहिलं. ‘‘मला राजवाड्यात परत जायचं नाही.’’ ती म्हणाली, ‘‘मला तुमच्याबरोबर राहू द्या, ईश्वरभक़्ती शिकू द्या.’’ दोघंजण खोपट्याबाहेर आले आणि उगवत्या सूर्यासमोर गुडघे टेकून बसले. दोघांनीही डोळे मिटले होते. ईश्वर त्यांच्यासमवेत होता. तो संपूर्ण दिवस त्यांनी पानं गोळा करण्यात आणि मुलीसाठी बिछाना बनवण्यात घालवला. रात्री दोघं बाजूबाजूला झोपले. फकिराने दीर्घकाळ त्यावर गहन विचार केला. त्याला शरीर उष्ण करणारी पुष्कळ स्वप्नं पडली. सरतेशेवटी एके रात्री त्याने निर्णय घेतला आणि मुलीला विचारलं, ‘‘तू ईश्वरसेवेसाठी सर्वस्व अर्पण करण्यास सिद्ध आहेस का?’’ ती सिद्ध होतीच. फकीर म्हणाला, ‘‘ऐक. सैतान हा ईश्वराचा कट्टर शत्रू आहे. ईश्वराने त्याला नरकातील आगीत ढकलून दिलं आहे पण तरीही तो तिथून पुन्हा पुन्हा बाहेर निघतो. ईश्वराची सेवा करणं हे मनुष्यप्राण्याचं कर्तव्यच आहे. आता मी करतो तसं तू कर.’’ मग फकिराने स्वतःचे कपडे काढून टाकले. त्याचं बघून मुलीनेही आपली रेशमी वस्त्रं उतरवली. दोघंही आता नग्न होते. आकाश अंधारून आलं होतं. चांदण्यांनी लखलखून उठलं होतं. दोघंही वाळूत खाली बसले आणि पौर्णिमेच्या चंद्राकडे पाहू लागले. शांतपणे प्रार्थना करावी

तसं बसल्यावर हळूहळू त्यांच्यात शारीरिक बदल घडू लागले. फकिराच्या पुरुषत्वाचं हळूहळू पुनरुत्थान झालं आणि त्याचं लिंग ताठर झालं. ''हे काय?'' मुलीने विचारलं. ''हाच सैतान आहे.'' फकीर उत्तरला, ''त्याच्यामुळे मला वेदना होत आहेत.'' आश्चर्यचकित झालेल्या मुलीने खाली वाकून त्याचं निरीक्षण केलं. ती विचारात पडली. तिला फकिराची दया येत होती. मग धीरगंभीर स्वरात फकीर म्हणाला, ''ईश्वराने तुला इथे का पाठवलंय ते कळलंय मला. आपण माझ्या सैतानाला तुझ्या नरकात पाठवू शकतो का हेच त्याला पाहायचं आहे. तो आपल्या दोघांची परीक्षा पाहतोय. आपण एकमेकांना मदत केली पाहिजे.'' मुलीने त्याच्याकडे भाविकपणे पाहिलं. ती म्हणाली, ''ईश्वराचा आशीर्वाद मिळण्यासाठी मी काय वाट्टेल ते करीन.'' फकीर उठला आणि त्याने मुलीला खोपटात नेलं. दुसऱ्या दिवशी सकाळी ते उठले, तेव्हा त्या दोघांच्या चेहऱ्यावर वेगळेच भाव होते. बिछान्यात असतानाच एकमेकांकडे बघून ते हसले. मुलगी म्हणाली, ''सैतान नक्कीच ईश्वराचा कट्टर शत्रू असला पाहिजे. त्याला जेव्हा माझ्या आत हाकलून देण्यात आलं तेव्हा तो खूपच आक्रमक झाला होता आणि नरकाग्नीत बेभानपणे धावत सुटला होता. मी मोजून पाहिलं तर रात्रीत आपण एकूण सहा वेळा त्याला नरकात परत धाडलं.'' फकीर म्हणाला की, ''हे सत्कर्म आपण नेहमी चालू ठेवूया. ईश्वरमार्गावरून चालायचं तर आपल्यापाशी प्रचंड श्रद्धा हवी.'' बोलता बोलता तो तिच्यावर चढला. पुन्हा एकदा त्याने सैतानाला नरकात पाठवलं. ''ईश्वरसेवेइतकं गोड काम दुसरं कुठलंच नसेल.'' मुलगी म्हणाली, ''ईश्वरसेवा करणं सोडून दुसरं काही करू म्हणणाऱ्या माणसाला मी मूर्खच म्हणेन. परंतु रात्रभर मी एक विचार करत होते की ईश्वराने सैतानाचा सुरुवातीपासूनच नाश का केला नसावा? त्याला त्याचा नाशच करायचा असूनही करता येत नसेल तर ह्याचा अर्थ ईश्वर दुर्बळ आहे असा नाही का होत? समजा, तो त्याला नष्ट करू शकत असूनही करत नसेल तर त्याची सैतानाच्या दुष्टपणास संमती आहे का? सैतानाचा नाश करण्याएवढा ईश्वर सामर्थ्यशाली आहे; त्याला त्याचा नाश करायचाही आहे तर मग सैतान अजूनही का अस्तित्वात असावा? हा दुष्टपणा येतो तरी कुठून?'' वाळवंटातले दिवस ते बोलण्यात, झोपण्यात आणि ईश्वरप्रार्थनेत व्यतीत करत होते. सूर्य रोज एकाच ठिकाणी उगवायचा आणि एकाच ठिकाणी मावळायचा; परंतु चंद्राचा तोंडावळा मात्र रोज वेगवेगळा दिसे. एके दिवशी फकीर खोपटाशेजारी दूरवर नजर लावून बसला होता तेव्हा

मुलीने निषेध व्यक्त केला. ''मी इथे आळशीपणाने बसून राहायला आलेले नाही,'' ती म्हणाली. ''मी इथे ईश्वरसेवा करायला आले आहे. आपण कालपासून कसली वाट पाहत आहोत? आपण सैतानाला पुन्हा नरकात का नाही पाठवत?'' फकीर हसून म्हणाला, ''आपण सैतानाला चांगलाच धडा शिकवलाय. जोपर्यंत तो आपलं डोकं अभिमानाने वर काढत नाही तोवर आपण त्याला शिक्षा नको करूया.'' तेव्हा त्या मुलीचा हिरमोड झाल्यासारखं वाटलं. तिने ओटीपोटावर हात ठेवून म्हटलं, ''तुमच्यातील सैतानाचा संताप तुम्ही शांत केला असेल परंतु माझ्या नरकातील अग्नी अजूनही पेटतोच आहे. त्याला सैतान हवा आहे, त्याचं काय?'' तेवढ्यात त्यांना दुरून धुळीचा ढग दिसला. वाळवंटातील वाळू आकाशाच्या दिशेने उडत चालली होती. घोड्यावर बसलेल्या माणसांचा घोळका वाळूच्या टेकड्यांवरून आला आणि त्यांच्या बाजूला येऊन उभा राहिला.'' आम्ही राजकन्येस न्यायला आलोत,'' ते म्हणाले. त्यांनी तिला घोड्यावर बसवलं. आणि ज्या मार्गाने आले त्याच मार्गाने पाठीमागे धुळीचा ढग सोडून ते निघून गेले. इस्तंबूलच्या राजवाड्यात पोचल्यावर त्यांनी राजकन्येला राजवैद्यांच्या आणि सेविकांच्या ताब्यात दिलं. सेविकांनी तिला गुलाबपाण्याने न्हाऊ घालून आरशासमोर बसवलं. केसांत मणी माळले. सुगंधी तेलाने अंगास लेपन केलं. डोळ्यांत काजळ रेखलं. अशा रीतीने तिला तयार केल्यावर मग त्या राजदरबारातील वरिष्ठ स्त्रियांकडे तिला घेऊन गेल्या. वयस्कर स्त्रियांनी तिला विचारलं, ''काय घडलं ग तुझ्या बाबतीत? वाळवंटात काय केलंस तू?'' मुलगी उत्तरली, ''मी ईश्वरसेवा केली. माझं जीवन केवळ पुण्यमय होतं. मी माझे पाय फाकवले आणि फकिराने सैतानाला नरकात पाठवलं. ईश्वरसेवेमुळे लोक किती सुखी होतात ते मी शिकले. मला ईश्वरसेवा सदैव करायला मिळाली असती तर? काय बहार झाली असती.'' क्षणभर त्या वयस्कर स्त्रिया गप्प बसल्या आणि नंतर जोरजोरात हसून म्हणाल्या, ''काळजी करू नकोस. ज्या कुणाला सैतानाला नरकात पाठवून ईश्वरसेवा करायची असेल त्याला ती इथेही करता येईल.''

मी एवढा हसलो म्हणून सांगू? जणू ह्या कोठडीऐवजी मी त्या वयस्कर बायकांसोबत इस्तंबूलच्या राजवाड्यातच हजर होतो. पुढे होऊन मी शेवटचं वाक्य पुन्हा म्हणायचा प्रयत्न केला खरा परंतु मला हसू फारच अनावर होत होतं. कुहेलन काका आणि दमिर्ताय तर माझ्यापेक्षाही जोराने हसत होते. वेदना सहन करण्याव्यतिरिक्तच्या वेळात ते झोपत होते किंवा हसत होते ही चांगलीच

गोष्ट होती. त्यामुळे त्यांच्या चेहऱ्यावर उत्साह दिसत होता. छळामुळे मोडून पडलेल्या आवाजांना पुनश्च संजीवनी मिळत होती. त्या दरबारी स्त्रियांप्रमाणेच ते एकमेकांकडे बघून बघून पुन्हा पुन्हा हसत होते. आपण कुठे आहोत ह्याचा त्यांना विसरच पडला होता. एकतर ते तरी खरं होतं किंवा मग त्यांना कोठडीची आठवण क्षणभरही विसरता येत नव्हती म्हणून ते एवढ्या जोराने हसत होते.

सुरुवातीचे काही दिवस इथे असणं म्हणजे काय ह्याचं फारसं आकलन कुणाला झालं नव्हतं. कुणीही कितीही ताणायचा प्रयत्न केला तरी कोठडी आणि स्वतः ह्यांच्यामध्ये काही बंध निर्माण करणं कुणालाच जमलेलं नव्हतं. असं होऊ लागलं की लोक काळाबद्दल विचार करू लागत. भूपृष्ठावरील शहरात आपण जे जीवन जगत होतो, ते काही आठवड्यांपूर्वी जगत होतो की काही शतकांपूर्वी? आपलं जीवन आणि इस्तंबूलच्या राजवाड्यातील जीवन ह्यात काळाचा फरक होता का? आम्ही त्याबद्दल जेवढं जेवढं जास्त बोलू लागलो तेवढं तेवढं आमच्या लक्षात येऊ लागलं की आम्ही इथे येऊन पडलोय ते काही कुठल्या पोकळीतून येऊन पडलेलो नाही. कुठल्यातरी बाह्य समयातून ओढून आम्हाला इथे आणून टाकण्यात आलं आहे. पण हा बाह्य समय होता तरी कुठला? तो शोधण्याचा प्रयत्न म्हणून आम्ही विद्यमान क्षणाचा सुगंध घेतल्यासारखे एकमेकांना गोष्टी सांगू लागलो होतो.

हसण्याची शेवटची उबळ ओसरल्यावर विद्यार्थी दमिर्ताय शांत बसला. ''कथेतल्या शेवटच्या दृश्यापर्यंतची प्रत्येक गोष्ट एखाद्या चित्रपटासारखी माझ्या डोळ्यांसमोर उलगडत होती. लाटांवरून हलणारं जहाज, वाळवंटात चालणारी मुलगी, खोपटावरच्या चांदण्या, दूरवरून येणारा धुळीचा ढग... त्यानंतर तो चित्रपट तुटला... एकदा का मला हसू कोसळल्यावर मी कथेतल्या काळातून बाहेर आलो आणि कोठडीतल्या काळात परतलो. शेवटच्या वाक्यासोबतच माझ्या मनातील प्रतिमाही नाहीशा झाल्या.''

''कुहेलन काकांच्या लांडग्याच्या गोष्टीनंतरसुद्धा तू हेच म्हणाला होतास. तू जे काही ऐकतोस त्याला एखाद्या चित्रपटासारखंच जिवंतपण देतोस. चित्रपट दिग्दर्शक व्हायचा बेत आहे का तुझा?''

''मला नक्कीच आवडलं असतं ते. मग मी ह्या कथांचं चित्रीकरण करू शकलो असतो... अर्थात, कुणी अगोदर करून ठेवलं नसलं तर...''

कुहेलन काका आमचं बोलणं लक्षपूर्वक ऐकत होते. आता तेही बोलण्यात सहभागी झाले.

"ही कथा प्रसिद्ध आहे का?" त्यांनी विचारलं.

"तुम्ही ऐकली नव्हती का ती अगोदर?" मी विचारलं.

"नाही, मी नव्हती ऐकली."

"अरे वा! काका, तुम्हाला आधीपासून माहीत नसलेली ही पहिलीच कहाणी असावी आम्ही सांगितलेली. आमचं अभिनंदनच करायला हवं त्यासाठी."

"डॉक्टर," ते म्हणाले, "मला इस्तंबूलची बरीच माहिती असली तरी अशा अजून कित्येक गोष्टी असतीलच ना, ज्या मी कधीच ऐकल्या नसतील. माझे बाबा म्हणायचे की इस्तंबूलला गेल्यावर त्यांना प्रत्येक वेळी नवीन नावं आणि नवीन घटना ऐकायला मिळायच्या. नव्या गोष्टी आम्हाला सांगताना ते एवढे उचंबळून यायचे म्हणून सांगू? ते म्हणायचे की इस्तंबूलमधले रस्ते आणि इमारती ह्या खळबळजनक अथांगपणावरच मोठे मोठे आकार धारण करत असतात... एखाद्या वाळवंटासारख्या... ज्या बिंदूशी सूर्य उगवतो आणि ज्या बिंदूशी मावळतो त्या दोन बिंदूंमध्ये पुष्कळ जगं अस्तित्वात असतात आणि ती सगळी परस्परांपेक्षा भिन्न असतात. इस्तंबूलमधल्या लोकांची एकीकडे अशी समजूत होती की संपूर्ण विश्वच त्यांच्या मुठीत आहे, तर दुसरीकडे त्यांना असंही वाटत होतं की आपण इथे अदृश्य होत चाललो आहोत. शहराबद्दलच्या आकलनासोबत आपलं स्वतःबद्दलचं आकलनही दर दिवशी बदलत चाललं आहे. एके दिवशी माझे बाबा गोल्डन हॉर्न कालव्याकाठी एका म्हाताऱ्याला भेटले. त्या माणसाकडे खिशात ठेवायचा छोटा आरसा होता. तो एकदा आरशाकडे पाहायचा तर एकदा समोरच्या किनाऱ्याकडे पाहायचा. बाबा त्याच्या बाजूला बसले. त्यांनी त्याला अभिवादन केलं आणि तो बोलेल म्हणून काही काळ प्रतीक्षा केली. म्हातारा म्हणाला, "मी किती कुरूप बनलोय त्याचं निरीक्षण करतो आहे. तरुणपणी मी असा दिसत नव्हतो. मी देखणा होतो. एका मुलीच्या प्रेमात पडून तिच्याशी लग्न केलं. आम्हाला मुलं झाली. आम्ही चाळीस वर्षं सुखानं जीवन कंठलं. मागच्या आठवड्यात माझी पत्नी वारली तेव्हा आम्ही तिला आमच्या घरासमोरच्या टेकडीवरच्या पिअर लोटी दफनभूमीत पुरलं. पत्नीची माझ्यावर पडणारी प्रेमळ नजर नाहीशी झाल्यावर माझं देखणेपणही भूतकाळात जमा झालं. मधली वर्षं एवढी भराभरा

सरकल्यासारखं झालंय की आता मी आरशात बघतो तेव्हा मला जाणवतं की मी किती म्हातारा आणि कुरूप दिसू लागलो आहे.''

कुहेलन काका गुडघे मुडपून भिंतीशी टेकून ताठ बसले. त्यांचं बोलणं चालूच होतं, ''ही गोष्ट आम्हाला सांगितल्यावर बाबा म्हणाले की पूर्वी आपण देखणे होतो परंतु आता कुरूप झालो आहोत. अगदी तशीच अवस्था इस्तंबूल शहराची झाली आहे असं म्हणणाऱ्या लोकांची संख्या दिवसेंदिवस वाढू लागली आहे.'' मग दिव्याच्या दिशेने आपले हात नेत बाबा म्हणाले, 'मी तुम्हाला त्या लोकांचा काळ दाखवतो.' मग त्यांनी विशाल पंखांच्या पक्ष्याची सावली भिंतीवर पाडून म्हटलं, 'बघा रे, हा आहे समयाचा पक्षी. भूतकाळात तो पुष्कळ उडतो, उडतो आणि उडतच राहतो. मात्र एकदा का वर्तमानकाळात पोचला की त्याचे पंख स्तब्ध होतात. तो हवेतच तरंगत राहतो. इस्तंबूलमधला समय हा असा आहे. तो भूतकाळात असतो तेव्हा पंख फडफडवत उडतो; परंतु वर्तमानातल्या दिवशी पोचला रे पोचला की त्याचे पंख एका जागी निश्चल होतात आणि हळूहळू तो रिक्त पोकळीत तरंगू लागतो.'

कुहेलन काकांनी त्यांच्या रुंद तळव्यांकडे पाहिलं. मग पक्ष्याच्या लांबसडक पिसांसारखी त्यांनी आपली बोटं लांब केली.

''समयाच्या पक्ष्यावर लहानपणी माझा विश्वास होता,'' ते पुढे बोलू लागले, ''परंतु इस्तंबूलबद्दल बाबा बोलत होते ती समजून घेणं मला अवघड गेलं होतं. मात्र इथे कोठडीत आल्यावर मला ती कल्पना कळली. इथे मी डोळे उघडतो तेव्हा प्रत्येक वेळी मला एक काळ्या पंखांचा पक्षी वरती दिसतो. हा समयाचा पक्षी पंख जराही न फडफडवता आपल्या डोक्यावर घिरट्या घालतोय.''

आम्ही माना वर करून आढ्याकडे पाहिलं. तिथे खोल अंधार होता. आमचं चित्त त्या अंधारात गुंतून गेलं. जणू प्रथमच आम्ही असा काळाकुट्ट अंधार पाहत होतो. जणू तो अंधार आम्हाला गिळून पोटातच घेणार होता. आमच्याआधी हा अंधार पार करून कोण लोक गेले असतील? ह्या इथून जिवंत बाहेर पडणं कुणाला शक्य झालं असेल? कुणी इथे शेवटचा श्वास घेतला असेल? जणू आम्ही जमिनीवर जन्म घेण्याऐवजी इथे खालीच जन्मलो होतो आणि एकेक दिवस उलटेल तसतशी आमची बाहेरच्या जगाची जाणीवच नाहीशी होत चालली होती. थंडच्या विरुद्ध गरम असेल तर आम्हाला गरम

हा शब्द माहीत होता परंतु ते काय असतं हे मात्र आम्हाला आठवेनासं झालं होतं. जमिनीतल्या किड्यांसारखी आम्हाला अंधाराची, ओलसर दमटपणाची सवय झाली होती. त्या लोकांनी आम्हाला छळलं नसतं तर असेच आम्ही अनंत काळ जगलो असतो. भाकरी, पाणी आणि थोडीशी झोप एवढंच काय ते आम्हाला हवं होतं. उठून उभं राहिलो आणि हात लांब केला तर वरच्या अंधारापर्यंत पोचू का आम्ही?

''काका,'' मी म्हणालो, ''एके दिवशी आपण इथून बाहेर पडू. एकत्र इस्तंबूल भटकू. मग आपण माझ्या घराच्या सज्जात बसू. तिथून समुद्र दिसतो. तेव्हा तुम्ही गोष्टी सांगा आणि मी ऐकेन,''

''पण गोष्टी मीच का सांगायच्या? तुम्ही का नाही?''

''अहो, 'डेकामरॉन' ह्या बोकाशियोच्या महाग्रंथात नसतील एवढ्या गोष्टी तुम्हाला माहीत आहेत. तुम्हाला राकी आवडते का? आपण गोष्टींसोबत राकीचा आस्वादही घेऊ.''

''छानच कल्पना... चालेल! मी स्वयंपाक करीन. मस्त मासे बनवीन. पण मग संध्याकाळ झालेय की नाही हे कळेल कसं आपल्याला?''

''आपल्याला काळवेळच माहीत नाही हे गृहीत धरल्यावर समयाचे स्वामी आपणच आहोत ना? आपल्याला हवी असेल तेव्हा संध्याकाळ होते आणि आपल्याला हवा असेल तेव्हाच सूर्यही उगवतो.''

दमिर्ताय विद्यार्थी खोडकर मुलासारखा टुणकन उठला, ''मलाही बोलवाल ना? मी लहान आहे म्हणून राकीपानातून मला वगळणार नाही ना तुम्ही?''

कुहेलन काकांनी आणि मी एकमेकांकडे पाहिलं आणि विचारात पडल्याचं सोंग केलं.

''कुहेलन काका,'' दमिर्ताय म्हणाला, ''बघा, मान्य असेल तर मी किनाऱ्यावर कोळ्यांकडे जाईन. ताजे, फडफडीत मासे कुठं मिळतात ते माहीत आहे मला. परत येताना भाजीवाल्याकडून सलाडची पानं आणीन आणि नाक्यावरल्या दुकानातून राकीची मोठ्ठी बाटलीसुद्धा आणीन.''

''पण अजून वेळ आहे रे.''

''काय बोलताय काय तुम्ही? समजा, संध्याकाळ झालीच असेल तर? सूर्य घरांच्या छतावर उतरला असला तर? शाळेतून घरी परतणाऱ्या पोरांनी रस्त्यांवर हल्लागुल्ला चालवला असला तर?''

“पण घाई करण्याची काहीच गरज नाही! आम्हाला विचार तर करू दे.”

“काका, मला राकीपानाला बोलावलंत तर मी तुम्हाला कालच्या कोड्याचं उत्तर सांगेन.”

“त्या कोड्याचं?”

“होय, त्यानंतर हवं असेल तर आणखीही एक कोडं घालेन तुम्हाला...” कुहेलन काका क्षणभर थांबले आणि हळूहळू बोलू लागले, “तू किनाऱ्यावर जाशील. ताजे, फडफडीत मासे निवडशील. मग परतताना तू सलाडची पानं आणि राकी आणशील. बरोबर ना?”

“हो, तुम्ही बाहेर जाऊन उगीच दमण्याची काहीच गरज नाही. तुम्ही सज्जात बसून समुद्र पाहत गप्पा मारत बसा आणि गोष्टी सांगा. मी खरेदी करेन आणि संध्याकाळची गर्दी होण्याआधी परतेन. परतताना रस्त्यातले, मासळी बाजारातले, बसमधले लोक काय बोलताहेत हे ऐकेन. त्यामुळे मला खूप काय काय कळेल. म्हणजे नुकत्याच झालेल्या घोड्यांच्या शर्यतीत लफडी करून कुणी शर्यत जिंकली? हल्लीहल्लीच झालेली आगीची घटना कुठली? घटस्फोट होऊ घातलेला सध्याचा गायक कोण? अशा त्या बातम्या असतील. शिवाय येताना मी वर्तमानपत्रही आणेन बरं का?”

“हो, आणि लिंबू आणायला विसरू नकोस हं,” मी भर टाकली. “मी टेबल मांडेन, राकीचे पेले भरेन. शहरातले दिवे एका मागोमाग एक विझत जातील तसा मी स्टिरिओ लावेन आणि तुम्हाला माझी आवडती गाणी ऐकवेन.”

“होय, होय, आपण गाणी ऐकू,” कुहेलन काका म्हणाले. “पण मी दारू पिऊन गाणीबिणी गायला लागलो तर मला अडवा हं तुम्ही. काही लोक सुंदर आवाजांसाठी प्रसिद्ध असतात, तर माझी बेसूर गाण्यात प्रसिद्धी आहे. माझं गाणं ऐकून गावकरी विरुद्ध दिशेने पळत सुटल्याचे किस्से आहेत.”

कुहेलन काका सातमजली हसले.

“माझा आवाजही भयंकर आहे,” मी म्हणालो. “मी राकी पितो तेव्हा फक्त माझ्या बायकोचं गाणं ऐकतो. तिच्याएवढा सुंदर आवाज क्वचितच कुणाचा असेल.”

“तिलाही राकी आवडते का?”

“आवडायची. ती खूप पूर्वी वारली. आजार पसरू लागल्यावर तिने तिचा आवाज गुपचूप कॅसेटवर रेकॉर्ड करून ठेवला होता. तिला माहीत होतं

की माझ्या उर्वरित जीवनात माझ्यासोबत एकाच टेबलाशी बसण्याचा तो एकमेव मार्ग होता तिच्यापाशी. संध्याकाळी मी स्टिरिओ लावून टेबलाशी बसतो आणि पेला भरून घेतो. मग इस्तंबूलचा विचार करण्यात गर्क होऊन जाताना समुद्राच्या दोन्ही काठांवरचे दिवे परीकथांतील जादूई भूमीसारखे दिसू लागतात. तोपकापी राजवाड्याच्या भिंती आणि मनोरे पऱ्यांच्या राजाच्या राजवाड्यासारखे आकाशात उंच उंच उसळी मारतात. अंधूक दिव्यांमुळे भिंतींवर झिरझिरीत बुरखा नाजूकपणे लपेटल्यासारखा भासतो. डावीकडे मेडनच्या मनोऱ्याचे दिवे आणि सेलिमिये बराकी दिसतात. नशीब चांगलं असलं तर आकाश निरभ्र असतं. त्यामुळे दूरवरून प्रिन्स आयलंडसुद्धा चमकताना दिसतं. मग दुसरा पेला कधी संपला आणि तिसरा कधी सुरू झाला तेसुद्धा कळत नाही. माझी पत्नी स्टिरिओतून शास्त्रीय तुर्की संगीत गात असते. ती वियोगनगरीचं गाणं गात असते. वियोग ही अशी नगरी आहे जिथे आशेला जराही जागा नसते. तिथे चिटपाखरू नसतं. बातमीचा एवढासा कपटाही येत नाही तिथून. तिथून केलेला नमस्कार आपल्यापर्यंत पोचत नाही. तिथे फक्त हताश किंकाळ्या असतात. व्यर्थ प्रतीक्षा असते. तिथली संध्याकाळही शोकात्म असते, मनाला दिलासा देणारी नसते ती. बाटलीतली राकी कमी कमी होते आणि आकाशातल्या चांदण्यांना बहर येतो. नेमक्या त्याच वेळेस माझी पत्नी नवीन गाणं म्हणू लागते. 'सगळीकडे फुलांना बहर आलाय, स्फटिकाच्या झुंबरासारखी संध्याकाळ झुलतेय. फेरीबोटींचे भोंगे दुरून वाजताहेत आणि सीगल पक्षी आपल्या पंखांनी आकाशात रेषा ओढताहेत...''

बोलता बोलता मी मान उचलून वर पाहिलं. समयाचा पक्षी आमच्या डोक्यावर घिरट्या घालत होता का? तो आमच्यासाठी अंधाऱ्या रस्त्यांवर खुणा करत चालला होता का? ही कोठडी सोडून त्या सज्जावर जाणं आम्हाला कधीतरी शक्य होणार होतं का? समुद्राकडे बघत बघत गप्पा मारणं, इस्तंबूलबद्दलच्या विचारात गुंग होणं आम्हाला कधीतरी शक्य होणार होतं का?

''कुहेलन काका, तुमचे बाबा ज्या म्हाताऱ्याला गोल्डन हॉर्नजवळ भेटले होते त्याच्यासारखा झालो आहे मी,'' मी म्हणालो, ''भूतकाळातील आनंदावर भूतकाळाचीच मालकी असते... पत्नीची आठवण आली की मीही ह्याच विचारांत गुंतून जातो.''

दमिर्तायने माझ्याकडे प्रश्नार्थक नजरेने पाहिलं, ''डॉक्टर, पहिल्यांदाच आज दुःखी पाहिलं मी तुम्हाला...'' तो म्हणाला.

''दुःखी? छे रे! मला नाही कळलं हे कसं झालं ते. खरंतर मी इथे चांगले विचार करण्याचा प्रयत्न करतो आणि दुःखांचा विचार मनात आला की त्यांना राकी मेजवानीत बुडवणं पसंत करतो.''

''मलाही तुमच्या राकी मेजवानीचं आमंत्रण आहे, हो ना? तुम्ही ज्या तऱ्हेने बोलताय त्यावरून मी ते सांगू शकतो.''

मी उत्तर दिलं नाही. त्याऐवजी कुहेलन काका बोलतील म्हणून वाट पाहिली.

काकांनी दमिर्तायकडे नीट न्याहाळून पाहिलं आणि सरतेशेवटी तो ज्याची वाट पाहत होता ते उत्तर दिलं, ''तू चांगला चुणचुणीत छोकरा आहेस. आज ये तू आमच्यासोबत. आपण सगळे एकत्र बसून राकी पिऊ.''

पण आनंदण्याऐवजी दमिर्ताय वैतागला आणि पुढे झुकून म्हणाला, ''काका, मला छोकरा म्हणणं कृपया थांबवाल का? मी तुमच्यासोबत राकीपानाला येतोय ह्याचा अर्थ मी छोकरा नाही हे उघडच नाही का?''

''अरे ती सवय लागलेय आम्हाला दमिर्ताय! तू छोकरा नाहीस. चांगला तरुण मुलगा आहेस.''

त्यांचं उत्तर ऐकून समाधान झालेला दमिर्ताय मागे झाला आणि भिंतीला टेकून बसला.

''तुम्ही झिनी सेवदालासुद्धा बोलावणार का?'' त्याने विचारलं.

''चांगलीय कल्पना! तिलाही बोलावतो.''

तेवढ्यात समुद्रावरची एक झुळूक कोठडीच्या दारातून आत आली. आमची तिघांची नजर दारावर खिळली. कॉंक्रीटच्या जमिनीला घसटून आत आलेल्या त्या झुळकीने सोबत समुद्रगंधही आणला आणि आमच्या अनवाणी पावलांवर टाकून दिला. खारट, समुद्रशैवालांनी भरलेल्या दुनियेतून आलेला तो जणू अग्रदूत होता. त्यामुळे घोट्यापर्यंत चढलेली थंडी आम्हाला जाणवली. खरंतर ती क्षणिक संवेदना होती. कधी कधी आम्हाला समुद्रगंध यायचा; कधी पाइन वृक्षांचा गंध यायचा तर कधी संत्र्याच्या सालीचाही गंध यायचा. आम्ही त्या क्षणिक गंधसंवेदनेला पकडून ठेवण्याचा आटोकाट प्रयत्न करायचो. परंतु ती संवेदना क्षणार्धात हातून निसटून जायची. आम्हाला सोडून ती बॉस्फरसमध्ये स्वगृही परतण्यापूर्वीच आम्ही घाईघाईने दीर्घ श्वास घ्यायचो

आणि तो गंध फुप्फुसात साठवायचो. आमचं कधीच समाधान व्हायचं नाही. आम्ही नेहमीच हावरटपणा करायचो. कल्पनाशक्तीवर आमचा थोडासा अधिक विश्वास असता, आम्ही स्वतःला त्या असोशीत थोडंसं अधिक झोकून देऊ शकलो असतो तर कदाचित आम्ही वादळाचा आवाज ऐकू शकलो असतो. पश्चिमी वाऱ्यामुळे उचंबळणाऱ्या लाटांची खळखळ ऐकू शकलो असतो आणि... आणि मासेमारी बोटींच्या इंजिनांचा आवाजही ऐकू शकलो असतो.

''डॉक्टर,'' कुहेलन काका म्हणाले. लाटांवर स्वार झालेल्या, वादळाच्या गोंगाटामुळे आवाज नीट ऐकू येत नसलेल्या वयस्कर कोळ्याने बोलावं तसा त्यांचा आवाज येत होता, ''तुम्ही कुठल्या पुस्तकाबद्दल बोलत होता हो आत्ता? ...त्या सगळ्या गोष्टी असलेलं पुस्तक कुठलं हो ते?''

''तुम्हाला 'डेकामरॉन' म्हणायचंय का?''

''होय, तेच. ते नावच एवढं विचित्र आहे ना की लक्षात ठेवणं कठीण जातं.''

''नावच नाही तर ते पुस्तकही चित्रविचित्र, मजेशीर आहे.'' मी म्हणालो, ''प्लेगच्या साथीतून जीव वाचावा म्हणून स्त्री-पुरुषांचा एक गट एका शहरातून पळाला आणि त्यांनी एका झोपडीत आसरा घेतला. रोगाची साथ ओसरण्याची ते वाट पाहत होते. त्यांनी शहरातून पळून जाण्याचा मार्ग निवडून मरणापासून सुटका केली होती आणि आता वेळ घालवण्यासाठी संभाषण करण्याचा मार्ग त्यांनी निवडला होता. जवळ जवळ दहा दिवस ते रोज संध्याकाळी शेकोटीभोवती बसून गोष्टी सांगायचे. पुरातन इस्तंबूलवासीयांच्या भाषेत 'डेकामरॉन'चा अर्थ आहे दहा दिवस. म्हणूनच त्या पुस्तकाला ते नाव मिळालंय. ते लोक शृंगारप्रधान गोष्टी सांगायचे, प्रेमकथा सांगायचे, धक्कादायक, सनसनाटी कथाही सांगायचे. गोष्टी सांगताना, ऐकताना पुष्कळ हसायचे. जीवनाला गंभीरपणे न घेणाऱ्या गोष्टी सांगून ते प्लेगची भीती कमी करू पाहत होते. वाळवंटात पळालेल्या राजकन्येची कहाणी त्या कहाण्यांतलीच एक कहाणी आहे.''

''मला 'अरेबियन नाइट्स'मधल्या एक हजार एक रात्रींच्या काळात सांगितलेल्या गोष्टी माहीत आहेत परंतु दहा दिवसांत सांगितलेल्या ह्या गोष्टी काही माहीत नव्हत्या. बाबांनी त्यांचा कधीच उल्लेख कसा केला नाही ह्याचं आश्चर्यच वाटतंय मला. कदाचित त्यांच्यापाशी सांगायला बाकीच्या गोष्टी पुष्कळ असतील.''

''त्यांनी तुम्हाला त्या सांगितल्याही असतील. फक्त त्या कुठून आल्या ते सांगितलं नसेल.''

''कुणास ठाऊक?'' कुहेलन काका म्हणाले. मग काही काळ गप्पच राहिले. जणू आपल्या स्मरणमंजुषेत साठवलेल्या सगळ्या गोष्टी आठवण्याचा प्रयत्नच करत असावेत ते! मग म्हणाले, ''प्लेगची साथ आलेली 'डेकामरॉन'मधली नगरी म्हणजे इस्तंबूल होतं का?''

''काका, तुम्हाला माहीतच आहे की कुठलीही नगरी ही आपल्या दृष्टीने इस्तंबूलच असते म्हणून! एखादं मूल अंधार पडल्यावरही घराबाहेर राहिलं आणि अरुंद रस्त्यावर आपला मार्ग चुकलं तर ती जागा इस्तंबूल असते. आपल्या जीवनसंगिनीला शोधण्यासाठी बाहेर पडलेल्या तरुणाची नगरी; काळ्या कोल्ह्याची कातडी मिळवण्यासाठी बाहेर पडलेल्या शिकाऱ्याची नगरी; वादळात ओढल्या गेलेल्या जहाजाची नगरी; साऱ्या जगाला एखाद्या हिऱ्यासारखं आपल्या मुठीत ठेवण्याची मनीषा बाळगणाऱ्या राजपुत्राची नगरी... ह्या सगळ्या नगरी इस्तंबूलच असतात. आपण कधीच शरणागती पत्करणार नाही अशी शपथ घेतलेल्या शेवटच्या बंडखोराची नगरी इस्तंबूल असते आणि गायिका बनण्याच्या स्वप्नासाठी घरातून पळून गेलेल्या तरुणीची नगरीही इस्तंबूल असते. इस्तंबूल ही अशी नगरी असते जिथे लक्षाधीश, चोर आणि कविमंडळी सदैव जात असतात. प्रत्येक गोष्टीचा विषय इथलाच तर असतो.''

''डॉक्टर, तुम्ही अगदी माझ्या वडिलांसारखं बोलताय. ते म्हणायचे की इस्तंबूलमध्ये जमिनीखाली काय आणि वर काय दोन्हीकडे सारखंच असतं. दोन्हीकडे समयाचा पक्षी आपले पंख जराही न हलवता एखाद्या काळ्या सावलीसारखा डोक्यावर तरंगत असतो. माझ्या बाबांना ह्या जागेचं रहस्य माहीत होतं, परंतु ते रहस्य नुसतंच उघड करण्याऐवजी ते गोष्टींच्या माध्यमातून डोळ्यांसमोर उभं करत होते. त्यांचं इस्तंबूल हे दुसऱ्या कुठल्यातरी मोठ्या जगाचा भाग नव्हतं तर ते स्वतःमध्येच संपूर्ण होतं. सगळे भाग तिथेच एकत्र येऊन जुळत होते. तेच आम्हाला सांगायचा त्यांचा प्रयत्न होता. कदाचित अशाच एखाद्या जमिनीखालच्या ठिकाणी त्यांना हे रहस्य उलगडलं असेल.''

''तुमच्या बाबांनी ज्या गोष्टी शोधून काढल्या त्याच आता आपल्यालाही कळत आहेत.''

''परंतु 'डेकामरॉन'मधले लोक आपल्यापेक्षा बऱ्या स्थितीत आहेत, नाही का? ते शहरापासून पळून गेले आणि मृत्यूपासून बचावले. आपण मात्र इथे

शहरातच खोलवर डांबलेले आहोत. आपल्याला अंधारात फेकून दिलेलं आहे. इथे बसण्यापेक्षा 'डेकामरॉन' पुस्तकातल्या गोष्टी सांगणाऱ्या लोकांसोबत जाण्यासाठी आपण काय वाट्टेल ते देऊ. हो की नाही? ते तिथे स्वेच्छेने गेले होते तर आपल्याला इथे आपल्या इच्छेविरुद्ध आणलं गेलं आहे. त्याहून वाईट म्हणजे ते मृत्यूपासून दूर दूर गेले तर आपण मृत्यूच्या जवळ जवळच येत चाललो आहोत. आपलं इस्तंबूल हेच जर 'डेकामरॉन'मध्ये वर्णन केलेलं शहर असेल तर मला वाटतं की त्यातील प्रत्येक गोष्टीच्या नशिबाचा प्रवाह वेगवेगळ्याच दिशेने चाललाय, तुम्हाला नाही का वाटत तसं?''

''बरोबर आहे तुमचं, काका,'' मी म्हणालो.

मी पुढे काही बोलणार इतक्यात लोखंडी दाराची करकर ऐकू आली. त्यासरशी आम्ही सगळे आपोआपच ताठरलो. एकदा एकमेकांकडे बघून आम्ही गजांकडे नजर वळवली आणि बाहेर काय बोलणं चाललंय ते कान ताणून ऐकू लागलो. त्यांचे आवाज मधल्या मार्गिकेपर्यंत पोचतील म्हणून वाट पाहू लागलो. मागील दोन दिवस जेव्हा जेव्हा लोखंडी दरवाजा उघडायचा तेव्हा तेव्हा हे लोक आमच्यापैकी एकाला न्यायला आलेत की जेवण द्यायला आलेत ह्यासंबधी वाटणाऱ्या शंकेमागे कुतूहल नव्हतं तर चिंता होती. आजचं खाणं तर त्यांनी काही तासांपूर्वीच आणलं होतं. मग आता पहारेकऱ्यांच्या पाळ्या बदलत असतील म्हणून किंवा एखादी फाइल घेऊन जायला ते आले असतील का? आमच्यावर कसलाही परिणाम न होणारी किंवा कोठडीतील आमच्या मनोस्वास्थ्याला धक्का न लावणारी अशी आणखी एखादी शक्यता आहे का म्हणून मी मेंदूला कष्टवू लागलो. इथे सध्या ज्या गोष्टी होत्या त्यात आम्ही समाधानी होतो. जोपर्यंत ते आम्हाला छळायला कोठडीतून बाहेर काढत नव्हते तोवर सशांसारखं एकमेकांना बिलगून बसण्यात, गप्पा मारण्यात आणि अधूनमधून डुलकी घेण्यात आम्हाला सुख वाटत होतं. जमिनीवरच्या जगातील सुखाच्या फुटपट्टीने आम्ही इथलं सुख मुळी मोजतच नव्हतो. जमिनीवरचं जग ही खूप दूरवरची, खूप जुनी आठवण बनली होती. कोठडीमध्ये तर फक्त वेदना हीच एक फुटपट्टी आमच्याकडे होती. आमच्या दृष्टीने वेदना नसणं हेच सुख होतं. तेवढंच आम्हाला हवं होतं. त्यांनी आम्हाला नुसतं असंच सोडून दिलं असतं तर आम्ही असेच सुखात राहिलो असतो.

कुहेलन काका म्हणाले, ''हे क्षणसुद्धा सरतील.'' ते दमिर्तायशी बोलत होते, माझ्याशी नव्हे.

विद्यार्थी दमिर्तायचा चेहरा जाणवेल एवढा पांढराफटक पडला होता. त्याचं सगळं लक्ष बाहेर होतं. मार्गिकेतले आवाज समजून घेण्याचा प्रयत्न तो करत होता. आम्हाला पहारेकऱ्यांचं रोजचं संभाषण ऐकू येत नव्हतं तर एका मोठ्या गटाचं बोलणं ऐकू येत होतं. सगळे लोक एकाच वेळेस बोलत होते. कधी कधी ते कुजबुजायचे तर मधेच मोठ्याने हसायचे. आमची दोन दिवसांची सुट्टी नक्कीच संपलेली होती. कुणापासून सुरुवात करतील ते? समोरच्या कोठडीपासून की मार्गिकेतल्या शेवटच्या कोठडीपासून?

“हेही क्षण निघून जातील... हो ना?” दमिर्ताय अस्फुट स्वरात म्हणाला.

“हो तर, नक्कीच!” काका म्हणाले, “नेहमीच नाही का जात ते? मग ह्याच वेळी कसं काय वेगळं होईल?”

“दर वेळी ते मला छळायला घेऊन जायचे तेव्हा माझी मानसिक तयारी असायची. पण ह्या दोन दिवसांच्या सुटीमुळे माझं शरीर सैलावलंय. मला शांतपणे पडून राहण्याची सवय झालेय. ह्याचा अर्थ मला आता अधिकच वेदना होतील ना!”

“दमिर्ताय, वेदना बदलत नाही रे, सुरुवातीला ती जशी होती तशीच ती आताही आहे. त्यांनी आपल्याला वारंवार छळण्यासाठी नेलं. आपण पुन्हा जाऊ आणि पुन्हा त्याच विश्वासाने परतही येऊ.”

सुरुवातीच्या काळात भीती छोट्याशा उंदरासारखी आमच्या छातीच्या पिंजऱ्यात शिरायची. तिथून तिचे दात आमच्या हृदयाला कुरतडू लागायचे. आमच्या मनात स्वतःबद्दल सारख्या शंका येऊ लागायच्या. डोकं फिरवून टाकणाऱ्या यातना आपण सोसू शकू का? ह्या भयामुळे तर पार वेड लागायची पाळी येत होती. शरीराला विजेचे झटके बसू लागले की काही विचार करण्याची शक्तीच हरपून जात होती; परंतु त्याच वेळेस एक आगळीवेगळी, जिचा उगम सांगता येणार नाही अशी संवेदना आमचा हात घट्ट धरून ठेवत होती. तिच्यामुळेच आमची जीवनेच्छा बळकट होत होती. ह्या कोठडीपलीकडे जग आहे का? आमच्यासाठी काही भविष्य उरलेलं आहे का? देह जडावू लागले की सगळं अस्तित्वच चिंतेने भरून जायचं. मग आम्हाला पृथ्वीभोवती प्रदक्षिणा घालणारा चंद्र जाणवायचा; सूर्याभोवती प्रदक्षिणा घालणारी पृथ्वी जाणवायची. सातत्याने दमछाक करत धावताना त्या दोघांचा वाढणारा वेगही जाणवायचा. कधीच थांबणार नाहीत अशा वेदना जणू समयाला आणि आमच्या मनाला पार वाकवून टाकायच्या.

"कदाचित," मी म्हणालो, "ते कदाचित कुणालाच घेऊन जाणार नाहीत. कदाचित ते परत वळतील आणि आले तसेच निघून जातील."

ज्या विश्रांतीच्या सवयीला दमिर्ताय बळी पडला होता, तिची लागण मलाही झाली होती. इथून आपल्याला ते घेऊन जाणारच नाहीत ह्यावर माझा जवळ जवळ विश्वासच बसू लागला होता. कदाचित ते आम्हाला विसरून गेले असतील किंवा मग शहराच्या एवढ्या खोलवरच्या भागात येणं त्यांच्यासाठी अवघड बनू लागलं असेल. 'अधूनमधून अन्न फेकलं की झालं, पुढे मग त्यांचं ते बघून घेतील', अशी जनावरं बनलो होतो का आम्ही त्यांच्या दृष्टीने? आम्ही भिंतींवरील ओलाव्याला बोट लावून पाहिलं. हवा हुंगली आणि एकमेकांना बिलगून बसलो. त्यांनी 'या' म्हटलं की आम्ही येत होतो, 'जा' म्हटलं की जात होतो. कान ताणून आम्ही मार्गिकेतून घुमणाऱ्या पावलांचा आवाज ऐकू लागलो. हळूहळू आवाज जवळून येऊ लागले तेव्हा ते पहिल्यांदाच ऐकत असल्याची आमची अवस्था झाली.

"आपण परत आलो की तू विचारलेल्या प्रश्नाचं उत्तर देईन," कुहेलन काका म्हणाले.

"कुठला प्रश्न?" दमिर्तायने काहीच न कळून विचारलं.

"तू घातलेलं कोडं तूच विसरलास काय? ती नाही का म्हातारी म्हणते की ही जवळ बसलेली मुलगी माझ्या मुलीची मुलगी आहे आणि माझ्या नवऱ्याची बहीणसुद्धा आहे? मी त्यावर खूप वेळ विचार केलाय आणि मला त्याचं उत्तर सापडलंय. आपण परत आलो की राकीपान करताना त्यावर चर्चा करू."

काहीतरी खोटं सांगून फसवलेल्या लहान मुलासारखा दमिर्तायचा चेहरा उजळला होता. "चालेल, तुम्ही त्याचं उत्तर सांगा. मग मी तुम्हाला आणखी कोडं घालेन. मग अगदी पहाट होईपर्यंत आपण राकीच्या टेबलापासून हलायचंच नाही. चालेल?"

"तर काय दमिर्ताय, तुझ्यासोबत राकीपान करायला मिळणं हा मोठा सन्मानच आहे आमचा."

दार उघडलं. दक्षिण लाटेने किनाऱ्यावर हल्ला चढवावा तशी उजेडाची लाट आत घुसली. उजेडाने दिपलेल्या डोळ्यांची उघडझाप करत आम्ही चेहऱ्यावर हात ठेवले.

"उठा रे बेअक्कल कुठले, राहा उभे..."

आम्ही हळूहळू उघड्या जमिनीवर उभे राहिलो.

हाताच्या एका फटकाऱ्यानिशी त्यांनी अगोदर दमिर्तायचा हात धरला आणि नंतर कुहेलन काकांचा. "तू थांब रे इथेच," ते माझ्यावर गुरकावले.

म्हणजे मी इथेच राहणार? स्वतःच्या सुटकेबद्दल वाटलेलं हायसं आणि निघून जाणाऱ्या जोडीदारांचं दुःख ह्यांच्या कैचीत मी सापडलो. मी दमिर्तायच्या अशक्त, दुबळ्या खांद्यांकडे, कुहेलन काकांच्या आत्मविश्वासपूर्ण चालीकडे पाहिलं. ज्या यातना मला आज सहन कराव्या लागणार नव्हत्या त्यांच्या दिशेने ते चालले होते. त्यांच्या जाण्याच्या दुःखासोबत आज आपलं शरीर चिरडलं जाणार नाही; आपल्या तोंडाचा रक्तबंबाळ अवतार होणार नाही ह्याचा आनंद मला होत होता. यातनांपासून सुटका तर नव्हतीच परंतु ह्या वेळेस त्या मला वळसा घालून दुसऱ्यांना सोबत घेऊन गेल्या होत्या. मला माहीत होतं की मानवी सहजप्रेरणांमुळेच आपण स्वतःचा विचार आधी करतो. सर्वात आधी आपल्या स्वतःच्या दुखापतीकडे पाहतो. विद्यापीठातल्या पहिल्या वर्षीच आम्ही ते शिकलो होतो! परंतु माणसांचा तेवढा एकच पैलू नसतो. ज्यांच्यावर आपण प्रेम करतो त्यांच्यासाठीसुद्धा आपण यातना सहन करतो आणि छळाला निर्धाराने सामोरे जातो.

"भोसडीच्या, तूसुद्धा ऊठ रे."

ते कामो न्हाव्याशी बोलत होते. मागील दोन दिवस कुणाच्या चटकन नजरेत भरणार नाही अशा तऱ्हेने कामो भिंतीशी टेकून बसला होता आणि म्हाताऱ्या कासवासारखा सतत झोपत होता. मधूनच कण्हत तो डोकं वर उचलायचा. आत्ता त्याने दारातल्या चौकशीकर्त्यांकडे टक लावून पाहिलं पण उठण्याचा यत्किंचितही प्रयत्न केला नाही.

"तुझ्याशी बोलतोय रे मी, गाढवीच्या..." प्रश्नकर्त्याच्या आवाजात धमकी होती.

कामो न्हावी होता तिथेच ढिम्म बसून राहिला. जणू तो त्या भिंतीचा अभेद्य भागच होता. त्याची पाठ त्या फरशीला चिकटलेली होती आणि पाय जमिनीला खिळलेले होते. आपण किती काळापासून इथे बसलोय तेही त्याला आठवत नव्हतं. वैतागल्यासारखा त्याने उसासा सोडला. मग शरीराला हिसका देऊन एका हाताने भिंतीला धरलं. आता ते आपल्यालाही नेणार हे त्याला कळलं होतं. तो हळूच उठला तेव्हा त्याच्या देहबोलीत ना चिंता दिसत होती ना बिनधास्तपणा! आपल्याला कसलीही पर्वाच उरली नाहीय असे भाव

त्याच्या चेहऱ्यावर होते. आपल्याला ते छळण्यासाठी घेऊन गेल्याची स्वप्नं त्याने आत्तापर्यंत असंख्य वेळा पाहिली होती परंतु प्रत्येक वेळी डोळे उघडले की तो कोठडीतच असायचा. 'बाकीचे सर्वजण यातना सोसत असताना मी का म्हणून वाट पाहत बसलोय? बाकीच्या सर्वांना लोखंडी दरवाजातून बाहेर नेत असताना मी मात्र कोठडीत का झोपतोय?' तो स्वतःलाच प्रश्न विचारत राहायचा आणि शरीर वेदनेने तळमळत नसल्याने त्याच्या संतापाचा भडकाही उडायचा. शारीरिक वेदनांमुळे आपल्या हृदयातली आग विझेल अशी आशा त्याला होती. कित्येक दिवसांपासून तो त्याच आशेवर होता.

कामो दाराशी गेला. चौकशी अधिकाऱ्यांच्या मधून वाट काढत मार्गिकेतून बाहेरही पडला. कुणालाही त्याला ओढत, फरपटत न्यावं लागलं नाही. ह्या आमंत्रणाची तो कित्येक दिवसांपासून उत्सुकतेने वाट पाहत होता. ज्या मार्गिकेतून तो चालत होता तिच्या शेवटाशी काय वाढून ठेवलेलं आहे; जो लोखंडी दरवाजा आपण ओलांडणार आहोत त्याच्या मागे काय आहे; आपल्यावर नियतीचा कसला प्रहार होणार आहे ह्या कसल्याचीच त्याला जराही पर्वा नव्हती.

चौकशीकर्ते लगेच निघाले नाहीत. मार्गिकेत उभ्या असलेल्या कुणालातरी उद्देशून ते म्हणाले, ''त्या मादरचोदला घेऊन या रे, त्याला ह्या डॉक्टरच्या कोठडीत फेकून द्या.'' मग त्यांनी एका रक्तबंबाळ माणसाला केसांना धरून ओढत आणलं आणि आमच्या कोठडीत जोराने ढकलून दिलं. तो पाठीवर धपदिशी खाली पडला आणि पडताना बरोबर माझ्या अंगावरच पडला. त्यामुळे आम्ही दोघंही एकदमच खाली पडलो. माझं डोकं भिंतीवर आपटलं. दोघांच्या अंगाखाली माझा हात अडकला होता. तो मोडलाय की काय असंच मला वाटू लागलं. दार बंद झाल्यावर पुन्हा अंधार झाला. भानावर येऊन मी उठून बसलो आणि माझ्या बाजूला धपकन कोसळलेल्या माणसाकडे बघितलं. तो कण्हत होता.

''बरा आहेस का रे?'' मी म्हणालो.

मी त्याला सरळ बसायला मदत केली. तो कसाबसा उठून बसला आणि भिंतीला टेकला.

''माझी जखम दुखतेय,'' तो म्हणाला.

''कुठे झालेय जखम तुला?''

त्याचे केस, चेहरा आणि मान सगळीकडे रक्ताच्या खपल्या होत्या; परंतु तो आपली डावी पोटरी धरून बसला होता.

''पायाला... गोळीची जखम आहे ती.''

''गोळीची जखम?''

''होय, एका चकमकीत दोन दिवसांपूर्वी मला त्यांनी पकडलं. इस्पितळात नेऊन माझ्या पायातली गोळी काढली आणि नंतर मला इथे आणलं. सकाळपासून ते माझा छळ करताहेत.''

त्याच्या पायाला स्पर्श करण्यासाठी मी हात पुढे केला तेव्हा त्याचा चेहरा ताठरला. शरीरही निश्चल झालं. रुग्णांना त्यांच्या जखमेला कुणी हात लावलेला आवडत नाही. वैद्यकीय व्यवसायाच्या सुरुवातीच्या काही वर्षांत रुग्णांची ही प्रतिक्रिया मला खूप विचित्र वाटायची. नंतर माझ्या लक्षात आलं की केवळ रुग्णच नव्हे तर इस्तंबूलच्या सर्वसामान्य नागरिकांनाही स्पर्शाचं वावडं आहे. भूतकाळात प्लेग किंवा पटकीसारखे संसर्गजन्य रोग होत होते तेव्हा लोक शारीरिकदृष्ट्या एकमेकांच्या निकट राहायचे. आता काळ बदललाय. आता संसर्गजन्य रोगांऐवजी कर्करोग, मधुमेह आणि हृदयविकारासारखे पूर्णपणे एकट्यानेच सोसायचे आजार लोकांना सहन करावे लागतात. त्यामुळे लोक आपापल्या कोषात जाऊ लागलेत, संपर्कशून्य जीवन जगू लागलेत. 'मी माणूस आहे,' ह्या संदेशाचा अर्थ 'मी इतरांपासून दूर जात आहे, माझ्यात आणि त्यांच्यात अंतर ठेवत आहे' असा लावला जाऊ लागलाय. ह्या अशा काळात अपरिचित लोक तर सोडाच परंतु मित्रसुद्धा एकमेकांचा स्पर्श टाळू लागलेत. माझ्या दवाखान्यात येणारे लोक पिंजऱ्यात अडकलेल्या मांजरांसारखे असतात ह्याची मला जाणीव होती. त्यांना वाटणारी काळजी केवळ आपल्याला कुठल्यातरी रोगाची बाधा होईल म्हणूनच केवळ नव्हती. मला तर वाटू लागलं होतं की पुढच्या वेळेस लोक इस्तंबूल सोडून निघून जातील ते प्लेगची साथ आल्यामुळे नव्हे तर एकदुसऱ्यांना स्पर्श करण्याची साथ पसरल्यामुळेच तसं होईल. कुणीतरी आपल्याला स्पर्श करेल ह्या भीतीनेच ते घाबरतील आणि कुठेतरी पळून जाण्यासाठी आसरा शोधतील.''

''अरे, मला जखम बघू दे तुझी, मी डॉक्टर आहे.''

त्याची पँट फाटली होती. तिच्या कडाही उसवल्या होत्या. त्याच्या पोटरीवर झालेली जखम मला दिसली. कुणीतरी त्यावर मलमपट्टी करून बँडेज बांधलं होतं. वर लावलेली टेप मी हलकेच उघडून पाहिली. जखमेचं निरीक्षण

करता यावं म्हणून मी त्याचा पाय गजातून झिरपणाऱ्या उजेडाच्या दिशेने धरला.

"रक्त येत नाहीये तिच्यातून... अजून टाके काढलेले नाहीयेत," मी म्हणालो.

बँडेज परत सरसं केल्यावर बघितलं तर लक्षात आलं की आता त्या माणसाला आराम पडल्यासारखा वाटतोय आणि चेहऱ्यावर शांत भाव धारण करून तो माझ्या हालचाली निरखतोय.

"खूप थंडी वाजतेय," तो म्हणाला.

मी त्याच्या कपाळाला स्पर्श केला. "ताप आलाय तुला. ताजी जखम आहे. त्यामुळे ताप येणं साहजिक आहे, ह्यात वेगळं काही नाही. काळजी करू नकोस, ताप उतरेल."

"तीच आशा आहे."

मी पाण्याच्या बाटलीच्या बाजूचा पाव आणि चीझ उचलून त्याला दिलं.

तो क्षणभर थांबला. जणू तो पूर्णपणे अनोळखी वस्तूच पाहत असावा. त्याच्या मनाची द्विधा मन:स्थिती झाली होती. मी त्याच्या हातात ठेवलेल्या पावाकडे बराच वेळ टक लावून पाहिल्यावर त्याने त्याचा तुकडा मोडला आणि दोन घासांतच संपवला. त्याची छाती धपापत होती. त्याने पाण्याची बाटली घेतली आणि अधाश्यासारखं घटाघटा पाणी प्यायला.

"माझं नाव अली आहे," तो म्हणाला, "सगळेजण मला अली लायटर म्हणून ओळखतात."

मला ते नाव आठवलं. खरं सांगायचं तर खिळा ठोकावा तसं ते नाव माझ्या स्मरणशक्तीत रुतून बसलं होतं. त्याचा चेहरा नीट दिसावा म्हणून मी त्याच्या जवळ जाऊन निरीक्षण केलं. त्याच्या जाड्याभरड्या भुवया आणि सुरकुतलेल्या कपाळाकडे पाहिलं. तो तीस वर्षांचा तरी होता का? पण तो माझ्या मुलापेक्षा मोठा दिसत होता.

"तू मला डॉक्टर म्हणू शकतोस. सगळे मला त्याच नावाने ओळखतात," मी म्हणालो.

"म्हणजे? तुम्ही केरापासावरून आलेले डॉक्टर की काय?"

"होय. तोच मी."

आम्हाला एकमेकांची नावं माहीत होती परंतु आम्ही कधीच भेटलो नव्हतो. आमची भेट काही आठवड्यांपूर्वी इस्तंबूलमधल्या नयनरम्य रस्त्यावर किंवा

समुद्रकिनाऱ्यावरील कॅफेत होणार होती ती आज इथे ह्या कोठडीत झाली होती. म्हणजे जीवन जगण्याचा आमचा हक्क अजून संपला नव्हता तर... आम्ही अजूनही रस्त्याच्या शेवटास पोचलो नव्हतो तर... त्यानेही माझ्याकडे कुतूहलाने पाहिलं.

"मला वाटलं होतं की तुम्ही केरापासा वैद्यकीय महाविद्यालयातील तरुण विद्यार्थी असाल." तो म्हणाला.

...मी त्याला सत्य सांगायला हवं का?

माझ्या पत्नीला स्वादुपिंडाचा कर्करोग झाला तेव्हा वेदना वाढवत बसण्याऐवजी ताबडतोब मरणाला कवटाळण्याची तिची इच्छा होती. "मला इंजेक्शन द्या आणि मोकळं करा, माझा शेवटचा श्वास तुमच्याकरवीच मिळावा," ती म्हणाली होती. प्रेमाराधनाच्या सुरुवातीला आम्ही दोघं अननुभवी प्रेमिक म्हणून इस्तंबूलमध्ये भटकायचो तेव्हा तत्कालीन प्रथेनुसार आम्हीही बोटीच्या प्रत्येक धक्क्यावर गेलो की एक इच्छा मनात धरायचो; प्रत्येक बागेतल्या एका फुलाच्या पाकळ्या तोडायचो. त्या पाकळ्यांची संख्या शेवटी काय होईल त्यावरून आम्हाला सम किंवा विषम संख्येने मुलं होतील असा आमचा विश्वास होता. त्या वयात लोकांना भविष्य समजून घेण्यात कोण उत्सुकता असते ना? आणखी दहा वर्षांनी आपण कुठं राहत असू? आणखी वीस वर्षांनी आपण काय करत असू? अर्थात भविष्यातल्या पन्नास वर्षांचा तर आपण विचारही करू शकत नाही. त्याबद्दल आपण एवढीच आशा ठेवू शकतो की त्या वयापर्यंत पोचल्यावर आपल्या वाट्यास आलेल्या जीवनाचा संपूर्ण अनुभव तरी आपण नक्कीच घेतला असेल. मृत्युदेशाच्या सीमारेषेशी माझी पत्नी त्या मानाने लवकर पोचली. परंतु तिला कुठलीही वेदना सहन न करता सीमापार जायचं होतं. मी तिला म्हणालो, "शोनू, आपण दोघांनी एकसाथ मरावं अशी तुझी इच्छा असेल तर मी एकाच सुईने आपल्या दोघांना इंजेक्शन देतो." त्यावर कसंबसं हसून ती म्हणाली होती, "असं कसं? तुम्ही जगलं पाहिजे. नाहीतर आपल्या मुलाला कोण संभाळणार? तुम्ही त्याला वाढवा. त्याला मुलंबाळं झालेली पाहा. नंतरच तुम्ही माझ्याकडे येऊ शकता. त्याआधी नाही."

आमचा मुलगा मोठा झाला, तारुण्यात आला तेव्हा त्याने लवकरात लवकर लग्न करावं अशी माझी इच्छा होती. त्यामागे त्याच्या आईचं स्वप्न पूर्ण व्हावं अशीही भावना थोडीफार होतीच.

परंतु... परंतु तो घर सोडून गेला. वैदकीय शाखेतील शेवटच्या वर्षाकडे त्याने साफ दुर्लक्ष केलं आणि शहरभर निर्माण झालेल्या क्रांतिकारक गटांपैकी एका गटात सामील होऊन स्वतःसाठी वेगळाच मार्ग शोधून काढला. चकमकींच्या आणि त्यात माणसं मृत्यमुखी पडल्याच्या बातम्या तर सातत्याने येत होत्या. मी वृत्तपत्रातील बातम्या काळजीपूर्वक वाचू लागलो. त्याच्या नावाशी साम्य असलेलं नाव वाचलं, त्याच्यासारख्या दिसणाऱ्या कुणाचा फोटो वृत्तपत्रात पाहिला की माझ्या काळजात धस्स व्हायचं. कधी फेरीबोटीत चढताना, काळोख्या पुलाखालून जाताना किंवा रात्री झोप येत नाही म्हणून उशिरा समुद्रकिनाऱ्यावर फेरफटका मारताना अचानकपणे माझा मुलगा बाजूस येऊन उभा राहायचा आणि घट्ट मिठी मारायचा. त्याच्या शरीराला त्याच्या आईचा गंध होता. मी त्याच्या बोटांना स्पर्श करायचो. दिवसेंदिवस अशक्त होणाऱ्या चेहऱ्याकडे पाहायचो. खोल गेलेल्या डोळ्यांत चमक दिसतेय का ते धुंडाळायचो.

''माझी काळजी करू नका बाबा तुम्ही. मी ठीक आहे. हे दिवस नक्कीच जातील.''

परंतु ते तर काही जात नव्हते. काळ तर अथांगपणे पुढे पुढेच चालला होता आणि माझी तगमग व आशाही त्याच गतीने वाढत चालली होती.

ऑटम ऋतूतल्या पावसाळी सकाळी मी पुन्हा एकदा घरातून लवकर निघालो. दवाखान्याची वाट घरापासून चालत पंधरा मिनिटांवर होती. अचानक माझा लेक माझ्या छत्रीत आला आणि हातात हात घालत म्हणाला, ''थांबू नका, आपण चालत राहू.'' एखाद्या भटक्या कुत्र्यासारखा तो संपूर्ण भिजला होता. थरथर कापत होता. खोकत होता. खोकताना तोंडावर रुमाल धरत होता. थोडंसं गेलो नाही तोच त्याच्या गुडघ्यांनी त्याला दगा दिला आणि तो जमिनीवर कोसळला. पडता पडता त्याने माझा हात धरायचा प्रयत्नही केला. मी टॅक्सी बोलावली आणि त्याला इस्पितळात घेऊन गेलो. माझ्या पोराला क्षय झाला होता. ज्या शहरात संसर्गजन्य रोग कमी झाले होते, लोक एकमेकांना स्पर्शच करणं टाळू लागले होते त्या शहरात माझा मुलगा क्षयाला बळी पडला होता. तो त्याच्या विचारांची किंमत स्वतःच्या शरीराचा बळी देऊन मोजत होता. आम्ही चर्चा करताना तो म्हणायचा, ''बाबा, चांगुलपणा हासुद्धा दुष्टपणाइतकाच संसर्गजन्य असतो.'' तोच मुलगा आज एका संसर्गजन्य रोगाला बळी पडला होता. जणू ती त्याला मिळालेली शिक्षा होती. जुनं शहर

तर मेलं होतं आणि का कोण जाणे, पण नवं शहर जन्मायला नकार देत होतं. जमिनीखालून आक्रोश ऐकायला येत होता. पावसामुळेही धुतली जात नव्हती अशी दुर्गंधी सर्वत्र पसरली होती. तरुण मुलं हजारो स्वप्नं बघत होती खरी, परंतु धुक्याच्या आवरणात झाकलेल्या बंदरांकडे महासागरातील जहाजांनी जावं आणि काठावर पोचताना त्यांच्या शिडांच्या चिंध्या चिंध्या व्हाव्यात तशी त्या मुलांच्या स्वप्नांची अवस्था होत होती. ह्या नगरीने कधीतरी आपल्या मुलांवर प्रेम केलं होतं का? कधीतरी त्यांना करुणेने पोटाशी धरलं होतं का? एके दिवशी ह्या अर्थाचं मी काहीतरी बोलत असताना मुलगा मला म्हणाला, "बाबा, प्रेमाची भीक मागणं हे आमचं ध्येय नाही तर प्रेम निर्माण करणं हे आहे. त्यासाठीच आम्ही लढतो आहोत.''

माझा मुलगा... आपल्या बापाला आयुष्याचे धडे देणारा माझा लाडका लेक आत्ता या क्षणी रुग्णशय्येवर होता... थरथर कापत... तापात बरळत होता. त्याला स्वतःचं भान उरलं नव्हतं.. कपाळावरून वाहणाऱ्या घामाने त्याची उशी चिंब भिजून गेली होती. मी दिवसभर त्याच्या बाजूला बसून त्याच्या श्वासोच्छ्वासाकडे लक्ष देत होतो, ताप पाहत होतो. रात्री इस्पितळातल्या जायच्या-यायच्या वाटांवर चिटपाखरूही उरलं नाही. दूरवरून परिचारिकांच्या पावलांचे आवाज तेवढे ऐकू येत होते. अशा वेळेस माझ्या मुलाने डोळे उघडले आणि तो कुजबुजला, "मला उठायला हवं... उद्या मला भेटायला जायचंय एकाला.'' पण मी त्याला परवानगी दिली असती तरी तो जे काही म्हणत होता ते प्रत्यक्षात घडून येणं अशक्य होतं.

"बाबा, ते खरोखरच महत्त्वाचं आहे. माझ्या मित्रांची आयुष्यं अवलंबून आहेत त्यावर. उद्या मला कुणाला तरी भेटलंच पाहिजे.''

त्याला क्षय झाला होताच त्यासोबत त्याला मूत्रपिंडाचे आणि पोटाचे विकारही झाले होते. आपल्या प्रकृतीकडे दुर्लक्ष करण्याच्या टप्प्याच्या पलीकडे तो गेला होता. अजून बराच काळ त्याला रुग्णशय्येवर राहावं लागणार होतं. "राजा, काळजी करू नकोस. ते काम इतकं महत्त्वाचं असेल तर तुझ्याऐवजी मी जाईन.'' मी म्हणालो. त्यावर उत्तर देता न आल्याने त्याने डोळे मिटून घेतले आणि मग त्याला गाढ झोप लागली. लहान बाळ असतानाचे त्याच्या चेहऱ्यावरचे निरागस भाव अजूनही तसेच होते. तो मोठा झाला तरी रात्रीच्या वेळेस झोपलेला असताना मी हळूच त्याच्या खोलीत जाऊन दिव्याच्या उजेडात त्याचा चेहरा निरखायचो तेव्हाही तोच लहान मुलाचा निरागस चेहरा

माझ्या डोळ्यांसमोर न चुकता यायचा. तेच निरागस भाव चेहऱ्यावर घेऊन तो आताही झोपेतून जागा व्हावा अशी माझी इच्छा होती. परंतु पहाटे त्याने डोळे उघडले तेव्हा त्याच्या नजरेत दुःख होतं.

आपली हाडकुळी बोटं उचलून तो म्हणाला, ''बाबा!''

''बोल बेटा,'' मी म्हणालो.

माझ्या पत्नीला मी तिच्यासोबत जायला नको होतं. त्या माझ्या जीवनाचं समर्पण मी आमच्या मुलासाठी करायला सिद्ध झालो होतो. क्षयाने वाट लावून टाकलेले त्याचे केस मी कुरवाळले, मग त्याचे हात हातात घेतले. त्याच्या छातीतून घरघरल्यासारखे आवाज ऐकू येत होते.

''बाबा,'' तो म्हणाला, ''एवढं महत्त्वाचं नसतं तर मी तुम्हाला जाऊ दिलंच नसतं. तुम्हाला लालेलीतल्या 'रागीब पाशा ग्रंथालया'त जायलं हवं. तिथे तुम्हाला एक मुलगी भेटेल. ती मध्यस्थ असेल. तिथून ती सांगेल त्या खऱ्या भेटण्याच्या जागी तुम्ही जायचं. तिथे अली लायटर नावाच्या माणसाला तुम्ही भेटाल. सावधगिरी बाळगा. ती मुलगी सांगेल त्या वेळेच्या एक तास अगोदर तुमची अलीशी भेट ठरलेली असेल. मी त्या दोघांनाही ह्यापूर्वी भेटलेलो नाही. ते तुम्हाला मीच समजतील. मला सर्वजण 'डॉक्टर' म्हणून ओळखतात. कारण मी वैद्यकीय शिक्षण घेत होतो. तुम्हालाही त्यामुळे वेगळं वाटणार नाही. समजा काही गडबड झालीच, तुम्हाला पोलिसांनी पकडलंच तर तुम्ही खरोखरचे कोण आहात ते सांगा.''

एखाद्या पुरुषाला परिपूर्णतेची भावना कधी वाटते? बायको म्हणाली होती की बाळाला जन्म दिल्यानंतर तिच्या मनात अशा भावना दाटून आल्या ज्यांची तिने पूर्वी कधी कल्पनाही केली नव्हती. ती म्हणाली होती, ''मला परिपूर्ण झाल्यासारखं वाटतंय. माझ्यातील विलग तुकडे जुळून आलेत असं वाटतंय.'' बोलताना तिच्या चेहऱ्यावर धीरगंभीर भाव होते. ते पूर्वी मी कधीच पाहिले नव्हते. मी तिच्याकडे हेव्याने पाहिलं. जगाबद्दल तिला एवढं समाधान का वाटतंय त्याचंच मला आश्चर्य वाटत होतं. कुठल्या प्रकारची परिपूर्णता होती ही? ती भावना मला कशी मिळवता येईल? दुसऱ्यांसाठी दयाबुद्धीची कामं करण्यामुळे? की माझ्या मुलाऐवजी तिथे जाण्यामुळे? मुलाच्या यातना आपल्या खांद्यांवर घेतल्यामुळे माझ्यातील विलग तुकडे जुळून येणार होते का? मला परिपूर्तीची भावना देणार होते का? ''मानवाला परिपूर्ती कधी मिळते?'' हा प्रश्न इस्तंबूलच्या समुद्राकडे एकटाच टक लावून बघत बसलेलो असताना

मी बऱ्याचदा स्वतःला विचारायचो. रात्री झोपण्यासाठी उशीवर डोकं टेकल्यावर हाच प्रश्न माझ्या मनात यायचा. सकाळच्या वेळेस थकल्याभागल्या मनाने कामाच्या ठिकाणी जात असतानाही हाच प्रश्न माझ्या मनात रेंगाळत असायचा.

एके दिवशी माझा मुलगासुद्धा स्वतःला हाच प्रश्न विचारेल.

''बाळा,'' मी म्हणालो, ''मी तुला दुसऱ्या रुग्णाच्या नावाने इथे दाखल केलेलं आहे. तुझी खरी ओळख कुणालाच माहीत नाही. तू इथे सुरक्षित आहेस.''

●

दिवस **सातवा**

विद्यार्थी दमिर्तायचं कथन

पाकिटातलं घड्याळ

बेयाझित ग्रंथालयाचे संचालक शराफत बे त्या दिवशी सकाळी कामावर आले तेव्हा त्यांच्या लक्षात आलं की दाराशी वाट पाहत कुणीच उभं नाहीये. रोज सकाळी तिथे दोन-चार पुस्तकप्रेमी नक्कीच उभे असत. परंतु आज मात्र ते एकटेच होते. सध्याच्या ग्रंथालयाच्या इमारतीत पूर्वी एका मशिदीची पागा होती. इमारतीच्या कडेने ते चालू लागले. बाजूला गेल्यावर त्यांनी हातातली मटणाची पिशवी उघडली आणि खाली बसून तिथल्या दगडमातीवर व्यवस्थित कापलेले मटणाचे तुकडे ओतले. मांजरं जमलेली पाहिल्यावर त्यांनी आपलं लक्ष बाजूच्या प्लेन वृक्षाखालच्या कबुतरांकडे वळवलं. मग गव्हाने भरलेली पिशवी बॅगेतून काढून त्यातले मूठभर गहू त्यांनी झाडाखाली विखुरले. त्या जागी मांजरं आणि कबुतरं सुखेनैव सहजीवन कंठत होती. त्यांचा एकमेकांना कसलाही त्रास नव्हता. मग संचालक उठून उभे राहिले आणि प्रवेशदाराच्या दिशेने चालू लागले तेव्हा कुठे त्यांना नेहमी लवकर येणारे दोन पुस्तकप्रेमी येताना दिसले. त्यांनी त्यांना अभिवादन करून म्हटलं, ''आज दहा मिनिटं उशिरा आलात बरं का!'' तेव्हा त्या दोघांनी हातावरची घड्याळं पाहून म्हटलं, ''कुठे? आम्ही तर वेळेवरच आहोत.''

मग संचालकांनी स्वतःचं खिशातलं घड्याळ काढून पुस्तकप्रेमींच्या घड्याळाशी ताडून पाहिलं. त्या दोघांचं घड्याळ मागे होतं. संचालक

त्यांच्याकडे पाहून क्षमाशीलपणे हसले परंतु नंतर दिवसभरात त्यांच्या लक्षात आलं की केवळ सकाळच्याच दोघांची नव्हेत तर ग्रंथालयातल्या आणि बाहेरच्या अशा सगळ्याच लोकांची घड्याळं आपल्या घड्याळापेक्षा दहा मिनिटं मागे आहेत. तेव्हा त्यांना कळलं की काहीतरी गडबड होतेय. 'समया'चा इस्तंबूलवरचा दयाशील वरदहस्त बदलू लागलाय. शाळेतील घंटा, चित्रपटाच्या वेळा, बोटींच्या फेऱ्या सगळं काही दहा मिनिटं उशिराने होत होतं आणि कुणालाच त्या फरकाची जाणीव नव्हती. सकाळी वृत्तपत्रे विकणारी मुलंही त्याबद्दल तारस्वरात ओरडून काही सांगत नव्हती. त्यानंतर दररोज ते संचालक स्वतःच्या घड्याळानुसार ग्रंथालय उघडू लागले आणि स्वतःलाच प्रश्न विचारू लागले, 'अचानक सगळी घड्याळं मागे कशी काय पडू लागली?'

खरंतर ही मोठी गोष्ट आहे पण मी ती थोडक्यात आटपतो. जगाच्या एका भागातली लढाई संपू लागली होती तर दुसऱ्या भागातलं वातावरण खदखदू लागलं होतं. वासंतिक गंधाने भारलेलं वातावरण असूनही इस्तंबूलमधल्या हवेत मात्र घुसमट भरून आली होती. कोळीलोक गंभीर मुद्रेने समुद्रावर जात होते. दांडीवर वाळत घातलेले कपडे काढायला बायका दिवसेंदिवस विसरू लागल्या होत्या. सगळ्यांचीच घड्याळं मागे पडली आहेत आणि नेहमीचे वाचक ग्रंथालयात उशिराने येत आहेत हे संचालक शराफत बेंना सहनच होईना. त्याबद्दल आपण काहीतरी करायचंच असा त्यांनी पण केला. त्यानंतर सकाळी मांजरांना आणि कबुतरांना खाऊ देऊन, दुपारच्या सुटीपर्यंत ग्रंथालयात काम करून झालं की ते पुढली कामं मदतनिसांवर सोपवू लागले आणि उरलेला दिवस शहरातल्या अन्य ग्रंथालयांना भेट देण्यात घालवू लागले. ग्रंथालयांतील वाचन-खोल्यांत कुजबुज मोहिमा सुरू झाल्या होत्या. सरकारी रेडिओवरील निवेदक दहा मिनिटं उशिराने बातम्या वाचू लागला होता आणि मशिदीतला मुएझ्झिनही नमाजाची बांग दहा मिनिटं उशिरा देऊ लागला होता. इस्तंबूलमधील 'समया'त संपूर्ण बदल घडून येत असताना केवळ एकच घड्याळ चुकीचा वेळ दाखवताना दिसत होतं आणि ते घड्याळ होतं त्यांचं स्वतःचंच... आपला जीव धोक्यात आहे हे शराफत बेंना माहीत नव्हतं. काळ्या फिती लावलेले लोक आपल्यावर पाळत ठेवून आहेत हेही त्यांना माहीत नव्हतं. रेडिओवरील कार्यक्रम उशिराने सुरू होण्याचे, नमाजासाठी उशिराने बांग देण्याचे परिणाम काय होतील ह्याचा अंदाज बांधणं त्यांनी

सुरूसुद्धा केलं नव्हतं. त्यांनी विचार केला होता की निदान आपण ग्रंथालयं तरी अगोदर वाचवावीत.

त्यांनी अन्य ग्रंथपालांना योग्य वेळ सांगितली आणि एक सत्यही सांगितलं, जे बहुधा त्यांना एकट्यालाच जाणवू लागलं होतं, ते सत्य असं होतं की बेयाझितमध्ये वर्षानुवर्षांपासून एकत्र राहणारी मांजरं आणि कबुतरं आता बदलली आहेत. मांजरं वैतागलेली दिसतात आणि कबुतरं घाबरल्यागत पंख फडफडवतात. आपण वेळ योग्य ठेवला पाहिजे; भावी पिढ्यांना सत्याची आठवण करून दिली पाहिजे अशी त्यांची धारणा होती. जोपर्यंत त्यांच्या पाकिटातलं घड्याळ अथकपणे चालत होतं; जोपर्यंत त्या घड्याळाला कुणीतरी चावी देऊन ते अखंड चालू ठेवत होतं तोपर्यंत वेळ त्यांच्या बाजूने होती. त्यांचा त्यावर गाढ विश्वास होता. एके दिवशी अगदी योगायोगानेच की काय, पण शराफत बेंनी अंगावर येणाऱ्या एका मोटारीला चुकवलं. दुपारी जेवणाच्या सुट्टीत रस्त्यावरल्या सरबतवाल्याने विष टाकलेला पेला त्यांच्यापुढे धरला तेव्हाही अगदी शेवटच्या क्षणी 'त्यात काहीतरी पडलंय' असं सांगून त्यांनी तो बाजूला सारला. पण संध्याकाळी घरी येऊन बागेत शिरत असताना मात्र अंधारात कुणीतरी मागून केलेला सुरीहल्ला ते चुकवू शकले नाहीत. बायकोच्या किंकाळ्या ऐकून शेजारीपाजारी धावत आले. त्यांनी डॉक्टरांना बोलावलं. आपण मरणाच्या दाराशी आहोत हे जाणवून शराफत बेंनी घड्याळ खिशातून काढलं आणि बायकोकडे नीट ठेवायला दिलं. काचेवर लाल माणिक जडवलेल्या घड्याळाकडे दुःखाने पाहून बायको म्हणाली, "बाकी सगळ्यांचीच घड्याळं चुकीचा वेळ दाखवताहेत आणि तुमचं एकट्याचंच घड्याळ बरोबर ह्याचा अर्थ काय समजायचा?" शराफत बेंनी पत्नीकडे प्रेमभराने पाहिलं आणि जवळ यायची खूण केली. शेजाऱ्यांच्या उत्सुकतेने भरलेल्या नजरांसमोर ती खाली वाकली तेव्हा ते तिच्या कानात काहीतरी कुजबुजले. त्यानंतर त्यांनी डोळे मिटले ते कायमचेच. दुसऱ्या दिवशी लोकांनी त्यांच्या किडकिडीत देहास अंघोळ घातली आणि दफनाआधीचा नमाज पढून दफनभूमीकडे घेऊन गेले... तेही दहा मिनिटं उशिराच. त्यांच्या अंगावर ओली माती टाकताना शेजाऱ्यापाजाऱ्यांनी अश्रू ढाळले, जोरजोरात विलाप केला आणि रडता रडता शराफत बेंच्या बायकोला हलक्या स्वरात विचारलं, "तुझ्या कानात मरणापूर्वी काय ग कुजबुजले ते?" तेव्हा ती ह्या कानापासून त्या कानापर्यंत मान हलवत

म्हणाली, "नाही हो, मला त्यांचे शब्द ऐकूच आले नाहीत. मी थोडीशी बहिरी आहे ना, म्हणून.''

कुहेलन काकांनी शेवटचं वाक्य माझ्याऐवजी स्वतःच दुसऱ्यांदा म्हटलं, "मी थोडीशी बहिरी आहे ना, म्हणून...''

आम्ही सगळे एकदम हसलो.

कोठडीत असताना वेदनेला सामोरं जावं लागत नसलं तरी वेदनेच्या सीमारेषेवर टांगून ठेवल्यासारखं होत होतं आम्हाला... पण जमिनीवरच्या जगातसुद्धा तसंच नसतं का? तिथल्या गगनचुंबी इमारती, उपनगरं, जोरजोरात वाजणारे भोंगे आणि बेरोजगारीची साथ ह्या सगळ्या गराड्यात आपल्यावर कुठल्याही प्रकारचं संकट कोसळू शकतं. कुठल्याही प्रकारच्या वेदनेला सामोरं जावं लागू शकतं. ही भलीमोठी नगरी आपल्याला कृत्रिम फरमध्ये लपेटून ऊब देत असली तरी कुठल्याही क्षणी अचानक ती दूर ढकलून देऊ शकते. नकोशा गर्भाप्रमाणे संडासातून खाली फेकून देऊ शकते. ह्या अशा टांगत्या तलवारीमुळे मग आपली भूक सक्रिय होते. येणारा प्रत्येक दिवस आपण अधिकाधिक तीव्र इच्छेने जगू लागतो. आपल्याला वाटू लागतं की आपण स्वर्गाला हात टेकलेत आणि नरकाला पायांखाली गाडलंय. म्हणूनच शहरात सुखासीनतेचं वैपुल्य असलं तरी भीतीचं सावटही तेवढ्याच सातत्याने दिसून येतं. आपल्याच हास्याच्या उत्कटतेत आपण वाहवत जातो. प्रत्येक भावना आपल्याला वाजवीपेक्षा अधिक आकर्षून घेते. मग केवळ स्वार्थ साधण्यासाठीच आपण ती भावना जगू लागतो. मात्र जेव्हा ती ओसरते तेव्हा आपल्या शरीरावर नकोनकोसा गंध ठेवून जाते. मग असं घडतंय हे पुन्हा पुन्हा नजरेस पडलं की इस्तंबूललाच बदलून टाकण्याची आपली इच्छा अधिकाधिक उत्कट होत जाते.

बरेच दिवस प्रतिकार केल्यानंतर आता माझ्या मनाचं घड्याळही मागे पडलं होतं... अगदी गोष्टीतल्या इस्तंबूलवासीयांसारखंच. चौकशीच्या वेळेस प्रश्नकर्त्यांपेक्षा मीच स्वतःला जास्त प्रश्न विचारू लागलो होतो. शेवटी मीही माणूस होतो, यंत्र नव्हतो. माझ्या हाडामांसाने आता सहन करण्याची परिसीमा गाठली होती. समजा, मी बोललो, तर त्यामुळे कुणाला त्रास होईल? वेदनांपासून पळून जाण्याचा मार्ग निकराने शोधताना हाच विचार माझ्या मनात चालायचा. छळ थांबावा म्हणून मी दोन-चार तपशील पुरवले तर काय होईल? एखादा नाव-पत्ता दिला तर काय नुकसान होईल? ज्याचं नाव मी

घेईन तो केव्हाच भूमिगत झालेला असेल आणि जो पत्ता मी सांगेन ते ठिकाण केव्हाच रिकामं झालेलं असेल,' हे सगळं मी तोलूनमापून पाहायचो आणि स्वतःची समजूत काढायचा प्रयत्न करायचो. मी त्यांना अगदी किरकोळ माहिती देईन, कुणाला खरोखरच्या संकटात घालणार नाही. मी त्यांना मूर्ख बनवीन आणि स्वतःची यातनांपासून सुटका करून घेईन. अशक्य होतं का ते? हे विचार मनाला कुरतडत असताना अचानकपणे आपण काय बोलायचं? हे शब्द माझ्या मनात कसे आले ते मला कळलंच नाही. शरीराला बसणाऱ्या विजेच्या झटक्यांचं रूपांतर आधी वेदनेत झालं, नंतर हताशपणा आला आणि सरतेशेवटी काही साधे, निरागस शब्द माझ्या मेंदूभोवती घिरट्या घालू लागले. मी एका सीमेशी पोचत चाललो होतो. त्या सीमेपल्याड काय आहे ह्याची मला यत्किंचितही कल्पना नव्हती.

काय करू मी? कशाला पकडून ठेवू मी? डॉक्टरांचा सल्ला घ्यावासा वाटत होता, परंतु आशा दाखवण्यापलीकडे दुसरं ते काय करू शकत होते? त्यांना माझं दुबळेपण कमी करता येणार नव्हतं; माझ्या मनातील शंकांचं निरसन करता येणार नव्हतं. रक्ताळलेली भिंत नाकासमोर उभी राहत होती तेव्हा मला दुसरं काहीही दिसत नव्हतं. दुसरी घड्याळं काय वाट्टेल ते सांगोत, आपलं एकट्याचंच घड्याळ पूर्ण इस्तंबूलमध्ये योग्य वेळ दाखवत आहे असा विश्वास ठेवणारे ग्रंथपाल शराफत बे ह्यांच्यासाखाच मीही एकटा पडलो होतो. "मोठ्या स्वप्नांमागून येणारी निराशाही मोठीच असते," हे वाक्य अचानक माझ्या मनात उसळून आलं. जीवनात प्रथमच मी पराभव पत्करत होतो म्हणून मला वाईटही वाटत होतं. ह्या नगरीने माझे हाल हाल केले होते, ते सहन करणं मला जमत नाही म्हणून तडफड चालली होती माझी.

"तू मला ही गोष्ट सांगितली होतीस आधी, पण तेव्हा शेवट वेगळा होता!" डॉक्टर म्हणाले.

"त्याच नदीत दुसऱ्यांदा स्नान करता येत नाही ना तसंच," मी म्हणालो, "अगदी तसंच! इस्तंबूलमध्येही एकच गोष्ट आपण दोनदा सांगू शकत नाही."

...आयुष्य छोटं होतं आणि गोष्टी मोठ्या होत्या. आपणही गोष्ट बनावं, जीवन ह्या नावाने ओळखल्या जाणाऱ्या नदीशी एकरूप व्हावं आणि तिच्यासोबत वाहत वाहत जावं असं आम्हालाही वाटत होतं. ती इच्छा प्रत्यक्षात आणण्याचा गोष्टी सांगणं हा एक मार्ग होता.

कुहेलन काका संभाषणात सामील झाले, ''इस्तंबूलमधल्या बऱ्याच गोष्टी मला मोहात पाडतात. पाकिटातलं घड्याळ ही त्यातलीच एक गोष्ट आहे. माझे बाबा म्हणायचे की घड्याळाच्या काचेवरची माणकं अंधारात चांदण्यांसारखी चमकायची. जो एकदा त्यांच्याकडे बघायचा तो नंतरच्या कित्येक रात्री आकाशात पाहत राहायचा. माणकांसारखे तारे आकाशात दिसले की मगच त्या पाकिटातल्या घड्याळावर विश्वास ठेवायचा.''

''लहानपणी मी एका ग्रंथालयात जायचो. तिथलं घड्याळ नेहमी दहा मिनिटं पुढे असायचं!'' डॉक्टर म्हणाले. ''त्या दिवसांत माणकं जडवलेल्या घड्याळाबद्दलच्या बऱ्याच गोष्टी होत्या; परंतु प्रत्येकीचा शेवट वेगळा असायचा. हा दमिर्ताय जसा सगळ्या गोष्टी बदलतो तशाच ह्या घड्याळाच्या गोष्टीही बदलायच्या. लहान असताना काही मी त्यावर फारसा विचार केला नाही पण आता मात्र मलाही त्या पाकिटातल्या घड्याळाबद्दल कुतूहल वाटू लागलंय.''

'हूं, जणू आपल्याला ह्या कोठडीत काळजी करण्यासारखं दुसरं काहीच नाहीये ना...' मी मनाशीच पुटपुटलो.

कुहेलन काका माझ्या बाजूलाच बसले होते. त्यांनी वळून माझ्याकडे पाहिलं. ''दमिर्ताय, आपल्याला कसली काळजी आहे?'' त्यांनी विचारलं. जणू ते रक्ताळलेल्या जमिनीवर बसलेच नव्हते... जणू ते त्यांच्या गावातल्या कॉफी हाउसमध्ये उबदार शेकोटीसमोर आरामात विसावलेलेच होते.

त्यांचा आत्मविश्वास पाहून मला हसावंसं वाटत होतं. त्याऐवजी मी त्यांना काल चौकशीच्या खोलीत पाहिलेल्या एका मृत स्त्रीबद्दल सांगितलं. तिला मी तिथे पाहिलं. एका क्षणी प्रश्नकर्त्यांनी माझे टेबलाला बांधलेले हातपाय सोडले आणि उठायला लावून माझ्या डोळ्यांवरची पट्टी काढली. तिथे भिंतीशी एक स्त्री पडलेली होती. तिच्या अंगावर कपडा नव्हता. चाकूच्या वारांनी सारं शरीर भरून गेलं होतं. ती मेली होती हे तर उघडच होतं. तिच्या ओठांची आणि छातीची हालचाल होत नव्हती त्यावरून कळत होतं की तिचा श्वास थांबला आहे. एक प्रश्नकर्ता तिच्याकडे गेला आणि त्याने तिच्या पोटात सणसणीत लाथ मारली. मग आणखी एक मारली... मग आणखी एक मारली... नंतर तो तिच्या हाताच्या बोटांवर उभा राहून बोटं चिरडू लागला. बोटं चिरडताना तो माझ्याकडेच पाहत होता. माझा कसा थरकाप होतोय, ते त्याला पाहायचं होतं. मी काय बोलेन याची त्याला उत्सुकता होती. त्या मोडणाऱ्या बोटांच्या

कडकड आवाजाच्या लयीत तो आपली मान एकदा डावीकडे आणि एकदा उजवीकडे वळवून स्वतःचं मनोरंजन करत होता. तिच्या हाताशी घड्याळ पडलं होतं. त्याची काच फुटली होती. मी घड्याळाकडे बघतोय हे लक्षात आल्यावर तोही तिथे बघू लागला. काही काळ तो तिथेच बघत राहिला. जणू घड्याळ कशाशी खातात ते त्याला माहीतच नव्हतं. मग रक्ताळलेल्या, बरबटलेल्या बुटांनी तो घड्याळावर उभा राहिला आणि हलके हलके टाच फिरवू लागला. त्याने तासकाटा आणि मिनिटकाटा चिरडला, मग स्प्रिंग आणि चाकंही चिरडली. मान गोल गोल फिरवत तो पुढे-मागे झुलत होता. त्याच्या चेहऱ्यावर झिंग दिसत होती. ते जणू साधंसुधं घड्याळ नव्हतं. भूतकाळ आणि वर्तमानकाळ, कालचा दिवस आणि उद्याचा दिवस हे सगळं पायाखाली असल्यासारखा तो बेभान झाला होता. त्याला कोण थांबवणार होतं? वेगवान गाड्या चालवणं, भपकेदार नाइट क्लबमध्ये दारू पिणं आणि स्त्रियांचा वास रेंगाळणाऱ्या हॉटेलच्या खोलीत झोपणं ह्या सगळ्या आनंदापल्याडची ती नशा होती. तो चक्क समयाचाच विध्वंस करत होता. मृत्यू त्याच्या मुठीत होता. रक्त, मांस, हाडं त्याच्या बाजूने होती. त्याला अडवणारं कुणीही नव्हतं. तासकाटा आणि मिनिटकाटा पायाखाली चिरडताना त्याच्या कपाळावर घामाचे थेंब जमले. तिथल्या शिरा टरारून उठल्या. एखाद्या सर्वशक्तिमान फॅरोसारखं त्यालाही वाटू लागलं होतं की आपण माणसांपेक्षा देवांच्याच पातळीवर अधिक आहोत. त्याच्या दृष्टीने जगात पाप नव्हतं की केलेल्या पापाला शिक्षाही नव्हती. तो दुसऱ्यांच्या यातनांवर अधिराज्य गाजवत होता; त्यांच्या शेवटच्या श्वासावर अधिराज्य गाजवत होता.

"मलाही त्यांनी ती स्त्री दाखवली," कुहेलन काका म्हणाले." मला वाटतं की तुझ्या चौकशीनंतरच दाखवली असावी. कारण जमिनीवरचं घड्याळ पार चुरडलेलं होतं. सगळीकडे धातूचे तुकडे विखुरलेले होते."

"इथे आल्यापासून मी पाहिलेला दुसरा मृत देह आहे हा!" मी म्हणालो.

ती स्त्री मेल्यावर मग तिचं घड्याळ बरोबर वेळ दाखवत होतं की चुकीची ह्या मुद्द्याला तरी काय अर्थ उरत होता? तेच विचारायचं होतं मला. किंवा मग आमच्या अस्तित्वाबद्दल काहीच माहिती नसलेले जमिनीवरचे लोक आपापलं जीवन नेहमीप्रमाणे कंठत असताना आम्हीच इथे टाचा घासत पडण्यात तरी काय अर्थ होता? मानवजातीच्या प्रारंभीचे मानव बेबलचा मनोरा

बांधण्यासाठी निघाले तेव्हा देवाने भाषांचा गोंधळ निर्माण केला. त्यामुळे एकमेकांना काय म्हणायचं आहे तेच त्यांना कळेनासं झालं. देवाने तसं करून त्यांच्या मनोरा बांधण्याच्या कार्यात खीळ घातली. पण त्यामुळे कुणाचं भलं झालं? संतापलेल्या मानवांनी केवळ पृथ्वीच नाही तर आकाशही काबीज केलं. एकच नव्हे तर हजारो मनोरे बांधले आणि पुन्हा पुन्हा आकाशात घुसवले. इमारती जसजशा उंच उंच होऊ लागल्या, तसतसं माणसांच्या लक्षात येऊ लागलं की आता देवाचा समूळ उच्छेद झालाय. त्यामुळे ते त्याला शोधेनासे झाले. मग मुंग्यांच्या वारुळवाटांपेक्षाही गुंतागुंतीची शहरं बांधून त्यांनी सगळ्या भाषा आणि सगळे मानवी वंश एकाच जागी एकत्र आणले. जणू कधी मरणार नव्हतेच असं जीवन ते जगू लागले. म्हणजे असं की जेव्हा कधी नव्या देवाची गरज निर्माण झालीच तर त्या स्थानासाठी एकमेव उमेदवार मनुष्यजातच असेल असं ते वागू लागले. जसजसे ते अधिकाधिक सामर्थ्यशाली होऊ लागले तसतशा त्यांच्या सावल्या लांब लांब पडू लागल्या आणि सावल्यांकडे टक लावून पाहता पाहता दया म्हणजे काय हेच ते पार विसरून गेले. नंतर त्यांनी काय केलं हे त्यांना कळलंच नाही. त्यांनी दयेच्या स्थानी योग्यायोग्यता आणली. योग्यायोग्यतेच्या जागी नफा-नुकसानीची आकडेमोड आणली. मग पहिली आग, पहिला शब्द आणि पहिलं चुंबन त्यांनी आपल्या स्मरणातून पुसूनच टाकलं. दयेची आठवण त्यांना फक्त वेदनांतूनच होऊ लागली. वेदनांतून मुक्ती मिळावी म्हणून ते औषधांचा आधार घेऊ लागले. आपण इथे ह्या ठिकाणी बसून दयेचा विचार अधिक करतो कारण आपण वेदना सोसत आहोत. वेदनेच्या तराजूतूनच आपण आपली किंमत तोलत आहोत. तरीही मला पुन्हा पुन्हा वाटतं की जोपर्यंत जमिनीवरच्या शहरातल्या लोकांना आपल्याबद्दल काही माहितीच नाहीये तोवर इथे खाली बसून आपण वेदना सोसण्यात अर्थ काय आहे?

"दमिर्ताय," डॉक्टर म्हणाले, "आपण मृत्यूबद्दल नको बोलूया. त्याऐवजी जमिनीवरचे लोक जीवन किती पूर्णत्वाने जगत आहेत त्याबद्दल बोलूया. आपल्या अनुपस्थितीतही इस्तंबूल देखणंच राहिलं आहे. चैतन्याने भरलेलं आहे; सतत काही ना काही गजबज तिथे चालूच आहे. हे माहीत असल्यामुळे आपल्याला धीर वाटत नाही का?"

...मी उत्तर दिलं नाही.

कुहेलन काका आम्हा दोघांचं निरीक्षण करत होते. त्यांच्या लक्षात आलं की त्यांनी बोलावं ह्याची आम्ही वाट पाहतोय. तेव्हा ते बोलू लागले. त्यांचा आवाज गंभीर होता.

"आमच्या घरात भिंतीवर हरणाचं चित्र असलेली रजई टांगलेली होती. त्या चित्राबद्दल मी तुम्हाला सांगतो. एके दिवशी बाबांनी तिथे बोट दाखवून विचारलं, "ह्या चित्रातील हरीण तुम्हाला जेवढं आवडतं तेवढंच खरंखुरं हरीण आवडेल का?" त्यांनी खरंखुरं आणि हरीण हे शब्द एकत्र वापरले ते मला जरा विचित्र वाटलं. मी खिडकीशी बसलो होतो. रात्रीची वेळ होती. बाहेर चांदण्या होत्या. चांदण्यांखाली डोंगर होते. डोंगरांमागे हरणं होती. बाबा माझ्याकडे बघत होते. जणू माझ्या तोंडावरच त्यांना चांदण्या, डोंगर आणि हरणं दिसत होती. मग त्यांनी आम्हाला इस्तंबूलमधल्या एका उदास तरुणाची गोष्ट सांगितली. ह्या खिन्न, उदास तरुणाने एका स्त्रीचं चित्र पाहिलं. तो तिच्या प्रेमात पडला आणि रात्रंदिवस तिच्याबद्दल कल्पनाचित्र रंगवू लागला. एके दिवशी त्याची त्या चित्रातल्या स्त्रीशी प्रत्यक्ष भेट झाली; परंतु तिच्याकडे एक कटाक्ष टाकून त्याने सरळ पाठच फिरवली. त्याला तिच्यावर दुसरा कटाक्षही टाकायचा नव्हता. तो म्हणाला, "मला चित्रातली स्त्री आवडली होती, परंतु वास्तवातल्या त्या स्त्रीबद्दल मला कुठल्याच भावना वाटत नाहीयेत." म्हणजे त्या स्त्रीच्या असण्यामुळे त्याचं हृदय उचंबळून येत नव्हतं तर तो तिच्याबद्दल जी कल्पनाचित्रं रंगवत होता त्यामुळे येत होतं. मग आता सांगा की प्रेम चमत्कारिक असतं की माणसं चमत्करिक असतात? बाबा म्हणाले की इस्तंबूलवासीयांची मनोवृत्तीसुद्धा अशीच असते. ते रोज ज्या रस्त्यांवरून जातात ते रस्ते, पावसाने भिजलेली घरांची छपरं, समुद्रकिनाऱ्यावरची चहाची दुकानं ह्यापेक्षा त्यांना भिंतींवर टांगलेली इस्तंबूलची चित्रंच अधिक आवडतात. ते राकी पितील, जुन्यापान्या गोष्टी सांगतील, कविता म्हणतील, मग भिंतींवरल्या चित्रांकडे पाहून उसासे सोडतील. त्यांना वाटतं की ते वेगळ्याच कुठल्यातरी शहरात राहत आहेत. खरं सांगायचं तर बाहेर नजर टाकली तर त्यांना दिसेल की खडबडीत काठांवरच्या खोबणीत बॉस्फरसचं पाणी वाहून येतंय; जहाजं लाटांवर आरूढ झालीत; सीगल पक्षी पंख पसरून आशियाई किनाऱ्यावरून युरोपीय किनारा गाठताहेत; मुलं पुलांखाली शेकोट्या पेटवताहेत आणि इंजिनाच्या आवाजावरून मोटारगाडी ओळखण्याच्या पैजा लावताहेत. रात्रपाळीचे कामगार आर्त स्वरातली अराबेस्क गाणी ऐकताहेत. घरांतल्या,

कॉफी हाउससेमधल्या आणि कचेऱ्यांतल्या भिंतीवरल्या चित्रांत इस्तंबूलचा एक चेहरा दिसत असतो, परंतु त्याचा अदृश्य चेहरा मात्र त्याच चित्राच्या पाठच्या बाजूला दडलेला असतो. प्रत्येकजण भाळून गेल्यासारखा त्या चित्रांकडे पाहून हळहळत झोपायला जातो. निद्रा आणि जागृती ह्यांच्या विभाजनासारखंच त्यांनी काळाचंही दोन गोष्टींत विभाजन केलं आहे...''

...खरोखर, ह्या कुहेलन काकांच्या डोक्यात एवढे शब्द साठले होते ना, की शहरात रस्ते नसतील एवढ्या गोष्टी त्यांच्याकडे होत्या.

''इस्तंबूलवासी वेळेचं विभाजन असंच तर करत असतात.'' बोलता बोलता काकांनी हात लांब केले. ''त्यांना वाटतं की खरं इस्तंबूल हे भूतकाळातलंच शहर आहे. ही थकलीभागली नगरी भूतकाळात उत्साहाने ओसंडून वाहत होती, तेव्हा तिथे वैभवशाली सल्तनत होती. आता मात्र ती नगरी निद्राधीन झालेली आहे कदाचित ती त्या काळझोपेतून कधी उठणारच नाही. भव्य देखण्या वाड्यांसारख्या भव्य देखण्या वास्तूही भग्नावशेषांखाली गाडल्या गेल्या आहेत. ह्यावर विश्वास ठेवणारे इस्तंबूलवासी त्या भूतकाळाची पूजा बांधतात; गतकाळाबद्दल सांगणाऱ्या कादंबऱ्या वाचतात. मला सांगा, आजचा सोडला तर अन्य कुठला वेळ असतो तरी का? सर्व युगांतल्या समयांचा जिथे संगम झाला ती नगरी हीच नाही का? की त्या नगरीपर्यंत आपण पोचूच शकत नाही? यांसारखे प्रश्न त्या लोकांच्या मनात आले तरी ते विसरून जाणंच त्यांना अधिक पसंत असतं. ते जवळचं बघतच नाहीत, दूरचं बघायलाच त्यांना आवडतं. केवळ काहीतरी विसरायचं म्हणून ते दुःख सहन करतात, पण त्यासोबत आपण वर्तमानकाळही विसरतो आहोत, ते काही त्यांच्या लक्षात येत नाही. त्यांच्या दृष्टीने जगणं आणि मरणं सारखंच असलं तरी भूतकाळ मात्र अनंत असतो. घडून गेलेल्या युगांच्याच ते गाढ प्रेमात आहेत, पण रोज सकाळी ज्या शहरात त्यांचे डोळे उघडतात त्या शहराचा मात्र ते तिरस्कार करतात. ते काँक्रीटवर काँक्रीट थापतात. एकमेकांची नक्कल करणारे घुमट बांधतात, पाडतात, तोडूनही टाकतात. मग थकूनभागून घरी परतल्यावर झोपतात तेव्हा त्यांच्या डोक्यावरच्या भिंतीवर इस्तंबूलची गोड गोड चित्रं टांगलेली असतात.''

बोलता बोलता काकांनी माझ्याकडे पाहिलं, ''तुझं लक्ष आहे का दमिर्ताय बोलण्याकडे?'' त्यांनी विचारलं, ''मला डोंगरातली हरणं जेवढी आवडायची तेवढंच त्या कापडी चित्रातलं हरीणही आवडत होतं.

इस्तंबूलबद्दलच्या जुन्या कहाण्यांशी माझं एवढं नातं जुळलंय की आत्ताच्या इस्तंबूलबद्दलही मला आत्मीयता वाटते. परंतु आता मला कळतंय की लोक आत्ताच्या इस्तंबूलवर कदाचित प्रेम करत असतीलही, परंतु त्या प्रेमात वात्सल्याचा अंश नसणार. वात्सल्याविना प्रेम माणसाला स्वार्थी बनवतं... प्रिय व्यक्तीवर अधिकार गाजवणाऱ्या प्रेमिकासारखीच त्याही लोकांना आपल्यातील न्यूनता जाणवत नाही. त्यांना असंच वाटत असतं की सुखाचं युग आपल्याला कायमचं अंतरलेलं आहे. म्हणूनच मग त्यांचा इस्तंबूलवरचा विश्वास उडून जातो.''

''म्हणून यायचं होतं का तुम्हाला इस्तंबूलला?'' मी विचारलं. ''इस्तंबूल खरोखरच कसं आहे ते पाहायला?''

''मरण्यापूर्वी माझं स्वप्न सत्यात उतरवण्याची आस मला लागली होती. जीवनाच्या अंतिम वळणापूर्वी मी इथे आलो. मला सोसावा लागलेला छळ हीच इथे येण्याची किंमत होती का? मग पूर्वीच इथे येण्याइतकं धैर्य का नाही दाखवलं मी? मृत्यू एवढ्या निकट आल्यावरच मी इथे यायचा पर्याय का निवडला? ह्या सगळ्या प्रश्नांनी मी स्वतःला त्रस्त नाही करून घेत. पकडला गेलो तेव्हा मी प्रश्नकर्त्यांना सांगितलं की मला इस्तंबूलला घेऊन गेलात तरच सगळी गुपितं सांगेन. आता एखाद्या यंत्रासारखे ते मला रोजच्या रोज तेच प्रश्न विचारतात. मी इस्तंबूल नगरीचं वर्णन करतो. ते त्यांना काहीच समजत नाही. मी त्यांना तिचं दर्शन घडवतो, पण त्यांना ती दिसतच नाही. मी यातनांना शरण जावं, माझं प्रेम सोडून द्यावं अशी त्यांची इच्छा आहे. माझा स्वतःवरचा आणि इस्तंबूलवरचा विश्वास भंग व्हावा, मीही त्यांच्यासारखंच बनावं अशी त्यांची इच्छा आहे. कल्पनाही करता येणार नाही अशा प्रकारे ते मला छळत असतात. माझा आत्मा त्यांच्यासारखा दिसू लागावा म्हणून ते माझ्या शरीराचे हाल हाल करतात. पण त्यांच्या हे लक्षात येत नाही की त्यामुळे उलट माझा ह्या शहरावरचा विश्वास आणखी आणखी मजबूत होऊ लागतो.''

''कुहेलन काका, आपला विश्वास अधिक मजबूत होऊन काय घंटा फरक पडणारे?'' मी म्हणालो. माझ्या स्वरात वैताग होता. ''आपण इथे हाल सोसतोय ते कुणाला दिसतसुद्धा नाहीये. आपण अस्तित्वात आहोत हेसुद्धा लोकांना माहीत नाहीये...''

"जे लोक आपला छळ करताहेत, त्यांना दिसतंय ना आपण काय सोसतोय ते..."

...मला माहीत होतं की आमच्यावर ह्या यातना शहराने आणि काळाने लादल्या आहेत. काळ आणि शहर हे एकसमान होते म्हणूनच तर देवाची सत्ता इथून उलथून लावली गेली होती. आमच्याकडे बघणारा आमचा वाली कुणी नव्हताच. 'देवाने चांगल्याचा शोध लावला आणि वाइटाचा शोध माणसाने लावला' असं म्हणणारे लोक चुकीचे आहेत. एवढंच जर होतं तर देवाने चांगुलपणाला मर्यादा का आणली? त्याला अडवणारं कोण होतं? मला तर वाटतं की देवाने वाइटाचाच शोध लावला आणि चांगलं शोधण्याचं काम माणसावर सोडून दिलं. जमिनीच्या वरती राहणाऱ्या लोकांना ते जाणवतंय का? आम्हा खाली असलेल्या लोकांबद्दल विचार करणारं कुणीतरी वर तिथे आहे का? आम्ही जे भोगतोय त्याची कुणाला तरी फिकीर पडलेय का?

"जे लोक छळ करताहेत तेच त्या छळाचे साक्षीदारही आहेत. त्यांनी आपल्या जीवनाचा मोठा भाग व्यापलाय, तसाच आपणही त्यांच्या जीवनाचा मोठा भाग व्यापलाय," कुहेलन काका ठामपणे म्हणाले.

"तुम्ही इथे वेळेबद्दल आणि घड्याळांबद्दल बोलताय," डॉक्टर म्हणाले, "अली लायटरसुद्धा त्याचबद्दल बोलत होता. सारखा विचारत होता, 'किती वाजले? किती वाजले?'"

काल अली लायटरला त्यांनी कोठडीत आणलं तेव्हा डॉक्टरांनी त्याच्याशी गप्पागोष्टी केल्या होत्या. त्याला झालेली जखम तपासली होती. त्याचं अंग किती थंड पडलंय हेसुद्धा त्यांना जाणवलं होतं. म्हणून त्यांनी आपलं जाकीट अलीच्या खांद्यांवर पांघरलं होतं. अली लायटरला तिथल्या वेळेची माहिती हवी होती. इथे घड्याळ नाही म्हणून तो तक्रार करत होता. सर्व नवागतांप्रमाणे त्यालाही समयाच्या दिशेबद्दल उत्सुकता होती. बाहेरच्या जगात काय सूर्याच्या उगवत्या किरणांत समय होता? रात्रीच्या काळोख्या आकाशात त्याची वस्ती होती. कचेऱ्यांतील कामकाजाच्या तासांत तो होता. शाळेतल्या घंटेत त्याचं वास्तव्य होतं. घंटा वाजली की शाळेतला तास संपायचा. मोटारीतल्या वेगदर्शकात तो होता. जमिनीवरील रस्त्यांवरचा प्रत्येक आवाज, प्रत्येक वस्तू समय नक्की कुठे आहे ते सांगत होती. पण मग तोच समय इथे कुठे होता? राखाडी भिंतींत होता? अंधाऱ्या छतात होता? की लोखंडी दरवाजात होता? लांडग्यांच्या ओरडण्याची आठवण करून देणाऱ्या

दूरवरच्या किंकाळीत होता? भिंतीतून झिरपणाऱ्या रक्तात होता? की ह्या कोठडीत पुन्हा कधीही परत न येण्यासाठी उचलून बाहेर नेलेल्यांच्या शेवटच्या दर्शनात होता? तोच प्रश्न अली लायटरच्याही मनात सारखा घोटाळत असावा. कारण त्याला न्यायला आल्यावर तो जखमी पायाने लंगडत लंगडत बाहेर पडला तेव्हा त्याने पहारेकऱ्यांना पहिला प्रश्न हाच विचारला की, ''आत्ता काय वेळ आहे?'' त्यांनी त्याला सांगितलं होतं, ''तुझी वेळ भरलेय आता! तुझ्यासाठी आता अजिबातच वेळ शिल्लक नाहीये.''

अली पकडला गेला त्या दिवशी तो मित्रांबरोबर बेलग्रेड ज़ंगलात होता. तेव्हा खूप थंडी होती, बर्फही पडत होता. त्यामुळे तो परिसर निर्जन असेल असं वाटून त्यांनी तिथे भेटायचं ठरवलं होतं. ते एकूण वीसजण होते. एवढ्या मोठ्या संख्येने प्रथमच भेटत होते. 'चौकशी केंद्र' नावाने ओळखल्या जाणाऱ्या, जमिनीखाली तीन मजले असणाऱ्या गुप्त छळछावणीवर हल्ला करण्याची योजना त्यांनी आखली होती. त्यासंबंधी कसं, काय करायचं त्यावर चर्चा केली होती. केंद्राचं प्रवेशद्वार, पहारेकऱ्यांच्या जागा, कुठल्या कुठल्या मार्गांनी आपण जाऊ शकतो त्याबद्दल माहिती काढली होती. मग प्रत्येकाला कामं वाटून दिली होती आणि कुठलं काम अगोदर करायचं तेही ठरवलं होतं. चर्चा करताना त्यांनी भरपूर सिगरेटी ओढल्या. पकडले गेल्यामुळे गायब झालेले मित्र तसंच नव्याने त्यांना येऊन मिळालेले तरुण ह्यांच्याबद्दलही ते बोलले. निराशाजनक बातम्या कानांवर पडत असूनही अद्यापि ते हास्यविनोद करू शकत होते. एकमेकांची थट्टामस्करी करू शकत होते. आजच्या दिवसावर नसला तरी उद्यावर मात्र त्यांचा नक्कीच विश्वास होता.

स्वेटर-मफलर गुंडाळून, खांद्याला खांदा लावून बसले असता अचानक त्यांच्या कानी पहारेकऱ्यांच्या शिट्टीचा आवाज पडला. तेव्हा त्यातला एकजण उठून आवाजाच्या दिशेने गेला आणि त्याच पावली परत फिरला. ''आपल्याला वेढा घातलाय, चकमकीसाठी तयार राहा,'' त्याने सांगितलं. मग चौघाचौघांचे गट बनवून शत्रूने पूर्ण कडं करण्यापूर्वीच ते जंगलात सर्व दिशांना विखुरले. पकडलं जावं अशी कुणाचीच इच्छा नव्हती. शत्रू खरोखर जंगलातल्या कुठल्या भागात आहे हे शोधण्याचा त्यांनी प्रयत्न केला. त्यासाठी तीक्ष्ण नजरेने संपूर्ण भाग न्याहाळला. थोड्याच वेळात बंदुकीची पहिली फेरी त्यांनी ऐकली. बहुधा त्यांच्यातल्या एका गटाची शत्रूशी जवळून गाठ पडली असावी. गोळीबाराचे आवाज घुमत होते. अली लायटरच्या नेतृत्वाखालचा

गट दुसऱ्या भागात जायच्या प्रयत्नात होता. पश्चिमेकडून बाहेर जायचा मार्ग मिळाला तर लोकवस्तीत पोचणं सोपं झालं असतं. वरून फिरणाऱ्या हेलिकॉप्टरमुळे झाडांच्या फांद्या थरथरत होत्या. चिमण्या, स्टार्लिंग पक्षी आणि कावळे घाबरून इतस्ततः उडत होते. लांबरुंद फांद्यांच्या आडोशाखालून हेलिकॉप्टरला न दिसता जंगलातून पुढे जाणं शक्य होत होतं. ते एकमेकांच्या जवळच राहत होते. थोड्याच वेळात गोळीबाराचे आवाज पुष्कळ वाढले तेव्हा त्यांच्या लक्षात आलं की इतर गटही चकमकींत सामील झालेले आहेत. अंधार झाल्याशिवाय इथून बाहेर पडणंही कठीणच जाणार होतं.

अली लायटर आणि त्याच्या गटातले लोक टेकड्यांच्या भागातून जात होते. बाजूने बंदुकींचे आवाज आले तेव्हा ते घाईघाईने जमिनीवर आडवे पडले. परंतु नजरेच्या कक्षेत कुणीच दिसलं नाही तेव्हा त्यांच्या लक्षात आलं की हा गोळीबार आपल्यासाठी झाला नव्हता तर दुसरा कुठला तरी गट लढत होता त्याच्यावर झाला होता. ते उताराच्या दुसऱ्या बाजूला होते. मदतीसाठी पलीकडे जायचं असं त्यांनी ठरवलं. तसं केल्याने बेसावध हल्लेखोरांना धक्का बसला असता आणि मित्रांचा मार्ग मोकळा झाला असता. ते अगदी चोरपावलांनी पुढे जाऊ लागले, परंतु योजनेप्रमाणे सगळ्या गोष्टी घडत नव्हत्या. एका चक्रव्यूहातून बाहेर पडत असताना दुसऱ्या चक्रव्यूहात अडकायला होत होतं. अंगावरून गोळ्या जात असताना, वाटेत बॉम्ब फुटत असताना रस्ता चुकून ते भरकटले. मग कोण गोळीबार करतंय, कोण हल्ला करतंय, कोण मागं हटतंय हे समजणं अशक्यच बनलं. वाटेत फांद्या मोडून पडू लागल्यामुळे त्यावरचा बर्फ सगळीकडे विखरू लागला. त्यामुळे एकमेकांच्या आवाजाचा मागोवा घेणंही अशक्य बनलं. वरचं हेलिकॉप्टर दुसरीकडे निघून जाईपर्यंत त्यांनी गोळीबार केला होता. गोळीबार थांबला तेव्हा अलीच्या लक्षात आलं की आपण मित्रांपासून दुरावलो आहोत, एकटेच उरलो आहोत. त्याने आसपास पाहिलं परंतु त्याला कुणीच दिसलं नाही. बर्फातल्या पाऊलखुणांचा मागोवा घेतला. झुडपांच्या मागे बघितलं. बहुधा त्याच्या मित्रांना एकतर गोळ्या लागल्या होत्या किंवा ते वेगळ्या दिशेने गेले होते.

तो सतत चालत होता. बाहेर पडण्याचा रस्ता शोधण्याऐवजी त्याने ठरवलं की गोळीबाराच्या आवाजामागे जाऊन दुसऱ्या गटांना मदत करूया. वाटेतल्या लहान लहान चक्रव्यूहांना टाळण्यात तो यशस्वी झाला. नंतर घनदाट वृक्षराजीच्या आत त्याने शेवटल्या गोळ्या बंदुकीत भरल्या तेव्हा तो धापा

टाकत होता. मग गुडघे टेकून सरळ जमिनीवर आडवाच झाला आणि खाली पडलेल्या बर्फावर त्याने स्वतःला झोकून दिलं. त्याला अंगावरचा घाम सुकायला हवा होता. आता कुठल्या दिशेने जावं बरं ह्यावर विचार करताना त्याने डोक्यावरच्या फांद्यांकडे पाहिलं तेव्हा त्याच्या लक्षात आलं की रात्र पडू लागली आहे. ढगांना जणू पुसूनच टाकत आकाश निरभ्र होऊ लागलं आहे आणि पाण्यात शाई पसरावी तसा अंधार वेगाने पसरू लागला आहे. अंधारात झाडंही उंच उंच भासू लागली आहेत. ती अमावस्येची चंद्रविहीन रात्र होती. तेवढ्यात अलीला बाजूनेच कुणीतरी हाक मारतंय असं जाणवलं तेव्हा त्याचा हात नकळतपणे शस्त्राकडे गेला.

''अली...''

तो लाल पानांच्या झाडाच्या सावलीकडे चालू लागला. तिथे त्याच्या गटातली मिनी बडे दिसली तेव्हा तो गुडघे टेकून खाली बसला.

मिनी झाडाच्या बुंध्याला टेकून बसली होती. तिचा श्वासोच्छ्वास कष्टाने होत होता.

''खूप रक्त गेलंय माझं...'' ती म्हणाली.

''कुठं लागलेय गोळी तुला?''

''छातीत...''

''मी तुला इथनं घेऊन जातोय.''

''तसा प्रयत्नही करू नकोस, मला माहित्येय... माझा शेवट जवळ आलाय...''

''नाही... आपण जातोय.''

''बाकीचे वाचले असतील अशी आशा आहे.''

''हो, म्हणजे गोळीबार तरी थांबलाय...''

''ते तावडीत सापडले नसतील...''

''मी तुला उचलून नेऊ शकतो. अंधारात जंगलातून बाहेर जाणं सोपं होईल..''

''अली, मला माहित्येय, तू कुठलंच काम अर्धवट सोडत नाहीस... पण विसरून जा मला... आज सकाळी आपण बेत आखला होता तसंच कर...''

''म्हणजे धाड घालण्याबद्दल बोलते आहेस का तू?''

''होय, तू गेलं पाहिजेस, छळछावणीवर हल्ला केला पाहिजेस. तिथे ते छळताहेत त्या लोकांना वाचवलं पाहिजे.''

“आपण दोघं मिळून ते काम करू.”

“मला खूप आवडलं असतं ते. मी ज्याच्यावर प्रेम करते तोही तिथेच आहे... त्याला वाचवण्यासाठी, पुन्हा त्याच्या मिठीत शिरण्यासाठी मी काय वाट्टेल ते करीन...”

बोलणं संपण्यापूर्वीच मिनीचे डोळे मिटले. घाबरलेल्या अलीने तिचा चेहरा चाचपून पाहिला.

त्याला लांबून म्हाताऱ्या घुबडाचा घुत्कार ऐकू येत होता.

मिनीने पुन्हा डोळे उघडले.

“खूप तहान लागलेय मला...” ती म्हणाली.

अलीने मूठभर बर्फ उचलून तिच्या तोंडाशी नेला.

“हा बर्फ तोंडात विरघळव.”

“मी कुणावर प्रेम करते तुला माहित्येय का अली?”

“होय.”

“त्याला मी कधी सांगितलंच नाही रे, मी केवढी संकोची होते...”

“काळजी करू नकोस, त्याचंही तुझ्यावर प्रेम आहे...”

“खरं, खरं सांगतोयस का?”

“आम्ही सगळे तुम्हा दोघांबद्दलच बोलायचो. तुमचं एकमेकांवर प्रेम आहे हे सगळ्यांनाच माहीत होतं. मला वाटतं की ते फक्त तुम्हा दोघांनाच माहीत नसावं.”

मिनीने खोल निःश्वास सोडला आणि झाडाच्या बुंध्याला माथा टेकून चांदण्यांकडे पाहिलं. दोन उल्का पडताना दिसल्या. ते दृश्य पाहून लहानपणी ती हर्षभरित व्हायची तशीच आताही झाली होती.

“तू खाली पडणाऱ्या त्या उल्का पाहिल्यास?”

“होय!”

“मी एक मागणं मागितलंय त्यांच्याकडे.”

“काळजी करू नकोस, ताऱ्यांकडे मागितलेलं मागणं नेहमीच पुरं होतं.”

“चेहऱ्याची आग आग होतेय रे माझ्या...”

“कधी मारली त्यांनी गोळी तुला?”

“एका तासापूर्वी... मी वाट फुटेल तिथे कशीही चालत होते, सरतेशेवटी ह्या बुंध्याशी येऊन कोसळले.”

“ते सांडलेल्या रक्ताचा माग काढत येतील, तुला शोधून काढतील...”

''सकाळपर्यंत ते कुठलाही माग काढणार नाहीत. शिवाय, मी तरी कुठे सकाळ बघणार आहे?''

''ते अंधारातही येऊ शकतात... आपण इथे नको थांबूया... जंगलाबाहेर घरं आहेत, तिथे आपण लपू शकतो.''

''अली, अरे मला आता कसलीच भीती वाटत नाहीये रे... ज्याच्यावर मी प्रेम करते तोही माझ्यावर प्रेम करतो हे तू मला सांगितलंस म्हणून झालं असेल का रे तसं?''

''तुला कसलीही भीती वाटत नाही हे फार चांगलं झालं.''

''मग आता मी त्याच्यावर प्रेम करते हे सांगण्याचीही गरज नाही तर. आता फक्त त्याला मिठीत घ्यायचं....''

''कदाचित तू घाबरली होतीस त्यापेक्षाही स्वतःचं प्रेम व्यक्त करायला तो घाबरला असेल...''

''म्हणून तो माझ्याकडे तसा बघायचा का?''

''कसा?''

''तो वेगळ्याच तऱ्हेने बघायचा माझ्याकडे... आत्ता... आत्ता... त्या छळछावणीत... त्याला खूप यातना होत असतील का रे?''

''आपण त्या सर्वांना सोडवणार आहोत...''

''माझ्यासोबत वेळ वाया घालवू नकोस रे अली! जा, आपल्या मित्रांना शोधून काढ. जा, यातना सहन करणाऱ्या लोकांना सोडवून आण.''

तेवढ्यात त्या म्हाताऱ्या घुबडाचा घुत्कार पुन्हा ऐकू आला. फांद्याही हलल्या आणि बंदुकीचा आवाजही जवळच दणाणला.

अलीने मिनीला जमिनीवर झोपवलं आणि तोही तिच्या बाजूला आडवा झाला. त्याने भोवतालचा परिसर न्याहाळला. झाडाझुडपांचं निरीक्षण केलं. कुणीच दिसत नव्हतं. मिट्ट काळोख होता. चांदण्यांचा प्रकाश पुरेसा नव्हता. त्यामुळे त्या चंद्रविहीन रात्री फार लांबचं दिसत नव्हतं. श्वास रोधून तो जंगलाचा आवाज ऐकू लागला. जवळूनच त्याला पक्ष्यांच्या उडण्याचा आवाज ऐकू आला तेव्हा तो तिला म्हणाला, ''इथेच थांब, हलू नकोस. मी तिथे काय आहे ते पाहतो आणि परत येतो.''

तो हलक्या पावलांनी आवाज न करता चालला. झाडांमागे शोधाशोध केली. मान वर करून फांद्यांकडे पाहिलं. कुणीच दिसलं नाही तेव्हा त्याला वाटलं की आपण चुकीच्या रस्त्याने आलो असू. तो पाठ वळवतच होता

तेवढ्यात बाजूने आलेल्या गोळीच्या आवाजाने धडपडत जमिनीवर पडला आणि पायातून निघणाऱ्या वेदनेच्या कल्लोळाने तडफडू लागला. एका हातात त्याने जखम झालेला पाय पकडला आणि बंदूक शोधण्यासाठी बर्फात हात खुपसू लागला. पण त्यांनी त्याला ती संधी दिलीच नाही. ते त्याच्याभोवती घोळका करून उभे राहिले आणि त्याच्या पाठीवर, डोक्यात गुद्दे घातले. बेड्याही ठोकल्या.

"मला जाऊ दे..." तो ओरडला, "मला जाऊ दे..."

त्याच्या ओरडण्यामुळे त्यांना कसलातरी संशय आला. तेव्हा त्यांनी बर्फातले पायांचे ठसे तपासले. मग मिनी बडे जिथे पडली होती त्या दिशेने ते जाऊ लागले. ते लाल झाडापर्यंत पोचले तेव्हा आसपासच्या भागावर त्यांनी विजेरीचा उजेड टाकला. त्यांना रक्ताचे डाग दिसले पण तिथे कुणीच नव्हतं.

"कोण होतं इथे? कुणाला ओरडून सावध करत होतास?" त्यांनी विचारलं.

"कुणालाच नाही," अली लायटर म्हणाला.

"तुझ्या पावलांचे ठसेही आहेत इथे... सांग, कुणाचं रक्त आहे हे?"

"कसलं रक्त? मला बर्फच दिसतोय फक्त."

अंगावर पडणाऱ्या ठोशांच्या वर्षावाखाली अली लायटर जमिनीवर कोसळून पडला तेव्हा त्याच्या मनात मिनी बडेचे विचार होते. जखमी होऊनही ती तिथून सुटू शकली म्हणून त्याला आनंद होत होता. तो रस्त्याच्या शेवटास आला होता. एकतर ते त्याला तिथे ठार मारतील किंवा आणखी थोडे दिवस जगण्याची संधी देतील. त्याची तयारी होती. त्याने शिव्या द्यायचा प्रयत्न केला पण त्याचं तोंड रक्ताने एवढं भरलेलं होतं की फक्त कण्हण्याचा आवाजच काय तो बाहेर पडला. शुद्ध हरपत असतानाच त्याला वरती फिरत असलेल्या हेलिकॉप्टरचा आवाज ऐकू आला आणि जंगलाच्या चारी कोपऱ्यांतून घुमणारे गोळीबाराचे आवाजही ऐकू आले.

मिनीची इच्छा पुरी झाली असेल? जंगलातून सुटका करून घेणं तिला जमलं असेल? तिच्या छातीतली जखम भरली असेल?

"ती नव्हती काही तिची इच्छा!" मी डॉक्टरांचं म्हणणं खोडून काढलं. ते त्या रात्रीचं वर्णन असं काही करत होते की त्यांनी ती प्रत्यक्षच व्यक्तिशः अनुभवली होती.

"मला वाटतं की मिनी बडेला ह्या छळछावणीवर हल्ला करायचा होता, येथे छळ सोसणाऱ्या प्रत्येक माणसाला बाहेर काढायचं होतं. ती तिची इच्छा पुरी होईलही. ते येऊन आपल्याला सोडवू शकतात."

"दमिर्ताय, तुझं म्हणणं बरोबर असेलही. तिच्या इच्छेचा संबंध आपल्याशी असेलही."

"शिवाय त्या दिवशी पडलेल्या उल्का दोन होत्या. म्हणजे एक जरी चुकली तरी दुसरी तिचं लक्ष्य गाठेलच."

"उल्कांचं भविष्य चुकणार नाही अशी आशा व्यक्त करतो."

"मिनी बडेचं कुणावर प्रेम होतं? अली लायटरने सांगितलं का तुम्हाला ते?"

"नाही."

"तो इथंच आहे ह्या कत्तलखान्यात..."

"जमिनीखाली कोठड्यांची नुसती गर्दी झालेली आहे." डॉक्टर विचार करत म्हणाले, "तो कुठल्या कोठडीत असेल कोण जाणे."

"मिनीला कळलं की ती ज्याच्यावर प्रेम करते तोही तिच्यावर प्रेम करतो तेव्हा तिला खूप आनंद झाला ना, तो गोष्टीचा भाग मला खूप आवडला. मीसुद्धा तशीच इच्छा धरली असती. त्या व्यक्तीचं आपल्यावर प्रेम आहे म्हटल्यावर ती कुठंय हे शोधून काढण्याची इच्छा मलाही झाली असतीच!" दमिर्ताय म्हणाला.

"पण दमिर्ताय, ही गोष्ट नाही. खरी हकिकत आहे."

"भूतकाळात घडून गेलेलं आपण शब्दांत सांगतो तेव्हा त्याचीच तर गोष्ट होते, नाही का डॉक्टर? इथे तर भूतकाळ वगैरे काही अस्तित्वातच नाहीये. मागील काही दिवसांमध्ये आपल्याला हा शोध लागलाय, नाही का?"

आम्ही सर्वसामान्य इस्तंबूलवासीयांसारखेच होतो. एकतर भूतकाळाला आदर्श मानत होतो नाहीतर भविष्याची मनोराज्ये रंगवत होतो. आजचा दिवस अस्तित्वातच नाही असं सोंग रचण्याचा प्रयत्न करत होतो. एकीकडे आम्ही भूतकाळाच्या गोष्टी सांगत होतो तर दुसरीकडे भविष्याच्या गोष्टी सांगत होतो. भूत-भविष्यातील पूल ह्याच रूपात आम्ही वर्तमानकाळाकडे पाहत होतो. त्या पुलाच्या कोसळण्याची, तिथून खालच्या पोकळीत वेगाने पडण्याची आम्हाला प्रचंड भीती वाटत होती. आजच्या दिवसावर कुणाची मालकी आहे? आजचा

दिवस हा कुणाचा दिवस आहे? हा प्रश्न मनातून बाहेर काढणं अशक्य झाल्यामुळे आम्ही जणू त्यावर रवंथ करत बसलो होतो.

लोखंडी दाराच्या दुसऱ्या बाजूने मोठ्ठा आवाज आला. तो ऐकण्यासाठी आम्ही कान लांब केले. जेव्हा तोच आवाज पुन्हा पुन्हा ऐकू येऊ लागला तेव्हा आमच्या लक्षात आलं की हा गोळीबार आहे. म्हणजे हे चौकशीकर्ते एकतर त्यांच्या बंदुकींची चाचणी घेत असावेत नाही तर कुणाला तरी ठार मारून आपला राग शांत करत असावेत.

"ही बेरेटा बंदूक आहे," कुहेलन काका म्हणाले. त्यांना माणसांइतकीच बंदुकींचीही माहिती होती हे त्यातून आम्हाला दिसलं. दूरवरून येणारा तो आवाज पुन्हा येईल म्हणून आम्ही वाट पाहिली. लोखंडी दरवाजाबाहेरच्या वाटा खूप लांब आणि नागमोडी वळणांच्या होत्या. त्यांना भरपूर भिंती होत्या. ते आवाज किती लांबून येत होते ते सांगणं अवघड होतं. आणखी एक धमाका आम्ही ऐकला तेव्हा कुहेलन काका म्हणाले, "ही ब्राऊनिंग गन आहे."

मग आवाज थांबले. भिंती पहिल्यासारख्या शांत झाल्या.

"काळ पुढे चाललाय, आसपास कुणीच नाही," कुहेलन काका म्हणाले, "सूर्य खाली चाललाय, लवकरच संध्याकाळ होईल... आपण काल राकीपानाची मैफिल जमवणार होतो पण ती काही करता आली नाही. ती आपण आज करायची का?"

आम्ही डॉक्टरांच्या सज्जावर बसून राकी पिणार होतो. तेच तर आमचं दिवास्वप्न होतं. बॉस्फरसच्या समोरच्या मोहल्ल्यांतले दिवे एकामागोमाग एक लागल्यावर आम्ही प्रत्येक मोहल्ल्याचं सुंदर वैशिष्ट्य काय ते ठरवणार होतो. उस्कुदार, कुझगुनकुक, अल्तुनिझादे, सालाचक, हारेम, कादिकॉय, किनालीअदा, सुल्तानअहमत, बेयाझित हे मोहल्ले कुठे आहेत त्यांचा अंदाज घेणार होतो. मिनारांच्या लांबीवरून मशिदींची नावं ओळखणार होतो. गाड्यांचे भोंगे ऐकून वाहनांची दाटी कुठल्या भागात आहे ते सांगणार होतो. ह्या शहराची हानी करण्यासाठी कित्येक शतकांपासून लोक सर्वशक्तीनिशी प्रयत्न करत होते. त्यांनी इमारती तोडल्या, पार जमीनदोस्त केल्या. एकीच्या अंगावरच दुसरी बांधली. एवढा सगळा विध्वंस इस्तंबूलने सोसला कसा त्याचंच आम्हाला आश्चर्यच वाटायचं. तिने तिचं सौंदर्य अजूनही टिकवून

ठेवलंय त्याबद्दल कौतुक वाटायचं आणि आम्ही तिच्या आकर्षणात सदैव बुडूनच जायचो.

ते दृश्य आम्ही डोळ्यांसमोर आणलं : म्हणजे डॉक्टरांनी टेबलावर स्वच्छ पांढरं कापड अंथरलं असेल. त्यावर चीझ, लिंबू, राजमाचं सॅलड, हुम्मस, हैदरी योगर्ट डिप अशा वस्तू मांडल्या असतील. जोडीला ब्रेडचे कुरकुरीत टोस्ट, सॅलड आणि कॅसिकही ठेवलं असेल. मग त्यांनी राइस स्टफ्ड वाइन लिव्हज (द्राक्षवेलींच्या पानात गुंडाळलेला भात) आणि चमचमीत, तिखट एझ्मे सॅलडही ठेवलं असेल. सगळ्यात शेवटी ते पिवळ्या गुलाबांची सुंदर फुलदाणी टेबलाच्या मध्यावर ठेवतील. त्यानंतर टेबलावर एकही वस्तू ठेवायला जागा उरली नसेल. मग ते पेल्यांत राकी ओततील. सगळ्या पेल्यांत सारखीच राकी भरली आहे ना हे तपासून पाहतील आणि त्यात पाणी ओततील. मग आत जाऊन स्टिरिओ लावतील. त्यातून एक प्रेमगीत ऐकू येऊ लागेल.

''जेवणाचं टेबलं लावलंय, बरं का!''

आम्ही रिकामे हात उंचावले, जणू आम्ही चिअर्सच म्हणत होतो.

''चिअर्स...''

''चिअर्स...''

''आपला वाइटातला वाईट दिवसही ह्याच दिवसासारखाच जावो.''

क्षणभर आमचे हात हवेतल्या हवेतच स्तब्ध झाले.

कुहेलन काकांनी पुन्हा तेच शब्द उच्चारले, ''आपला वाइटातला वाईट दिवसही ह्याच दिवसासारखा जावो.''

त्यासरशी आम्ही सगळे खो खो हसू लागलो.

तरी बरं, आम्ही डॉक्टरांच्या सज्जावर होतो. कुठल्या बारमध्ये नव्हतो. नाहीतर आमच्या दंगामस्तीमुळे बाकीच्या टेबलांवरच्या लोकांना त्रास झाला असता.

खालून ऐकू येणाऱ्या मोटारींच्या भोंग्यांत सीगल पक्ष्यांचा आवाज मिसळून जात होता. आमची दखलही न घेता इस्तंबूल नगरीच्या नेहमीच्या जीवनातले चढ-उतार चालू होते. समोरच्या रस्त्यावरील गच्चीत काही तरुण मुलं एकत्र बसून बिअर पीत होती.

त्यातला एकजण गिटार वाजवत होता. बाकीचे त्याच्याबरोबर गात होते. खूप लांब असल्याने त्यांचे आवाज आमच्या कानांपर्यंत पोचत नव्हते. बाजूच्या इमारतीत वरच्या मजल्यावरची बाई खिडकीबाहेर बघत फोनवरून

बोलत होती आणि बोलता बोलता एका हाताने केस सारखे करत होती. बहुतेक घरांचे पडदे ओढलेले नव्हते. एक म्हातारा माणूस हातवाल्या खुर्चीत बसून टीव्ही पाहत होता. त्याच्याभोवती लहान मुलं खेळत होती. सूर्य मावळल्यावर समुद्र अंधारला. एमिनोऊवरून उस्कुदारला जाणाऱ्या फेरीबोटीत दिवे लागले. तिचा प्रवास सुरू होत होता. हजारो प्रकारच्या आनंदांची आणि आशांची बोटीवर जणू मैफिलच जमली होती.

''लवकरच झिनी सेवदा येईल,'' कुहेलन काका म्हणाले. ''उशीर होईल म्हणाली होती ती. तिला वाटेत काहीतरी बारीकसारीक कामं करायचीत.''

आम्ही तिच्या स्वास्थ्यासाठी चिअर्स म्हणत पेले उंचावले.

''हा पेला झिनी सेवदासाठी — आमच्या डोंगरातल्या परीसाठी...''

''हा पेला झिनी सेवदासाठी — आमच्या डोंगरातल्या परीसाठी...''

मेडनच्या मनोऱ्यातही दिवे लागले होते. इस्तंबूलच्या गळ्यातील खऱ्याखुऱ्या मौक्तिकहारासारखा तो झुलत, चमकत होता. आम्ही पुढे झुकून त्याला हात लावू शकू एवढा तो जवळ भासत होता. त्याच्याकडे टक लावून बघताना सगळेजण आपापल्या आठवणीत गर्क झाले होते... स्टिरिओतून येणाऱ्या हळुवार गाण्यातील सुरांत हरवून गेले होते.

''आता तर हे अगदी स्पष्टच आहे,'' डॉक्टर म्हणाले, ''त्यांनी मागील दोन दिवस आपला छळ केला नाही, आपल्याला कोठडीतून बाहेर काढलं नाही त्यामागचं कारण म्हणजे बेलग्रेड जंगलात चकमक झाली होती हेच आहे. खूप मोठी चकमक झाली होती... बऱ्याच भागात पसरली आणि चाललीसुद्धा बराच काळ. आपले चौकशी अधिकारीसुद्धा तिथेच गेले असणार. म्हणूनच आपल्याला थोडीशी उसंत मिळाली.''

कुहेलन काका हसले आणि म्हणाले, ''म्हणजे आपल्या इथल्या यातना कमी होत असताना दुसरीकडचे लोक मरत होते. काय विचित्र आहे दुनिया! आता आपल्या यातना सुरू होणार आहेतच तर ते व्यवस्थित असतील अशी आशा करूया.''

आम्ही पेले उंचावले.

''त्या दुसऱ्यांच्या स्वास्थ्यासाठी...''

''होय, होय, त्या दुसऱ्यांच्या स्वास्थ्यासाठी...''

आम्ही खूपच भरभर पीत होतो. त्यामुळे राकीची चवच नीट घेतली जात नव्हती.

मला समोरच्या गच्चीवरल्या तरुण मित्रांएवढं आनंदी बनायचं होतं; खिडकीतल्या स्त्रीएवढं सुखी बनायचं होतं; खुर्चीत बसून टीव्ही पाहणाऱ्या म्हाताऱ्याएवढं धीरगंभीर बनायचं होतं. पण... पण हा सज्जा सोडून खाली जाता आलं असतं तर... तर मी पुलाखाली जाईन माझा मीच... दुसऱ्या कुणाच्या भानगडीत न पडता... आणि बलिक-एकमेकचं सँडविच खाऊन माझा अंतरात्मा तृप्त करीन. गोल्डन हॉर्नवरच्या बोटी पाहीन. मग युक्सेक काल्डिरिम ते बियोग्लु असा पायीपायीच फेरफटका मारून सिनेमाला जाईन. कधी कधी मी चित्रपटाऐवजी चित्रपटगृहच निवडायचो. ते निवडताना त्याची इमारत, तिथलं कोरीव काम, त्यामुळे मनात येणाऱ्या आठवणी ह्या गोष्टी लक्षात घ्यायचो. म्हणजे तिथे कुठलाही चित्रपट लागला असो, ते चित्रपटगृहच माझ्या हृदयास स्पर्श करायचं. त्याचाच मी आनंद लुटायचो.

"कुहेलन काका," मी म्हणालो, "माझ्या कोड्याचं उत्तर द्यायची वेळ नाही का आली अजून? काय करताय काय तुम्ही?"

"होय, होय, बरोबर आहे तुझं!" काका म्हणाले.

त्या टीचभर गेसाकोंडूमधल्या आजींनी विचारलेला प्रश्न मी पुन्हा एकदा सांगितला, "एका म्हातारीसोबत एक छोटी मुलगी असते. ती म्हातारी म्हणते की ही मुलगी माझ्या मुलीची मुलगी आहे आणि माझ्या नवऱ्याची बहीणही आहे. मला सांगा, हे कसं काय होऊ शकतं?"

पावाचा कुरकुरीत टोस्ट उचलून कुहेलन काकांनी समोरच्या हुम्मसमध्ये बुडवला. मग हळूहळू चावून खाल्ल्यावर पालथ्या मुठीने मिश्या पुसल्या.

मी उत्सुकतेने वाट पाहतोय हे लक्षात आल्यावर ते म्हणाले, "धीर धर, दमिर्ताय, मी तुला योग्य वेळी सांगेनच. हे बघ, आमच्या खेड्यात एक चाळिशीची सावळी बाई राहायची. तिची मुलगी रंगाने उजळ होती. त्यांच्या शेजारी एक दणकट बांध्याचा विशीचा तरुण राहायचा. चाळिशीच्या बाईची त्या विशीच्या तरुण पोराशी सलगी झाली. बरीच वर्षं गवताच्या कोठारात चोरून भेटीगाठी झाल्यानंतर दोघांनी लग्न केलं. त्याच सुमारास त्या तरुण शेजाऱ्याचा शहरात गेलेला बाप गावी परतला. तो इस्तंबूलला कामासाठी म्हणून कित्येक वर्षांपूर्वी गेला होता आणि कसलाही ठावठिकाणा मागे न सोडता गायब झाला होता. सगळ्यांना वाटलं होतं की हा एकतर मेला असावा किंवा गावाला विसरून गेला असावा. बापही साधारण चाळिशीचा होता, एकटाच होता. त्याची शेजारणीच्या तरुण, उजळ लेकीशी मैत्री झाली.

त्यानं तिच्याशी विवाह करून नवीन आयुष्य सुरू केलं. लवकरच त्यांना एक मुलगी झाली. ती सावळी बाई आजी झाल्यामुळे खूप आनंदली आणि सगळा वेळ नातीबरोबर घालवू लागली. घरासमोर बसून नातीशी खेळताना ती जाणाऱ्या-येणाऱ्यांना हेच गाणं सुनवू लागली,

मुलगी माझ्या मुलीची, ती बहीण माझ्या नवऱ्याची,
ऐकलीय का कधी कुणी अश्शी गोष्ट गमतीची.

ती काय बोलतेय ते लोकांना कळायचं नाही, ते आपले तिच्याकडे बघत बसायचे, पण ती तर खरं सांगत होती. हो की नाही?

''ही... ही... लबाडी आहे,'' मी म्हणालो. त्यांना इतकं पटकन उत्तर आलं म्हणून मी आश्चर्यचकित झालो होतो.

''का बरं? उत्तर बरोबर नाही का?''

''उत्तर बरोबर आहे हो, पण ते इतक्यातच तुम्हाला आलं हे मला आवडलं नाहीये. हे काही बरोबर नाही झालं, काका. तुम्ही पहिल्या फटक्यातच का हो दिलंत बरोबर उत्तर...''

एकमेकांच्या संगतीत आयुष्य घालवलेल्या म्हाताऱ्या माणसांसारखे कुहेलन काका आणि डॉक्टर हसले. त्यांनी पेल्यावर पेला आपटून पुन्हा राकीचा घोट घेतला.

''सुरुवातीला मला ते नीट कळलं नाही. मी त्याबद्दल दोन दिवस विचार करत होतो. जेव्हा मी वेगवेगळ्या चाळीस शक्यतांचा विचार केला तेव्हा कुठे मला हे उत्तर आलं.'' काका म्हणाले.

''ती गोष्ट तुम्ही सांगितलीत ती खरी आहे की तुम्ही रचली आहे?''

''हा काय प्रश्न झाला दमिर्ताय? तूच नाही का आत्ताच म्हणाला होतास की भूतकाळात जे काही घडतं ते आपण शब्दांतून सांगू लागलो की त्याची गोष्ट होते. त्याचं विरुद्ध वाक्यही खरं आहे. म्हणजे आपण जी गोष्ट सांगतो ती भूतकाळात घडून गेलेली असते आणि खरी असते.''

त्यांचं म्हणणं बरोबर होतं. माझ्या कोड्यात सत्य होतं आणि त्याची मुळं वास्तवात दडलेली होती. : मी त्या कोड्याचं उत्तर घेऊन यावं म्हणून हिसारुत्सूतल्या त्या घरातली आजी माझ्या परतण्याची वाट पाहतेय. मी वचन दिलंय तिला. मी सुरक्षितपणे आणि धडधाकट अवस्थेमध्ये परतणार आहे. मी इस्तंबूलच्या प्रवाहात वाहत जाणार नाहीये. मी गरजूंना मदत करणार आहे. गर्दीमध्ये असूनही एकटाच चालणार आहे. चमकदार दिव्यांच्या आणि

जाहिरातींच्या डोकं चक्रावून टाकणाऱ्या मोहाला अजिबात बळी पडणार नाहीये. मी यास्मीन आब्लाला गुप्त ठिकाणी कदाचित भेटणारसुद्धा आहे. एखाद्या रात्री चांगल्या मुहूर्तावर तिच्या बाजूला बसून तिच्या कविता ऐकणार आहे. त्या अजरामर कवितांतल्या प्रत्येक शब्दावर विश्वास ठेवणार आहे. तेव्हा बाहेर चंद्रोदय झाला असेल, आकाश चमकू लागलं असेल आणि पिवळ्या, गुलाबी, लाल चांदण्या आकाशात बहरून आलेल्या असतील.

"दमिर्ताय, दुसरा प्रश्न काय होता तुझा?"

"कुठला प्रश्न?"

"आठवतं का, तू काल म्हणाला होतास की आम्ही ह्या कोड्याचं उत्तर बरोबर सांगितलं तर तू आम्हाला आणखी एक कोडं घालशील."

मी आज्जींचं गेसाकोंडू सोडलं तेव्हा खूपच आशावादी होतो. त्यांचं कोडं सोडवायची मला इच्छा होती, नंतर त्यांना पुन्हा भेटायला गेल्यावर एक कोडं मीच त्यांना घालणार होतो. मला त्यांच्या प्रश्नांची उत्तरं प्रश्नांनीच द्यायची होती. त्यांच्या संपर्कात राहायचं होतं. त्यांना बऱ्याचदा भेटायलाही जायचं होतं. पण... पण... पण... मी वेगाने धावू शकलो नाही ना! मी नियतीला बळी पडलो आणि त्यांनी मला ह्या कोठडीत फेकून दिलं. बघा ना, टेकडीच्या माथ्यावरच्या गेसाकोंडूतून इस्तंबूलकडे बघण्याऐवजी मला इथे कोठडीत बसून कोडं सांगावं लागतंय. खरंतर त्या आज्जींना घालण्यासाठी मी ते राखून ठेवलं होतं.

"एका माणसासोबत एक तरुण मुलगी असते," मी म्हणालो. "ती कोण आहे असं लोक विचारतात तेव्हा तो सांगतो, ती माझी पत्नी आहे, मुलगी आहे आणि बहीणही आहे. हे कसं शक्य आहे?"

"कठीणच वाटतंय हे कोडं..."

"मग, मी सोपं घालीन असं वाटलं की काय तुम्हाला?"

"तू म्हणालास की ती त्याची पत्नी आहे, मुलगी आहे आणि बहीणही आहे. बरोबर ना?"

"हो!"

"हं, म्हणजे उत्तर शोधताना तू मला घाम गाळायला लावणार तर?"

"तुमच्या आठवणींत खोल खोल जा पाहू! कदाचित त्या कोड्यातले लोक तुमच्याच खेड्यातले असतील. सांगता येत नाही."

"विचार करू दे मला," कुहेलन काका हसत म्हणाले, "मला ह्याचं उत्तर आलं नाही तर मी मदतीसाठी डॉक्टरांना विचारणार. काय डॉक्टर, मला कराल ना मदत?"

"म्हणजे काय? करणारच."

"ते तुमच्यावर आहे," मी म्हणालो. "तुम्हाला हवीय त्याची मदत घेऊ शकता. मग ती डॉक्टरांची घ्या नाही तर कामोची घ्या...."

आम्ही तिघांनी थांबून एकमेकांकडे पाहिलं आणि नंतर एकाच वेळेस राकीचे पेले उंचावून म्हटलं,

"कामो न्हाव्याच्या नावानं चांगभलं..."

"कामो न्हाव्याच्या नावानं चांगभलं..."

"कामो सुरक्षित परत येवो..."

सुरुवातीचे काही दिवस आम्हाला इथून बाहेर पडण्याची, जमिनीवरच्या इस्तंबूलमधल्या प्रवाहात मिसळून जाण्याची आशा होती. जमिनीवरचा तो प्रवाह माणसांना गिळून टाकत होता. परंतु जसजसा काळ जाऊ लागला तसतशा आमच्या अपेक्षा अंतर्मुख बनल्या, आक्रसू लागल्या. सरतेशेवटी ह्या कोठडीत बसण्यासाठी लागतील तेवढ्याच त्या उरल्या. आता जास्तीतजास्त चांगली आशा म्हणजे ज्यांना छळण्यासाठी नेलं आहे ते लोक धडधाकट अवस्थेत परत यावेत. त्यांची मनं आणि आत्मे हरवू नयेत. म्हणूनच आम्ही कामो न्हाव्याची वाट पाहत होतो. त्याला त्यांनी काल नेलं होतं. आम्ही गोष्टी सांगितल्या, राकी प्यायलो, गाणी ऐकली. माना फिरवून समुद्रावरचे लयीत हलणारे दिवे पाहिले. आमच्या जखमा विसरायचा आम्ही प्रयत्न करत होतो. तेवढ्यात आम्ही आवाज ऐकला. खालच्या मजल्यावरील प्रवेशद्वार उघडल्यासारखा तो आवाज होता. तेव्हा आम्ही थांबून एकमेकांकडे पाहिलं. तोच तो लोखंडी दरवाजाचा शापित आवाज होता. आवाज जवळून येत होता. दाराच्या खडखडीमुळे आमच्या लक्षात आलं की आम्ही डॉक्टरांच्या सज्जात नाही तर ह्या भूमिगत कोठडीत आहोत.

●

दिवस **आठवा**

डॉक्टरांचं कथन

सुरीसारख्या अणकुचीदार गगनचुंबी इमारती

वीजपुरवठ्याच्या अभावामुळे इस्तंबूल विमानतळावर एक विमान उतरू शकलं नाही. चार कर्मचारी आणि सदतीस प्रवाशांसह ते अंधाऱ्या समुद्रावर भरकटत गेलं आणि हरवलंच. दुसऱ्या दिवशी सकाळी उठलेले इस्तंबूलवासी त्यामुळे चिंताग्रस्त झाले. नेहमीसारखेच त्या दिवशीही कादिकोयवरून निघणाऱ्या ३७ क्रमांकाच्या फेरीबोटीतून युरोपीय बाजू ओलांडताना ते वर्तमानपत्रं वाचत, चहाचे घोट घेत बसले होते. अधूनमधून शेजाऱ्याच्या वृत्तपत्रात काही वेगळी बातमी नाही ना म्हणून डोकावूनही पाहत होते. खिडकीशी बसलेल्या प्रवाशांनी काचेवर जमलेलं बाष्प पुसून काढलं. जणू मदतीची याचना करणारी एखादी व्यक्ती त्यांना लाटांतून दिसणारच होती अशा तऱ्हेने ते खिडक्यांना नाकं लावून बसले. समयाच्या बोगद्यातून उलटा प्रवास करताना एका बाजूला हैदरपाशा स्थानक, सलिमिये बराकी आणि मेडनचा मनोरा तर दुसऱ्या बाजूला सुलतानअहमत मशीद, अय्या सोफिया चर्च आणि तोपकापी राजवाडा घेत घेत ते पलीकडल्या काठावर पोचले. तिथे सिमेंट-काँक्रिटच्या साध्या इमारती होत्या तशाच आकाशाला सुरीसारख्या भोसकणाऱ्या गगनचुंबी इमारतीही होत्या. रोजच ते असे एका किनाऱ्यावरून दुसऱ्या किनाऱ्याला यायचे आणि परत जायचे. त्या प्रवासात प्रत्येक वेळेस त्यांच्या मनात चैतन्य आणि आशा निर्माण व्हायची. म्हणजे घरातली मन:स्थिती काहीही असली तरी फेरीबोटीत, आगगाडीत किंवा बसमध्ये चढल्यावर मात्र आपल्या चेहऱ्यावरील भाव त्या

त्या दिवसाला साजेसे असतील ह्याची दक्षता ते घ्यायचे. अपघातानंतर तिसऱ्या दिवशी सकाळी चहाचा घोट घेत घेत ते त्याच गांभीर्याने वृत्तपत्र वाचत होते. गिटार वाजवणारा एक लांब केसांचा तरुण विमान अपघातातील बळींना मानवंदना म्हणून आधुनिक रॉकसंगीत गात होता. बळींना ते गाणं नक्कीच आवडलं असतं. तेवढ्यात डेकवरच्या प्रवाशांना आरडाओरडा ऐकू आला. म्हणून त्यांनी धावत जाऊन पाहिलं तर एक स्त्री सरायबुर्नू खडकांवर बेशुद्धावस्थेत पडलेली त्यांना दिसली. थंडगार लाटांत ती हेलकावे खात होती. समुद्रात कोसळलेल्या विमानातून वाचलेली ती एकमेव व्यक्ती होती. दुसऱ्या दिवशी एका वृत्तपत्रात आलेल्या माहितीनुसार त्या स्त्रीचे पाय तुटले होते. तर अन्य वृत्तपत्रांनुसार कानांचे पडदे फाटले होते, वाचा गेली होती किंवा ती एका डोळ्याने आंधळी झाली होती. त्या स्त्रीचा एकच फोटो सर्व वृत्तपत्रांच्या पहिल्या पानावर छापून आला होता. तिला इस्पितळात भरती केलं होतं. भोवती तारांची भेंडोळी आणि सलाईनच्या बाटल्या होत्या. तिच्या बाजूला एक सुटाबुटातला, हॅटवाला माणूस बसला होता. फोटोखाली मथळा होता, 'पत्नी वाचली म्हणून माझा आनंद गगनात मावत नाहीये.' तर दुसऱ्या एका वृत्तपत्रात तोच माणूस कन्येशी भेट झाली म्हणून आनंद व्यक्त करत होता. तर आणखी एका वृत्तपत्रात तोच माणूस म्हणत होता की, "देवाने माझ्या बहिणीला वाचवलं म्हणून त्याचे किती आभार मानू मी!" फेरीबोटीतल्या प्रवाशांनी वाचलेली बातमी एकमेकांना सांगितली आणि त्यातली खरी बातमी कुठली, त्यावर चर्चा केली. प्रत्येकजण म्हणत होता, "माझ्याच वृत्तपत्रातली बातमी खरी आहे." हा वाद दुसऱ्या दिवसापर्यंत चालला. सगळ्या वृत्तपत्रांचं एकमत फक्त एकाच गोष्टीबाबत होतं. ते म्हणजे त्या दोघांची नावं! तिचं नाव होतं फिलिझ हनिम आणि त्याचं होतं जिन बे. 'फोटो रोमान्स'सारखी ती कहाणी दररोज एकेक भागात वृत्तपत्रांत येऊ लागली. मग तिचे तपशील केवळ राष्ट्रीय पातळीवरच्या बातमीच्या रूपात उरले नव्हते तर सांस्कृतिक आणि वाङ्मयीन लेखकांच्या चपळ लेखणीचा विषय बनण्याइतकं मूल्य त्यांना प्राप्त झालं होतं. रोज नवनव्या फोटोंची भर ह्या दीर्घकाळ चाललेल्या, अत्यंत गुंतागुंतीच्या कथामालिकेत पडत होती आणि फिलिझ हनिम आणि जिन बे ह्यांच्या आयुष्याचं जणू सार्वजनिक प्रदर्शनच मांडलं जात होतं. जीन बेचा जन्म कुठल्याशा युरोपीय देशात झाला. तिथेच त्याचं बालपण गेलं. काही लोकांच्या मते तो देश फ्रान्स होता तर काहींच्या मते स्वित्झर्लंड होता. तरुणपणी

सुटीसाठी म्हणून तो इस्तंबूलला आला तेव्हा त्याचे एका गायिकेशी अल्पकालीन प्रेमसंबंध जुळले. ती गायिका बेयोग्लुतल्या नाइट क्लबात गायची. कुणी म्हणतात ती फ्रेंच होती तर कुणी म्हणतात स्विस होती. सगळ्या प्रेक्षणीय स्थळांना भेट देऊन तो मायदेशी परतला तेव्हा त्याला कल्पना नव्हती की आपण एका गर्भवती स्त्रीला मागं सोडलं आहे. परत गेल्यावर त्याने विद्यापीठातून पदवी घेतली आणि तो प्राध्यापक म्हणून नोकरी करू लागला. समाजशास्त्र किंवा जीवशास्त्र किंवा भौतिकशास्त्र ह्या तीनांपैकी एक विषय तो शिकवत होता. त्याच्याच विभागात काम करणाऱ्या एका स्त्रीशी त्याने लग्नही केलं. तो सुखात होता, कष्ट करत होता, लोक त्याच्याकडे आदराने पाहत होते. पाच वर्षांनी — काही लोक म्हणतात दहा वर्षांनी — त्याने पत्नीला घटस्फोट दिला. त्यामागचं कारण कुणालाच माहीत नाही. तेव्हा त्याने शपथ घेतली की मी पुन्हा विवाह करणार नाही. त्यानंतर कित्येक वर्षं तो एकटाच राहिला. आपल्याच एका विद्यार्थिनीच्या प्रेमात पडेपर्यंत त्याने लग्न न करण्याची शपथही पाळली. त्याची विद्यार्थिनी होती इस्तंबूलहून आलेली फिलिझ हनिम. दोघांनी लग्न करायचा निश्चय केला आणि लग्नासाठी फिलिझच्या आईला आमंत्रण दिलं. लग्नाच्या दिवशी विमान उशिरा पोचल्यामुळे फिलिझची आई अगदी शेवटच्या क्षणी हॉलमध्ये शिरली तेव्हा तिथे सगळे पाहुणे जमले होते. तिला पाहाताच जिन बेला एवढा धक्का बसला की त्या क्षणी त्याला हृदयविकाराचा झटका आला नाही म्हणून नशीबच. त्याच्यासमोर तीच ती नाइट क्लबमध्ये गाणारी गायिका होती, जिच्याशी इस्तंबूलमध्ये असताना त्याचे काही काळ प्रेमसंबंध होते. दोघांनी एकमेकांना ओळखलं होतं, पण असं दाखवलं की आपण कधी एकमेकांना पाहिलंसुद्धा नाहीये.

फेरीबोटीच्या ज्या प्रवाशांनी वाचलं होतं की फिलिझ हनिम ही जिन बेची बायकोही होती आणि मुलगीही होती ते एकमेकांकडे आश्चर्याने पाहू लागले. असं दुर्दैव कुणाच्याही वाट्याला आलेलं त्यांनी बऱ्याच काळापासून अनुभवलं नव्हतं. ती कहाणी तिथेच संपली नाही तर दुसऱ्याच दिवशी त्यांना कहाणीचा पुढचा हप्ता वाचायला मिळाला! जिन बे स्वतः छोटंसं बाळ होता तेव्हा त्याची आई त्याला आणि त्याच्या वडिलांना वाऱ्यावर सोडून घराबाहेर निघून गेली होती. लग्नाच्या हॉलमध्ये जिन बेचे वडील जेवणाच्या टेबलावरच्या मुख्य खुर्चीत बसले होते. सुनेच्या आईला पाहिल्यावर त्यांचाही डोळ्यांवर विश्वास

बसेना. ती त्यांची बायको होती, तीच ती स्त्री — जी त्यांना एवढ्या वर्षांपूर्वी सोडून निघून गेली होती. त्यांनीही एकमेकांना ओळखलं परंतु ओळख दाखवली नाही. ह्याचा अर्थ फिलिझ हनिम ही जिन बेची केवळ पत्नीच नव्हती तर त्याची मुलगी आणि बहीणसुद्धा होती.

फेरीबोटीतल्या प्रवाशांनी एकेक शब्द वाचला तेव्हा ते अवाक झाले. त्यांच्या तोंडून आश्चर्योद्गार निघाले, ''बापरे, असं घडू शकेल असं मला कधीच वाटलं नसतं.'' लहानपणापासून फक्त काळ्या आणि पांढऱ्या एवढ्या दोनच छटांच्या नाटकांवर वाढलेल्या त्या लोकांना वाचलेली प्रत्येक गोष्ट खरीच वाटायची. वृत्तपत्रातली माहिती थोडीबहुत विसंगत असली तरी वाचकांना सुसंबद्धतेपेक्षा असंबद्धतेतच सत्य सापडत होतं ना. एका प्रवाशाने हवेत वृत्तपत्र धरून म्हटलं,' ही कहाणी इथेच संपत नाही बरं का? फिलिझ हनिम ही जिन बेची बायको, मुलगी आणि बहीण आहेच परंतु माझ्या वृत्तपत्रात लिहिलंय की ती त्याची मावशीसुद्धा आहे.'' फेरीबोटीतल्या प्रवाशांना त्याचं म्हणणं पटेना. ते म्हणाले, ''हे आता अती होतंय हं सगळं.'' परंतु कदाचित आपलं चुकीचं असेल, आणखीही काही अद्भुत गोष्ट ऐकायला मिळेल असं वाटून ते त्याला म्हणाले, ''तू आम्हाला गोष्टीतली सर्वात नवी माहिती सांग.'' भानगडी चघळायला आवडणाऱ्या प्रत्येक व्यक्तीप्रमाणेच त्यांनीही आपल्याला 'त्या गोष्टीत रस आहे आणि नाहीही' असे भाव चेहऱ्यावर आणले आणि चहा ढवळत ते शांतपणे खिडकीबाहेर बघत बसले. फेरीबोट 'समय' नावाच्या अंधूक, अस्पष्ट समुद्रातून हळूहळू तरंगत तरंगत दुरून दिसणाऱ्या काठावरील सुरीसारख्या अणकुचीदार गगनचुंबी इमारतींच्या दिशेने जाऊ लागली.

मी क्षणभर थांबलो. दूरवर पाहण्यासाठी प्रवाशाने डोळे बारीक करावेत तसे करून आसपास पाहिलं आणि म्हणालो, ''मग ती फेरीबोट 'समय' नावाच्या अपारदर्शक समुद्रातून हळूहळू तरंगत...''

मी गोष्टीची टोकं कशी जुळवतो हे जाणून घेण्याची विद्यार्थी दमिर्ताय मोठ्या उत्सुकतेने वाट पाहत होता. तो हसायला लागला.

''डॉक्टर, तुम्हीच कुहेलन काकांच्या मदतीला धावून आलात. तुम्हीच माझं कोडं त्यांच्याकरता सोडवलंत. हो ना?''

दमिर्तायला हसणंसुद्धा कठीण जात होतं हे स्पष्टच दिसत होतं. त्याच्या वेदना वेगाने वाढत होत्या. आज चौकशीवरून आणलं तेव्हा तो अर्धबेशुद्धावस्थेत होता. असंबद्ध बडबडत होता, कण्हतही होता. त्याला हात

हलवता येत नव्हते. मानही जीव नसल्यासारखी लटकत होती. बिछान्यावर पडायला जावं तसा येताक्षणी तो जमिनीवर आडवा झाला आणि दीर्घ श्वास घेऊन पुढल्या क्षणी झोपेच्या अधीन झाला. मी माझं जाकीट काढलं होतं आणि त्याला नीट झोपता यावं म्हणून त्याच्या डोक्याखाली ठेवण्याऐवजी त्याच्या अंगावर पांघरलं होतं. त्यामुळे त्याला थोडीशी ऊब मिळाली असती. मग त्याचे केस नीट केले. कपाळावरून आणि गळ्यावरून रक्त पुसून काढलं.

त्यानंतर थोड्या वेळाने कुहेलन काकांना आणलं तेव्हा क्षणभर मला वाटलं की आपण अपघात आणि आणीबाणी वॉर्डातल्या सेवेवर आहोत की काय? माझ्याकडे जणू दुखापत झालेल्या रुग्णांची रांगच लागली होती. कुहेलन काकांच्या भुवया मधोमध भादरल्या होत्या. पुन्हा एकदा त्यांचे शर्टपँट रक्ताने माखले होते. पायांचे तळवे रक्ताळलेले होते. मी त्यांना दमिर्तायच्या शेजारी आडवं व्हायला लावलं. त्यांना झोपवता झोपवता म्हणालो, ''तुम्ही उठाल तेव्हाची सकाळ चांगली उजाडावी.'' मग माझं जाकीट दोघांच्याही अंगावर पांघरलं. त्यांचे कष्टाने होणारे श्वास लक्ष देऊन ऐकले. चेहऱ्यांवरील रेषा निरखल्या. आमच्या कोठडीतल्या लोकांची प्रातर्विधीस जाण्याची पाळी येईपर्यंत मी लक्ष ठेवत बसून राहिलो. मग मार्गिकेच्या वरच्या अंगाला असलेल्या संडासात जाण्यासाठी त्यांना मदत केली. दमिर्तायची प्रगती मंद असली तरी तो चालत जाऊ शकला परंतु कुहेलन काकांना उभंही राहता येत नव्हतं. ते फक्त माझ्या अंगावर रेलूनच चालू शकत होते.

''दमिर्ताय, काय चुकीचं आहे त्यात?'' काकांनी विचारलं, ''काल तूच आम्हाला दोघांना सांगितलंस ना मदत घेतली तर चालेल. म्हणूनच डॉक्टरांनी माझ्या वतीने तुला उत्तर दिलंय.''

''तुम्हाला उत्तर शोधताना खूप त्रास झाला का?''

''खूप वेळ, अगदी खोल विचार करूनही उत्तर सापडलं नाही तेव्हा मी डॉक्टरांची मदत मागितली.''

''मग, ह्या कोड्यातलं उत्तर इस्तंबूलमध्येच आहे. तुमच्या खेड्यात नाही. हो ना?''

''होय, ते इथेच आहे, त्याशिवाय, तू मला सांग. कोड्यांच्या बाबतीत म्हणायचं झालं तर खोट्याचं रूपांतर खऱ्यात करण्याच्या स्पर्धेत इस्तंबूलची बरोबरी कुठलं खेडं करू शकेल?''

"कुहेलन काका, जुन्या काळातलं इस्तंबूलही असंच होतं का?" दमिर्ताय एखादा आलंकारिक प्रश्न विचारावा तशा थाटात म्हणाला, "ही नगरी नेहमीच भ्रष्ट आणि फसवी होती का?"

निसर्ग कधीही खोटं बोलत नाही. दिवस-रात्र, जन्म-मृत्यू, भूकंप-वादळं हे सगळे खरेच तर असतात. इस्तंबूल सत्य शिकलं ते निसर्गाकडूनच परंतु खोटेपणा मात्र स्वतःहून निर्माण केला. थापा मारणं, दुटप्पीपणा करणं, स्मरणशक्तीशी खेळ करणं हे सगळे इस्तंबूलनेच लावलेले शोध आहेत. तिने सर्वांना तिची पूजा करायला लावलं. 'सकाळी जाग आल्यावर आपण आपल्या जुन्याच प्रेमिकांच्या मिठीत असू' असा विश्वास बाळगणाऱ्या दारुड्यांचा शोधही तिनेच लावला. 'श्रीमंतांचा पैसा प्रामाणिक मार्गांनी मिळवलेला असतो' ह्यावर विश्वास ठेवणाऱ्या भुकेकंगालांचा शोधही तिनेच लावला. तिने सर्वत्र आशा विखरून ठेवली. साहजिकच हृदयभंग झालेल्यांनाही आशेचे श्रीमंती क्षण मिळाले. बेरोजगारांनाही वाटू लागलं की केव्हा ना केव्हातरी आपणही मटण-भाकरी घेऊन घराकडे परतू. एकाकीपणावर बुरखा घालण्यासाठी तिने दुकानातल्या चकचकीत खिडक्या सजवल्या. तिने अशी मनं निर्माण केली ज्यांना देवाची अनुपस्थिती मान्य करण्याऐवजी स्वतःलाच देव बनण्याची इच्छा होती. शरीरांचा गंध उत्कट करणारी ही इस्तंबूलनगरी सतत आश्वासने देणाऱ्या परंतु प्रत्यक्षात दूर दूर राहणाऱ्या प्रेमिकांसारखी होती. सगळी छान छान असत्यं तिनेच तर निर्माण केली होती. तिने असे स्त्री-पुरुष तयार केले जे तिच्यावर विश्वास ठेवण्यास आतुर झाले होते.

"दमिर्ताय, तू दिवसेंदिवस माझ्या वडिलांसारखा व्हायला लागला आहेस हं. ते जसे कठीण कठीण प्रश्न विचारायचे तसा तूही विचारायला लागला आहेस..." काका म्हणाले.

"खूप उशीर झालाय, कुहेलन काका.."

"का?"

"झालाय खूप उशीर..." दमिर्ताय खांदे उडवून पुन्हा तेच बोलला.

बाहेरच्या जगातही दमिर्ताय असाच होता का? जाहिरातींचे मोठाले फलक, कॉफी हाउसेस आणि भिकाऱ्यांच्या गर्दीत भटकताना त्याला निराशावादाचे झटके येत होते का? वाटेतल्या येणाऱ्या सगळ्याच गोष्टी सारखी वेगवेगळी रूपं धारण करत असल्यामुळे सावळागोंधळ माजला होता. कदाचित त्याच्या अंतरातलं जगही गोंधळात पडलं असावं. एकाच वेळेस तो

आनंदी असे आणि निराशही असे. हसता हसता अचानक खिन्न होई. तावातावाने चाललेल्या संभाषणात तो अचानक थांबायचा आणि मूक व्हायचा. ''खूप उशीर झालाय...'' पण हा उशीर कशासाठी झालाय ते माहीत होतं का त्याला?

''दमिर्ताय,'' मी त्याला विषयावर आणलं, ''तू माझं उत्तर नाकारलं नाहीस ह्याचा अर्थ मी कोडं सोडवलंय असा धरतो.''

''डॉक्टर, खरं सांगायचं तर कोड्यापेक्षा विमानाच्या कोसळण्यात मला अधिक रस होता.''

''तुला विमान कोसळल्याची माहिती होती का?''

''हो, आईची मैत्रीण त्या विमानात होती. दोघी दुसऱ्या दिवशी भेटणार होत्या. नुकतीच वाचलेली कादंबरी आई तिला देणार होती. अपघाताबद्दल ऐकलं तेव्हा आईचा विश्वासच बसेना. ते खोटं असेल म्हणून तिने कित्येक दिवस वाट पाहिली.''

''मग आईने पुस्तकाचं काय केलं?''

दमिर्तायने मान झुकवली आणि काही काळ स्वतःच्या पावलांकडे नजर लावली. जाणाऱ्या दर दिवसागणीक त्याला वाजणारी थंडी वाढत होती हे अगदी स्पष्ट होतं. कुठल्याही बाजूला वळलं तरी त्याचं अंग दुखत होतं. हालचाल मंदावू लागली होती. टपोऱ्या डोळ्यातलं तेज मंदावू लागलं होतं. बोलून किंवा गप्प बसूनही! कशाचाच काही उपयोग होत नव्हता.

''मला माहीत नाही,'' मान वर न करता तो म्हणाला, ''तिने पुस्तकांच्या कपाटात ठेवून दिलं असेल. नाही विचारलं तिला कधी.''

''तुझ्या जागी मी असतो तर त्या पुस्तकाचं काय झालं ते समजून घ्यावंसं वाटलं असतं मला.''

''डॉक्टर, ह्या क्षणी मी त्या पुस्तकाचा नाही तर प्रवाशांचा विचार करतोय. मला वाटलं होतं की विमानातली सगळी माणसं मेली. त्यात एखादा वाचलेला असू शकेल हे माझ्या मनात आलं नाही.''

विमान-अपघातातून वाचलेल्या स्त्रीबद्दल कुतूहल असलं तरी गोष्टीचा तो भाग खरा होता का हे विचारण्याचा धीर त्याला होत नव्हता. खरोखर इथले लोक विचित्रच होते! त्यांना संकल्पना चांगल्या कळायच्या, परंतु त्या कशाच्या संदर्भात वापरल्या ते कळायचं नाही. त्यांना वाटायचं की प्रकाश, पाणी किंवा भिंत पाहणारे आपणच पहिले आहोत. प्रत्येक आवाजाला काहीतरी वेगळा

अर्थ आहे असं त्यांना वाटायचं. मन प्रश्नांनी भरून गेलं की मग ते अगदी स्वतःच्या हातांकडेसुद्धा संशयाने बघायचे. ज्या कहाण्या एका टोकाशी उघड्या आहेत त्या दुसऱ्या टोकाशी बंद का आहेत ते त्यांना उमजायचं नाही. जमिनीवर आणि जमिनीखाली जगणारी इस्तंबूल नगरीही तशीच नव्हती का? परंतु हा शोध लागण्यासाठी दमिर्तायिला वेदना सोसाव्या लागल्या होत्या. तरीही त्याला विचारायचा धीर होत नव्हता की, ''सत्य काय आहे?''

''माझ्या आईला हे कळलं असतं तर किती बरं झालं असतं,'' तो म्हणाला, ''विमान-अपघातातील सर्वजण मेले असं गृहीत धरल्यावर एक व्यक्ती वाचलेय हे कळल्यावर तिच्यापाशी पकडून ठेवायला आशेचा एकतरी धागा उरला असता. मग तिला आपल्या दुःखाशी दोन हात अधिक चंगल्या तऱ्हेने करता आले असते. दुःख उफाळून आलं की कधी कधी ती रात्रीची सिगरेटी ओढत बसे. एकटीने मला वाढवणं हेच खरं तर तिच्यावरचं मोठं ओझं होतं. एका कंपनीत ती चहा देण्याचं काम करायची. मी अभ्यास करावा, तिच्यापेक्षा वेगळं जीवन कंठावं असं तिला वाटायचं. रात्री मी झोपल्यावर ती झोपायची आणि सकाळी माझ्यासोबतच बाहेर पडायची. आमच्या बसथांब्यावरच्या जाहिराती दर आठवड्याला बदलायच्या. त्यातली एखादी जाहिरात, जिथे सहलीला जायचं स्वप्न ती पाहत होती अशा सुंदर रिसॉर्टबद्दलची असायची. आणखी एखाद्या जाहिरातीत सुंदर घर असायचं. भविष्यात केव्हातरी ते घर आमचं होणार होतं. भविष्यात आमचं जीवन कसं असणार आहे त्याबद्दल ती अगदी भरभरून उत्साहाने बोलायची. पैसे साठवण्यासाठी सुट्टीच्या दिवशी दूरदूरच्या मोहल्ल्यांतल्या लोकांच्या घरी साफसफाईला जायची. प्रत्येकाचा आपापला मोहल्ला होता. गरीब-श्रीमंत, पूर्वेचे समर्थक-पश्चिमेचे समर्थक, ठाशीव-स्पष्ट उच्चार असलेले-नसलेले अशा सगळ्यांना वेगवेगळ्या मोहल्ल्यांत विभागलं होतं. आपण भरल्या पोटी झोपी जाताना आपले शेजारी मात्र उपाशीपोटी झोपताहेत ह्यामुळे लोक अस्वस्थ होऊ लागले की त्यावर उपाय काढायचे. तो उपाय असायचा दुसऱ्या मोहल्ल्यात राहायला जायचा. एकाच इस्तंबूलमध्ये अशी अनेक लहान लहान इस्तंबुलं वास करत होती. भुकेले लोक आणि भरपूर खायला-प्यायला मिळणारे लोक एकमेकांपासून कित्येक कोस दूर राहत होते. शहराच्या एका बाजूचा दिवस मावळत असताना दुसरी बाजू मौजमजेसाठी सिद्ध होत असे. एक बाजू कामावर जाण्यासाठी उठत असे तेव्हा दुसरी बाजू नुकतीच झोपायला गेलेली

असे. प्रत्येकजण त्याच्या त्याच्या इस्तंबूलमध्ये त्याच्यासारख्याच अन्य लोकांसोबत जगत होता. समुद्राकडे नजर टाकल्यावर दिसणारं दृश्यसुद्धा प्रत्येकासाठी वेगळं होतं. आई एका कामावरून दुसऱ्या कामावर जायच्या धावपळीतसुद्धा स्वप्नं पाहत होती. आम्ही आमच्या घरातून, आमच्या मोहल्ल्यातून बाहेर पडू, टीव्ही आणि फ्रीजची नवनवी मॉडेल बदलण्याएवढी आमची परिस्थिती चांगली होईल. माझं नशीब तिच्या नशिबापेक्षा वेगळं असेल ह्यावर तिचा विश्वास होता. परंतु माझा त्यावर विश्वास नाहीये हे मात्र तिला ठाऊक नव्हतं. डॉक्टर, मी तुम्हाला ती गोष्ट सांगितली आहे का हो कधीतरी? त्यांनी सिंड्रेलाला विचारलं की तू राजकुमाराच्या प्रेमात का पडलीस? त्यावर तिने उत्तर दिलं, 'कारण मला नियतीने एकच पर्याय देऊ केला होता, मग मी दुसरं काय करणार?' आमच्या मोहल्ल्यातलं आयुष्यही आम्हाला दुसरा पर्याय देत नव्हतं. प्रत्येक कुटुंब तीच स्वप्नं पाहत होतं आणि त्याच मोठ्या अडथळ्याशी येऊन अडकत होतं. 'असं का?' असा प्रश्न कुणीच विचारत नव्हतं. मीही विचारत नव्हतो. परंतु एकदा असं झालं की आम्ही ज्या रिकाम्या जागेवर फुटबॉल खेळायचो, तिथल्या मोठ्या मुलांनी मला काही पुस्तकं वाचायला दिली... आणि मग... मग सारंच बदललं.''

दमिर्तायने पुढे झुकून प्लॅस्टिकची पाण्याची बाटली उचलली. दोन घोट पाणी पिऊन तो पुढे बोलू लागला.

''इस्तंबूलमध्ये भाकरी आणि स्वातंत्र्य ह्या दोन मागण्यांना वाटायचं की दुसरीने आपली दासी, बटकी बनलं पाहिजे. 'भाकरी हवी असेल तर स्वातंत्र्याचा त्याग करा' किंवा मग 'स्वातंत्र्याच्या मागे जा आणि भाकरीचा त्याग करा.' एकाच वेळेस दोन्ही मिळवणं अशक्य होतं. मोहल्ल्यातल्या तरुणांना ही नियती बदलायची होती. चमकत्या जाहिरातफलकांच्या सावलीत उभं राहून ते नव्या भविष्याची स्वप्नं पाहत होते. त्यांनी मला दिलेली पुस्तकं वाचताना माझ्या मनात आलं : सगळं इस्तंबूलच फोडांनी ठुसठुसत असताना नवीन भविष्य घडवणं कसं शक्य आहे? रस्त्यांवर गाड्यांची दाटी आहे आणि जमिनीवर इमारतींची दाटी आहे. खिन्न, उदास वृक्षांची जागा क्रेन्स आणि धातूच्या खांबांनी घेतली आहे. अन्न मिळवण्यासाठी भिकाऱ्यांसारखेच पक्षीही मोठ्या संख्येने धडपडू लागले आहेत. मी अखंडपणे वाचायचो. ह्या नगरीबद्दल माझी आई, शिक्षक आणि मित्रांना एवढी आत्मीयता का आहे त्याचा अर्थ लावायचा प्रयत्न करत राहायचो.''

दमितर्ताय जागा झाला की त्याचा आवाज खूप खरखरीत यायचा, तोच आता हळुवार झाला होता, "आईला शहराच्या गतीशी जुळवून घेणं कधी जमलंच नाही. अतिकष्टांमुळे ती थकून जात होती. तिच्या बालपणाबद्दल बोलताना म्हणायची, 'भूतकाळातलं जीवन एवढ्या जलदगतीने बदलत नव्हतं. त्या काळात शोधही हळूहळू लागायचे. आम्ही त्या शोधांना आमच्या जीवनात हळूहळू स्थान द्यायचो. नव्या शोधांमुळे आम्हाला खूप भारून गेल्यासारखं व्हायचं; परंतु त्यांच्यामुळे आमचा गोंधळ उडत नव्हता. उद्या काय होईल त्याची आज आम्हाला कल्पना असायची. पण आता तसं आहे का? नवे नवे शोध येतात तसेच पटकन निघूनही जातात. आम्ही कधी म्हातारे होऊ ही शक्यताच त्यांनी आमच्या जीवनातून पार पुसून टाकलेय. जाताना ते पाठी कसल्या पाऊलखुणा ठेवून जात नाहीत की आठवणीही ठेवून जात नाहीत. एका शोधाशी पुरते जुळवून घेण्याची संधी मिळण्यापूर्वीच नव्या शोधाने त्याची जागा घेतलेली असते. पण लोकांनाही त्यांच्या त्यांच्या मर्यादा असतातच ना! आम्ही कासवांपेक्षा जलद चाललो तरी सशांपेक्षा हळूच धावत असतो ना, त्याचं काय करायचं? आमच्या मनांना आणि भावनांनाही मर्यादा आहेत. आम्ही परंपरांच्या पुढे पुढे धावत असलो तरी शोधांसोबत धावताना मागे पडत असतो. ह्या तफावतीमुळे आमच्या आंतरिक समतोलावर ताण पडून तो ढासळून पडतो. जुन्याच्या आधारावर नवं असं काही आता निर्माण होतच नाही. कारण जुनं असं काही शिल्लकच राहिलेलं नसतं. सगळ्याचाच मुळी केवळ फेकून देण्याचा कचरा बनतो. टिकणं ही बाब जणू विस्मरणातच गेली आहे. बंध निर्माण करण्यावरचा विश्वासच नाहीसा झाला आहे. उकिरड्या-सारखीच हृदयंही कचऱ्याने भरून जात आहेत.' ह्या वेगानेच माझ्या आईला दमवलं. रात्री झोपताना सोबतीला दुःख घेऊन ती झोपायची आणि दिवसा स्वप्नं पाहायची. दुसरं ती करू तरी काय शकत होती? इस्तंबूलमध्ये माजलेल्या अनागोंदीत स्वतःचं आयुष्य एकटीच्या बळावर कसं कोरून काढायचं तेच तिला कळेनासं झालं होतं. मग अशा वेळी स्वप्नांचा सोडला तर तिला अन्य कसला आधार होता?"

दमितर्तायला एकट्याला राहायला आवडत नव्हतं. कोठडीत एकटं राहायला तो भ्यायचा. आम्ही जास्त लोक असलो की त्याला आनंद व्हायचा. त्याला आगगाडीची स्थानकं, मोडकळीला आलेल्या फेरीबोटी आणि गजबजलेले चौक आठवायचे. त्या चौकांत चालताना माणसं एकमेकांवर आपटायची. शहराचं

सौंदर्य तिथल्या गर्दीत असतं. तिथे सगळीकडे माणसं असतात; गलबला असतो; दिवे असतात. एका रस्त्यावर शांत निवांत असलं तर दुसऱ्यावर चैतन्य सळसळत असतं. तिथे धातू काँक्रीटमध्ये मिसळतात. काच पोलादात मिसळते. इस्तंबूलचे लोकही त्या नगरीसारखेच बनतात. ही नगरी माती, आग, पाणी आणि श्वासापासून बनली आहे. ती पोलादासारखी कठीण आणि काचेसारखी नाजूक आहे. मग नगरीतले हे लोक गूढ रहस्यमय शास्त्रांत प्राण फुंकतात. त्या गूढ शास्त्रांसाठीच तर भूतकाळातील साहसवीरांनी प्राण दिलेले असतात. आधीपासूनच जे अस्तित्वात आहे तेवढ्याने समाधान न झाल्याने ते नेत्रदीपक शोधांमागे जातात. त्यांनी आग आणि पाणी एकत्र केलं. प्रेम आणि द्वेष एकत्र केला. आहे त्या रूपातली सृष्टी त्यांना अंगावर येणारी वाटली म्हणून तिच्यात बदल घडवून आणण्यासाठी त्यांनी चांगल्याला वाइटाची जोड दिली. पैसे देऊन असत्य विकत घेतलं. प्लॅस्टिकच्या फुलांनी घरं सजवली. कातडीत सिलिकॉन टोचून घेतलं. आता रोज सकाळी ते मोठ्या आशेने उठतात की आज तरी आपला चेहरा आरशात बरा दिसेल. म्हणजे बघा, इस्तंबूलमध्ये ही गूढविद्या कशी स्वतःपासूनच सुरू होत होते ती.

दमिर्तायची आई करारी होती आणि दुबळीही होती. तडफदार होती आणि गलितगात्रही होती. आशावादी होती आणि निराशावादीही होती. हे सगळं ओझं एकाच वेळेस आपण कसं उचलतो आहोत ते तिचं तिलाही कळत नव्हतं. सूर्यास्त, जाहिराती, गाड्यांचे भोंगे या सगळ्यांच्या वेगाशी जुळवून घेण्याचा ती प्रयत्न करत होती. तिला आठवणींची खूप भीती वाटायची. चांगले दिवस भूतकाळात जमा झाले आहेत ह्यांची आठवण तिला त्या आठवणीच तर करून देत होत्या. शहर उद्‌ध्वस्त झालं होतं. जीवन निरस झालं होतं. माणसं अधःपतित झाली होती. प्रत्येक दिवस आधीच्या दिवसापेक्षा वाईट होता. एकाकी जीवन कंठणाऱ्या प्रत्येक व्यक्तीप्रमाणे तिलाही सुखान्त शेवट असलेल्या कादंबऱ्या आवडत होत्या. कादंबऱ्यांत तिला जो प्रामाणिकपणा आढळे तो घरी, कामाच्या जागी, रस्त्यांवर कुठेही दृष्टीससुद्धा पडत नव्हता. तिने आपल्या आत्म्याची एकमेकांशी झगडणारी टोकं घट्ट बांधून ठेवली होती. त्यातलं एक टोक होतं पोलादाचं तर दुसरं होतं काचेचं... एक टोक होतं अश्रूंचं तर दुसरं होतं संतापाचं...

"आईचा पुस्तकांवर विश्वास होता," दमिर्ताय म्हणाला. त्याने आमच्याकडे अशा तऱ्हेने बघितलं की जणू आमचाही पुस्तकांवर विश्वास आहे किंवा काय

हे तो अजमावून पाहत असावा. ''कधी कधी रात्री ती कादंबरी वाचण्यात एवढी गुंगून जायची की तिला माझाही विसर पडायचा. कधी कधी ती नेहमीपेक्षा जास्त सिगरेटी ओढायची तेव्हा मला वाटायचं की हिच्या ह्रदयाला आता ही कुठली नवी जखम जाळू लागली आहे? ना मी तिला कधी विचारलं ना तिने मला कधी ते सांगितलं. पाण्यात बुडालेल्या लहान मुलाने वर येऊन श्वास घेण्याची धडपड करावी तशी झाली होती तिची अवस्था. ना ती पुरती बुडत होती, ना श्वास घेण्यासाठी वर येऊ शकत होती. ती ह्या नगरीस दूषणं द्यायची. कारण ही नगरी स्वप्नांवर उभं राहण्याऐवजी आकडेमोडीवर उभी होती. तिला वाटायचं की इस्तंबूल हे एखाद्या पुस्तकाच्या झकपकीत मुखपृष्ठासारखं आहे. वरची सजावट आणि नक्षी पाहून लोक भुलतात आणि आतील सत्यापासून दूर जातात. कधी कधी मी आईला बालसुलभ उत्सुकतेने विचारायचो, 'आई, तू एवढं काम का ग करतेस?' त्यावर ती म्हणायची, 'दमिर्ताय, मला घर घ्यायचंय. म्हणजे तू सुखात राहाशील. आत्ता मी तुला चांगलं जीवन देऊ शकत नाहीये, परंतु पुढील काळात तू सुखात राहावंस म्हणून माझी धडपड चालली आहे. भविष्य खूप खूप दूर आहे, असा विचारही करू नकोस. ते तर कोपऱ्यावर येऊन ठेपलं आहे. जेव्हा तू पुस्तकातल्या चरित्रांबद्दल वाचशील तेव्हा तुला ते अधिक चांगलं समजेल.' आई असं बोलू लागली की मी भक्तिभावाने ऐकायचो. तिच्यामुळेच तर मीही पुस्तकांवर विश्वास ठेवायला शिकलो.''

''त्यांनी तुला पकडलंय ते आईला माहीत आहे?'' मी विचारलं.

''नाही, मी तिला कित्येक महिन्यांपासून पाहिलंही नाहीये. ते माझ्या मागावर होते म्हणून मी आमच्या मोहल्ल्यात फिरकलोच नव्हतो ना.''

''असं का केलंस, दमिर्ताय?'' मी विचारलं. ''तू तिला कामावरून परतताना, रस्त्यावरील गजबजाटात भेटू शकला असतास, कुणालाही न कळता...''

''माझ्या मनात तसे विचार यायचे डॉक्टर, पण शेवटल्या क्षणी माझं मन बदलायचं. ते तिच्या मागावर असले तर...''

...माझा मुलगा मला गुपचूप येऊन भेटायचा. कधी ऐन गर्दीत तर कधी रस्त्याच्या अंधाऱ्या नाक्यावर यायचा आणि माझ्या खांद्याला स्पर्श करायचा. तो त्याचा चालण्याचा वेग माझ्या चालण्याशी जुळवून घ्यायचा आणि सोबतीने चालायचा. दमिर्तायचं बोलणं ऐकता ऐकता मला जाणवलं की मी

खूप नशीबवान आहे. मुलामुलींच्या वाटेकडे डोळे लावून बसलेल्या किंवा अगदी त्यांच्या मरणाची बातमी कळलेल्या आईबापांच्या मन:स्थितीबद्दल मी विचार केला तेव्हा मला जाणवलं की आपण त्यातल्या सुखी अल्पसंख्याकांत आहोत. मला माझा मुलगा मिळालाय, मी त्याला इस्पितळात भरतीही केलंय. मी त्याला सुरक्षित हाती सोपवलंय.

''दमिर्ताय...'' मी म्हणालो, ''माझा एक सहकारी होता, त्याच्यासोबत मी बरीच वर्षं काम केलं. त्याची किशोरवयीन मुलगी घर सोडून क्रांतिकारकांच्या गटात सामील झाली. एके दिवशी त्याच्या कानावर आलं की आपल्या मुलीला गोळी लागलेय आणि तिच्या मित्रांनी तिला गुप्तपणे पुरलंय. तिची कबर त्याने शोधून काढली आणि एक संगमरवरी फलक तयार करून कबरीवर लावला. त्यावर त्याने जहाजाचं चित्र कोरून घेतलं होतं. 'सचित्र इस्तंबूल' पुस्तकाच्या मुखपृष्ठावरचं चित्र होतं ते. ते पुस्तक तो तिला लहानपणी वाचून दाखवायचा. त्या कबरीकडे तो दर आठवड्याला जाऊ लागला. जमिनीखाली झोपलेल्या लेकीशी हितगुज करू लागला. तिला 'सचित्र इस्तंबूल'चे भाग वाचून दाखवू लागला. तो तिला चांदण्यांसारख्या चमकणाऱ्या घुमटांबद्दल सांगायचा. नदीसारख्या वळणदार रस्त्यांबद्दल सांगायचा. त्रिशुळा-सारख्या टोकदार मनोऱ्यांबद्दल सांगायचा. एके दिवशी मुलीचे मित्र येऊन म्हणाले, 'काहीतरी चूक घडली सांगताना. ह्या इथे आमची वेगळी मैत्रीण चिरविश्रांती घेतेय. तुमच्या मुलीला बॉस्फरसच्या पलीकडल्या काठावरच्या दफनभूमीत पुरलंय.' माझा सहकारी त्या रात्री झोपलाच नाही. पुढल्याही नाही. तिसऱ्या रात्री तो नेहमीच्या कबरीकडे गेला आणि तिथे बाजूलाच आडवा झाला. पहाटे जाग आल्यावर त्याने आकाशातल्या शुक्रचांदणीकडे पाहिलं. सायप्रस वृक्षांवरून वाहणाऱ्या वाऱ्याची सळसळ ऐकली. मग जमिनीतून कबरीची मूठभर माती बाहेर काढली आणि तिचा वास घेऊन ती हवेत उडवून दिली. वाऱ्याने माती इकडे तिकडे उडाली आणि वाहून गेली. ते पाहून मनाशी म्हणाला, 'ही कबर माझ्या मालकीची आहे. मला ती आवडू लागलेय आणि तिलाही मी आवडू लागलोय.' मग गुडघ्यावर माथा टेकून तो विलाप करू लागला. त्याला वाटू लागलं की आपण ही कबर सोडून गेलो तर दुसऱ्या कबरीतल्या आपल्या मुलीची आणि इतर मृतांची काळजी घ्यायला कुणी उरणारच नाही. तो नित्यनेमाने त्याच कबरीकडे जाऊ लागला. सोबत 'सचित्र इस्तंबूल'चं पुस्तक न्यायचा आणि त्यातल्या गोष्टी वाचून दाखवायचा.

चित्रांचं वर्णन करायचा. ह्या घटनेची आठवण मला कशामुळे आली ते सांगू? मला वाटतं की तुझ्या आईनेही तेच केलं असेल. मैत्रिणीला द्यायचं होतं ते पुस्तक तिने इस्तंबूल समुद्राला वाचून दाखवलं असेल. कारण तिथेच ते विमान कोसळून पडलं होतं. कदाचित वाचून झाल्यावर तिने ते पुस्तक समुद्राच्या लाटांच्याच स्वाधीन केलं असेल.

"डॉक्टर," चिंताग्रस्त चेहऱ्याने दमिर्ताय म्हणाला, "तुम्ही आज दुसऱ्यांदा दुःखी कहाणी ऐकवलेय. झालंय काय तुम्हाला? ह्यापूर्वी तुम्हीच तर म्हणायचा ना की मरण आणि यातनांबद्दल इथं बोलायचं नाही असं..."

विचार करता माझ्या लक्षात आलं की तो खरं बोलत होता. "मी तसं करतोय हे लक्षातच नाही राहिलं रे माझ्या... ह्याचा अर्थ कधी कधी माझाही ताबा सुटतो स्वतःवरचा!" मी म्हणालो.

दमिर्ताय हातांवर फुंकर घालून ऊब मिळतेय का ते पाहत होता. त्याच्या अंगात ताप आहे का ते मी त्याच्या कपाळाला हात लावून पाहिलं. त्याची नाडीही पाहिली. त्याच्या त्वचेखाली फारसं मांस शिल्लकच राहिलं नव्हतं. नुसती हाडं हाडं लागत होती. त्याला सतत हुडहुडी भरलेली असायची. त्याच्या शरीराचं तापमान वाढलेलं होतं. मी त्याला मागे टेकून बसायला सांगितलं. त्याचे पाय हलकेच उचलून माझ्या गुडघ्यांवर ठेवले. त्याच्या पायांच्या टाचा सोलवटल्या होत्या. त्यावर लाल-गुलाबी, पांढरे वळ दिसत होते. तो जीव गेल्यासारखाच जणू दिसू लागला होता. मी त्याच्या पायांची बोटं हातात घेतली. जणू मी त्यांना कापसात गुंडाळतच होतो. तसं करून त्याला ऊब देण्याचा मी प्रयत्न केला.

त्याला खुदूखुदू हसू आलं...

"काय रे झालं, दमिर्ताय?" मी विचारलं.

"मला गुदगुल्या होताहेत."

"छान, तू निदान हसू तरी शकतो आहेस."

"हसलंच पाहिजे का?"

"होय, आपण हसलंच पाहिजे. नाहीतर दुःखी गोष्टी सांगितल्या म्हणून कुहेलन काका आपली चांगली खरडपट्टी काढतील. आधीच ते आपल्याकडे रागारागाने बघताहेत."

"तसं असेल तर मी तुम्हाला एक विनोदी चुटका सांगतो."

दमितर्रायने एखादा नवा चुटका शोधला होता की तो आम्हाला जुन्यातलाच एखादा सांगणार होता?

"काय आहे चुटका?" मी म्हणालो.

"ध्रुवप्रदेशी अस्वलाबद्दलचा आहे."

"ध्रुवप्रदेशी अस्वलाचा?"

"होय, म्हणजे ध्रुवप्रदेशीय अस्वलाचं एक छोटंसं पिल्लू असतं..."

"सांग, सांग...."

दमितर्रायने त्याची पावलं माझ्या हातांच्या तळव्यात सोडून दिली होती. तो बोलू लागला, "उत्तरेकडील जमीन बर्फाची असते. डोंगर बर्फाचे असतात. तिथले सजीव श्वास घेतात ती हवा बर्फाची असते. ध्रुवप्रदेशीय अस्वलाचं पिल्लू आईला बिलगून बसलं होतं. त्याने जणू तिच्या लांब, उबदार, मऊ लोकरीत स्वतःला जणू बुडवूनच घेतलं होतं."

बाळाने आईला विचारलं, "आई, तू माझी खरी आई आहेस का ग?" आश्चर्यचकित होऊन आई म्हणाली, "म्हणजे काय, बाळा? मीच तुझी आई आहे, शोन्या."

"बरं, पण मग तुझी आईसुद्धा ध्रुवप्रदेशातली अस्वली होती का?"

"होय, माझी आईसुद्धा ध्रुवप्रदेशीय अस्वलीच होती."

"मग तुझ्या बाबांचं काय?"

"अरे, तेसुद्धा ध्रुवप्रदेशीय अस्वलच होते."

मग अस्वलबाळ आईकडून बाबांकडे गेलं. ह्या वेळेस त्याने त्यांच्या उबदार लोकरीत स्वतःला लपेटून घेतलं.

"बाबा," अस्वलबाळ म्हणालं, "तुम्ही माझे खरे बाबा आहात का?"

"होय," त्याचे बाबा म्हणाले. मग आधीच्याच सारखी सगळी प्रश्नोत्तरं झाली.

"तुमचे बाबाही ध्रुवप्रदेशीय अस्वल होते का?"

"होय?"

"आणि आई? तीही ध्रुवप्रदेशीय अस्वलच होती ना?"

"हो रे बाळा."

खरंतर ही गोष्ट मोठी आहे, पण मी थोडक्यात सांगतो. त्या बाळ-अस्वलास सर्व अपेक्षित उत्तरं मिळाल्यावर त्याने रागारागानं जोरात पाय

आपटले आणि बर्फातच उभं राहून ते ओरडलं, ''मग मलाच का एवढी थंडी वाजतेय ती?''

आम्ही कुजबुजत्या स्वरात हसलो. आम्ही आमच्या आवाजांवर ताबा मिळवला नाही तर ते भिंतींवरून पलीकडे जातील. आणि जमिनीवरच्या जगापर्यंत पोचतील.

''मग मलाच का एवढी थंडी वाजतेय ती?'' दमिर्ताय म्हणाला. त्याने आपलं वाक्य पुन्हा उच्चारलं. खूप दुरून धावत आलेल्या लहान मुलासारखा धापा टाकत तो बोलू लागला, ''मीही नेहमीच गारठलेला असतो, असं वाटतं की माझ्या शरीरातल्या मांसात हाडांऐवजी बर्फाचे ठोकळेच भरलेले आहेत की काय? ह्या कोठडीतल्या सगळ्यांपेक्षा मलाच थंडी जास्त का वाजते?''

त्यावर मी चटकन बोललो, ''कारण तूच अस्वलबाळ आहेस ध्रुवप्रदेशातलं.''

''तसंच वाटतं मलाही.''

लोखंडी दरवाजा उघडल्याच्या आवाजाने आमच्या चेहऱ्यावरील हास्य पुसलं गेलं. मार्गिकेतून येणारे आवाज ऐकण्यासाठी आम्ही कान टवकारले.

रात्रीच्या अंधारात तरुण मुलींचं रक्त पिणारी वटवाघळं गुहेत परतत होती... जंगलात गेलेल्या लहान मुलांना खाणारे लांडगे लोखंडी दरवाजातून आत येत होते... एक विचित्र, तीव्र वास आमच्या नाकात घुसत होता. जणू आम्ही वाळवंटातल्या विहिरीतच पडलो होतो. चांदण्यांच्या उजेडाचा मागोवा घेत चालणारा उंटांचा तांडा तिथे येऊन आमची सुटका करील ह्याची प्रतीक्षा करत बसलो होतो. आम्ही स्वप्नं पाहत होतो की कोणे एके सकाळी डोळे उघडू तेव्हा इथल्यापेक्षा पुष्कळ दूर कुठेतरी, वाळूच्या उबदार टेकड्यांवर आम्ही असू. जिथे आम्हाला लोखंडी दरवाजाचा आवाजही येणार नाही. वादळी लाटांवर हेलकावे घेणाऱ्या जहाजांइतकेच आम्हीही असहाय होतो. आमच्यातील प्रत्येकाला वाटत होतं की कुठल्यातरी बुडालेल्या जहाजावरचे वाचलेले एकमेव प्रवासी आपणच आहोत.

आम्ही अगदी स्तब्धपणे बाहेरचे आवाज ऐकू लागलो. त्यांनी मार्गिकेच्या वरच्या एका कोठडीचं दार उघडलं आणि बंद केलं. मग ते मागच्या मार्गिकेकडे आले. त्यांनी दुसऱ्या कोठडीचं दार जोरजोरात वाजवलं. नशेत असल्यासारखे ते बेभान हसत होते. गाणं म्हणत होते. परंतु त्या गाण्याचे शब्द कळत नव्हते. मग तशाच झिंगल्या स्थितीत ते माघारी वळले. आता ते आमच्या जवळ

जवळ येत चालले होते. त्यांच्या पावलांचा आवाज भिंतींवर घुमत होता. ते संख्येने पुष्कळ असावेत. त्यांचं गुरकावणं आणि अंगाचा दर्प दोन्हीही घुसमटून टाकणारं होतं. आमच्या कोठडीसमोर येऊन ते उभे राहिले परंतु आमच्याऐवजी त्यांनी समोरच्या कोठडीचं दार उघडलं आणि झिनी सेवदाला आत ढकलून दिलं. ते तिला शिवीगाळ करत होते. अपमानास्पद बोलत होते. तिचं दार जोरात आपटून ते खदखदा हसले. जणू वेड्याच्या इस्पितळांतले रहिवासीच!

दमिर्ताय उठला आणि हळूहळू चालत गजांपाशी गेला. त्याने समोरच्या कोठडीकडे नजर टाकली.

मग आमच्याकडे वळून तो म्हणाला, ''झिनी गजांपाशी नाही.''

''आत्ताच आलीये ना ती... तिला उभं राहण्यासाठी काही मिनिटं लागतीलच की.''

आपण गारठलेल्या जमिनीवर अनवाणी उभे आहोत, ह्याचं दमिर्तायला भान नव्हतं.

''मी वाट पाहतो इथे.'' तो म्हणाला.

ही काही शेवटची वेळ नव्हती उभं राहाण्याची.

कोठडीतल्या जीवनात एकसुरीपणा होता. अंधार दाटून येत असताना आमचे शब्द त्याच त्याच ठरावीक व्यक्तींचं वर्णन करायचे; त्याच शहरातून फिरायचे आणि त्याच आशेला कवटाळून ठेवायचे. परंतु तरीही आम्ही प्रत्येक दिवस उत्साहाने सुरू करायचो. अशा आशेने की आजचा दिवस काहीतरी वेगळा असेल. एकमेकांना पहिल्यांदाच बघत आहोत, अशा तऱ्हेने आम्ही एकमेकांकडे टक लावून पाहायचो. पण जेव्हा आम्हाला कळायचं की आमची स्वप्नं आणि आमच्या यातना रोज स्वतःहूनच नव्याने जन्म घेतात तेव्हा आम्ही क्षणभर शांतच बसायचो. कारण सुखाला मर्यादेचं कुंपण असलं तरी दुःखाला मात्र मर्यादा नव्हती. असं का होत होतं? दररोज आम्ही हसण्यासाठी नवनवे बहाणे शोधून काढायचो. एकदा तर आम्हाला जाणवलं की आमचं हास्यसुद्धा आपोआपच जन्म घेतंय तेव्हा आमच्या लक्षात आलं की आपण आणखी एक सीमा ओलांडली आहे.

आम्ही डोकी वर उचलून छताकडे पाहत राहायचो. जमिनीवरच्या इस्तंबूलनेही नव्याने जन्म घेतला आहे का ते आठवण्याचा प्रयत्न करायचो. बाजारातली छोटी छोटी दुकानं, मशिदीतली कबुतरं, शाळेचा दिवस संपल्यावरचा मुलांचा आरडाओरडा, हे समुद्राच्या दोन्ही काठांवर सारखंच होत

असेल का? सगळ्या मोहल्ल्यांना कवेत घेणारा बॉस्फरसचा प्रवाह तोच असेल का? सर्व लहान बाळं एकसारखीच रडत जन्म घेत असतील का? सर्व माणसं मरताना एकसारखाच शेवटचा श्वास सोडून मरत असतील का? आम्हाला मृत्यूबद्दल कुतूहल होतं. मृत्यूसुद्धा त्याच त्याच प्रकारे घडत होता का? एक मृत्यू हा दुसऱ्या मरणासारखाच होता का?

"झिनी सेवदा गजांपाशी आहे, बोलावतेय तुम्हाला," दमिर्ताय म्हणाला.

"आम्हा दोघांना?"

"होय, तिला बोलायचंय तुमच्याशी..."

मी कुहेलन काकांना उठून उभं राहायला मदत केली. आम्ही दोन पावलं टाकून दाराशी गेलो. मार्गिकेतल्या उजेडाने डोळे दिपल्यासारखे झाले. जणू स्वतःच्या मुलीला बघितल्यावर आनंद व्हावा तसे आम्ही झिनी सेवदाकडे पाहून वात्सल्याने हसलो.

"बरी आहेस का ग?" काकांनी लिहिलं.

"होय," झिनीनं लिहिलं आणि तोच प्रश्न पुन्हा गिरवला, "तुम्ही बरे आहात ना?"

"बरे आहोत, मुली.."

झिनी सेवदाचा डावा बंद डोळा सुजून भप्प झाला होता. चेहऱ्यावरचे ओरखडे आणखी वाढले होते. खालच्या ओठावरची जखम आणखी मोठी दिसत होती. मान धुळीने काळी झाली होती. घामट, तेलकट केस डोक्याला चिकटून बसले होते. माझ्या जखमा एकेक करून मोजाव्यात तसं तिने माझ्या चेहऱ्याकडे पाहिलं.

"डॉक्टर, कसे आहात तुम्ही?" तिने विचारलं.

"मी बरा आहे," मी म्हणालो, "पण तू आताच चौकशीवरून आलीयेस ना? तुला झोप हवी. विश्रांती हवी."

माझं लिहिणं संपण्याआधीच झिनीने बोट उचललं आणि घाईघाईत लिहिलं, "एकमेकांशी बोलताना तुम्ही आपली गुपितं सांगता का?"

"नाही," मी म्हणालो.

कुहेलन काका आणि दमिर्तायने माना हलवून माझ्या बोलण्याला अनुमोदन दिलं.

"खात्री आहे तुमची?" झिनी सेवदाने विचारलं.

"काय म्हणायचंय तुला?"

...काय म्हणायचं होतं तिला?

छळ सोसण्यातून उरलेला वेळ आम्ही झोपण्यात, बोलण्यात किंवा गारठण्यात घालवत होतो. आमची स्वप्नं एकमेकांना सांगत होतो आणि फक्त आमचा असा स्वर्ग इथे उभारत होतो. इस्तंबूलने जशी स्वतःची गुपितं लपवून ठेवली होती तशी आम्हीही आपापली गुपितं एकमेकांपासून लपवून ठेवली होती.

"डॉक्टर,'' झिनी म्हणाली. तिचं बोट काही काळ हवेतच राहिलं. वाक्य कसं पूर्ण करावं ह्याबद्दल तिच्या मनात निश्चय होत नसावा. "चौकशीकर्त्यांना तुमचं गुपित माहीत आहे.''

...माझं गुपित?

मी आवंढा गिळला. दिपलेले डोळे घट्ट बंद करून पुन्हा उघडले.

"त्यांना कसं काय माहीत?'' मी विचारलं.

"तुम्हीच ते सांगितलंत.''

"नाही, ते माझा छळ करत असताना मी एक शब्दही बोललो नाहीये.''

"नाही, छळ करताना नाही... कोठडीत सांगितलंत. त्यांनी त्यांचा एक माणूस कोठडीत पेरला होता. त्याला सांगितलंत तुम्ही.''

"तू कशाबद्दल बोलते आहेस, मुली?''

...कशाबद्दल बोलत होती ती?

झिनीने शांतपणे लिहिलं.

"मी चौकशीच्या खोलीत बेशुद्ध पडले असताना कुठल्या तरी क्षणी शुद्धीवर आले. चौकशीकर्ते मला भिंतीशी टाकून एकमेकांशी गप्पा मारत होते. ते काय बोलत होते ते मी ऐकलं. काल कुणाचीतरी चौकशी करत असताना त्या माणसाने आपल्या डोळ्यांवरची पट्टीच ओढून काढली आणि चौकशी अधिकाऱ्याची बंदूक हिसकावून घेऊन अंदाधुंद गोळीबार केला. मग ज्या मार्गिकांत तो कधीच गेला नव्हता तिथे पळत सुटला आणि कुठेही गोळीबार करू लागला. परंतु तो फार लांब पळू शकला नाही. त्यांनी त्याला घेराव घातला आणि मागे-पुढे न पाहता सरळ गोळ्याच घातल्या. काल आपण गोळीबार ऐकला तेव्हा आपल्याला आश्चर्य वाटलं होतं. तो तो गोळीबार होता.''

तिचं बोलणं मला कळतंय का ते पाहण्यासाठी झिनी क्षणभर थांबली.

''माझ्या डोळ्यांवर पट्टी होती, डॉक्टर,'' ती म्हणाली, ''मला त्यांचे चेहरे दिसू शकले नाहीत. त्यांना वाटलं की मी बेशुद्ध पडले आहे. ते चहा पीत सिगरेटी फुंकत बसले होते. मग ते तुमच्याबद्दल बोलू लागले. त्यातला एक माणूस तुमच्याशी कसा बोलला, त्याने तुमचा विश्वास कसा संपादन केला हे तो त्यांना सांगत होता. तुमच्याकडून मिळालेली माहिती त्याने त्यांच्यापुढे उघड केली.''

...माझ्याकडून त्याला मिळालेली माहिती?

''माझ्याकडून काय माहिती मिळाली त्याला?''

''तुम्ही खरे डॉक्टर नाही आहात...''

...मी गजापासून धसूकन मागे झालो. जडशीळ पावलांनी तिथून लांब गेलो... कोठडीच्या मागच्या भिंतीला टेकेपर्यंत मागे गेलो. झोपेतल्या लहान मुलाला किंचाळावंसं वाटावं पण तोंडातून आवाजच फुटू नये तशा अवस्थेत मी निश्चल उभा राहिलो होतो.

'त्यांना माहितीये,' मी स्वतःशीच पुटपुटलो, 'देवा रे, त्यांना माहिती आहे ते...'

मी हळूहळू पावलं टाकत पुन्हा दाराशी गेलो.

''आणखी एक गोष्ट...'' झिनी म्हणाली, ''त्यांनी मिनी बडे नावाच्या मुलीचं नाव घेतलं. पण ती ज्याच्यावर प्रेम करते तो माणूस तुम्ही नव्हे. मिनी बडे दुसऱ्याच कुठल्यातरी डॉक्टरवर प्रेम करते.''

...माझ्या अंगी चालण्याचं त्राणही उरलं नाही. मी जमिनीवर मटकन बसलो आणि तोंडावरून, कपाळावरून, केसांवरून हात फिरवू लागलो. माझाच सदरा मला घट्ट घट्ट वाटू लागला होता. मी एकामागोमाग एक बटणं ओढून काढू लागलो. कुहेलन काकांनी माझी मनगटं घट्ट पकडली. मला भिंतीशी टेकून बसायला लावलं. मी सुटायची धडपड करू लागलो तेव्हा त्यांनी माझ्या मनगटांवरची पकड आणखीच घट्ट केली.

...हे काय होतंय काय मला?

असं म्हणतात की जीवनातल्या तीन गोष्टी कधीही उलटवता येत नाहीत. कुठल्या होत्या त्या? 'फुटलेलं गुपित' हे होतं का त्यातलं एक? मला घड्याळाचे काटे उलटे फिरवायचे होते. मला मागच्या महिन्यात किंवा मागच्या वर्षात अजिबात जायचं नव्हतं. मला मानवजातीच्या सगळ्यात पहिल्या युगात जायचं होतं. माणूस जेव्हा 'माणूस' बनला नव्हता, जेव्हा क्रौर्य अशी काही

चीज अस्तित्वातच नव्हती तेव्हाचं जगणं किती सुंदर असेल? तेव्हा कसली काळजी नसेल. अस्तित्व यातनांवर अवलंबून नसेल. लोक बघण्यात आणि स्पर्श करण्यात आनंद मानत असतील. जन्मांची कुठे नोंदणी होत नसेल आणि मृत्यूही निसर्गक्रमाने येत असेल. आणि... आणि तिथे गुपितं ठेवण्याचीही गरज नसेल.

''आपण खबरे नाही आहोत,'' माझं एक मनगट पकडून दमिर्ताय म्हणाला. त्याच्या आवाजात जीव नव्हता. ''आम्ही तुमचं गुपित दुसऱ्या कुणाला सांगू शकणारच नाही. कारण ते आम्हालाच माहीत नाही. तुम्हाला माहित्येय का कुहेलन काका?''

''तू...'' मी म्हणालो.

''आम्ही कुणालाही काहीही सांगितलेलं नाही.''

''तुम्ही त्यांना सांगालच काय?'' मी म्हणालो, ''माझ्या मुलाच्या जागी त्यांनी मला पकडलं. तो खरा डॉक्टर आहे. ते मी तुम्हाला कधीच सांगितलं नाहीये. माझा मुलगा कुणालातरी भेटणार होता तिथे मी गेलो. पोलिसांच्या सापळ्यात अडकलो तेव्हा मीच तो आहे असं सांगितलं.''

माझ्या मुलाची भेट अली लायटरशी होणार होती. सरत्या उन्हाळ्यातला तो दिवस होता. सूर्य खूप सुंदर भासत होता. 'रागिब पाशा ग्रंथालया'त सामावलेल्या इस्तंबूलवर मी मनातलं वात्सल्य शेवटचं उधळून घेतलं. मी त्या ग्रंथालयाच्या अंगणात खाली वाकलो. जमिनीत हातांनी खड्डा केला. त्यानंतर त्या खड्ड्यात उडी मारली. मग एकेक थर खाली जात जात, एखाद्या किड्यासारखा अंधारात हळूहळू सरपटत शेवटी ह्या कोठडीत येऊन उतरलो. मी टाकून दिलेल्या त्वचेखाली ही नवी कात उगवली आहे. माझ्या एकाकीपणात मी स्वतःचंच मांस खाल्लं. तहान लागली तेव्हा स्वतःचंच रक्त प्यायलो. माझी पत्नी एक सुंदर प्रेमगीत गायची. त्या गीताचे शब्द मी नखांनी भिंतीवर लिहून ठेवले... 'अग, कळी, उमल... उमल तू, पण तुला सांगतोय मी, जगातली सगळी सुखं इथे हात जोडून उभी आहेत, अशी कल्पना नको करूस तू.'' मग मी डोळे मिटून घ्यायचो. अंधाराशी बोलायचो. म्हणायचो, ह्याच ठिकाणी शेवटचा न्यायनिवाडा होणार आहे. सर्व सजीव मरणार आहेत. सर्व मृत जिवंत होणारेत. मी सगळ्या अर्जविनंत्या ऐकत होतो... आणि एके दिवशी दार उघडलं... अली लायटर आत आला. तो जखमी होता. त्याच्या खिशात प्रकाश भरलेला होता. त्याच्या वेदना वाढल्या तेव्हा खिशांतून प्रकाश

बाहेर आला आणि वितळून गेला. त्याला त्याच्या मृत मित्रमैत्रिणींची आठवण येत होती. तो मिनी बडेबद्दल बोलला. माझी अवस्था बघून त्याला खूप दुःख झालं. तो म्हणाला, ''मिनी तुमच्यावर प्रेम करत होती. तिच्या छातीत दोन जखमा आहेत डॉक्टर! त्यातली एक जखम गोळीची आहे, तर दुसरी तुम्ही दिली आहे. गोळीची जखम बरी होईलही, पण तुम्ही दिलेल्या जखमेचं काय? मिनी तिच्या हृदयाची वेदना कशी सुसह्य करेल?'' अली लायटर बोलत असताना वरचं छत उघडलं आणि आमच्यावर चांदण्यांचा वर्षावच झाला.. दूरवरून माझी पत्नी गायची ते गाणं ऐकू येत लागलं. 'मी तुझ्या आनंदवनातली कोकिळा आहे. आणि तू त्या वनातला गुलाब आहेस.' असे त्या गाण्याचे शब्द होते. माझा मुलगा मुक्त होता. त्याचं एका मुलीवर प्रेम होतं आणि तिचंही मन त्याच्यावर जडलं होतं. ते दोघं एकमेकांना शोधणार होते... आणि त्याआधी दोघंही ठणठणीत बरे होणार होते. अली लायटरसुद्धा बरा होणार होता आणि दुःखाचं सगळं ओझं भिरकावून देणार होता. त्याच्या खिशातून बाहेर पडणाऱ्या प्रकाशाला त्याने घट्ट पकडून धरायला हवं होतं. मला त्याला मदत करण्याची इच्छा झाली. मी माझी मूठ उघडली आणि माझ्या गुपिताचा एक अंश त्याला सांगितला, ''काळजी करू नकोस,'' मी म्हणालो, ''ती मुलगी माझ्यावर नाही प्रेम करत. माझ्या मुलावर करते. ती दोघं एकमेकांना भेटतील आणि एकमेकांना मदतही करतील. काळजी करू नकोस, ते लवकरच बरे होतील...''

''एवढंच ना?'' कुहेलन काकांनी विचारलं.

''एवढंच ना म्हणजे? काय म्हणायचंय तुम्हाला?''

''म्हणजे चौकशीकर्त्यांना एवढंच माहीत आहे ना?''

''होय,''

''मग काय अडचण आहे?''

''माझा मुलगा बाहेर आहे हे त्यांना कळेल. मग ते त्याच्या मागे जातील.''

''तो कुठेय ते माहित्येय का त्यांना?''

''नाही.''

ह्या ठिकाणी मी 'मी' नव्हतो. आपल्या मुलाची खोटी ओळख घेतलेला बाप होतो. तसाच अली लायटर हासुद्धा खरा अली लायटर नव्हता. बेलग्रेडच्या जंगलात झालेल्या चकमकीत बंदुकीची गोळी लागलेला

पोलीसवाला होता तो. त्याने जखमेवर उपचार घेतले. चेहऱ्यावर थकलेभागलेले भाव आणले आणि तो माझ्यासोबत कोठडीत बसायला आला. फायलींतून आणि पकडलेल्या लोकांकडून समजलेल्या गोष्टी त्याने स्वतःचीच गुपितं सांगतोय अशा थाटात मला सांगितल्या. तो जखमी होता म्हणून मी त्याच्यावर विश्वास ठेवला... वेदना सहन करत होता म्हणून मी त्याच्यावर विश्वास ठेवला. मी त्याला पाणी दिलं. माझ्यातला पाव खायला दिला. माझ्या मुलाचं ज्या मुलीवर प्रेम होतं तिचा उल्लेख त्याने केला तेव्हा तर माझा त्याच्यावर आणखी थोडा विश्वास बसला. मला वाटलं की मी त्याचं ओझं हलकं करतोय. मला त्याचं दुःख हलकं करायचं होतं. मी त्याला माझ्या गुपिताचा काही भाग सांगितला परंतु माझा मुलगा कुठं आहे ते नाही सांगितलं.

''नक्की ना?''

''होय, माझा मुलगा कुठं आहे ते मी कुणालाच नाही सांगितलेलं.''

''होय, होय, तुम्ही नाहीच सांगितलेलं ते,'' कुहेलन काका माझे खांदे घट्ट धरून म्हणाले, ''कारण तुम्हाला स्वतःलाच ते माहीत नाहीये.''

''बरोबर आहे, मला नाही माहीत.'' मी म्हणालो.

''मग जे आपल्याला माहितीच नाही ते आपण सांगू शकतो का? सांगा बरं...''

''खरंय...''

''कारण तुम्हाला ते माहीतच नाहीये ना.''

''कारण मला ते माहीतच नाहीये ना.''

''मग घाबरताय का तुम्ही?''

''मी माझं गुपित संभाळू शकलो नाही. समजा, मी माझा प्रतिकारही संभाळू शकलो नाही तर...''

आतापर्यंत माझ्या ध्यानात नव्हतं आलं; परंतु मी कोठडीत सुखी होतो. वेदना सोसत होतो; विव्हळत होतो; रक्त ओकत होतो. तरी सुखी होतो. मी स्वयंपूर्ण होतो. माझ्या गुपितावर प्रेम करत होतो. कदाचित रक्त वाहून वाहून माझ्या शिरा कोरड्या पडतील. कदाचित मी इथे शेवटचा श्वास घेईन. तरीही हृदयात जे मी लपवून ठेवलंय ते कुणालाही कळणार नाही. माझं शरीर हीच मोठी जखम बनत असताना माझा मुलगा मात्र बाहेर राहून आजारातून बरा होणार होता. मी मेलो तरी तो जगणार होता. लोकांना असमाधान माहीत

असतं, परंतु समाधान म्हणजे काय ते त्यांना माहीत नसतं. आत्ता मला ते कळत होतं.

काकांनी माझी मान वर करून मला पाणी दिलं.

''शांत व्हा, सगळं काही व्यवस्थित होणार आहे,'' ते म्हणाले.

''होणार... होणार... होईल ना?''

''डॉक्टर, काळजी करू नका, ह्या क्षणापासून सगळं चांगलं होणार आहे.''

''मी मरेन... तेही चांगलंच होईल.''

...हिवाळा सुरू झाला होता. अंधार लवकर व्हायचा. पिसासारख्या हलक्या हिमतुषारांचा छतांवर वर्षाव होऊ लागला. जमिनीवरच्या इस्तंबूल- मधल्या दुकानांतल्या खिडक्या चमकू लागल्या. बाहेर चैतन्याने सळसळणारी इस्तंबूलची गर्दी ओसंडून वाहू लागली. बघावं तिथे सिनेमाच्या जाहिराती, अन्नाचा सुगंध आणि संगीताचे सूर ऐकू येऊ लागले. अनंतातून आगमन होणारी आणि अनंतातच परत जाणारी ट्राम गाडी त्या गर्दीतून मार्ग काढत जाऊ लागली. ट्राममध्ये मागच्या बाजूला बसलेल्या तरुणाने आपल्या प्रेयसीचा हात हाती धरला होता. तो मुलगा होता माझा. तो काहीतरी कुजबुजला परंतु मला ते ऐकू आलं नाही. त्या मुलीच्या कानात तो काय बोलला ते ऐकायला मी आतुर झालो होतो. त्याचा चेहऱ्यावर हुशारी दिसत होती. तो लहानपणी हसायचा तसाच आताही हसताना दिसत होता. बाहेरून एका सुंदर प्रेमगीताचे सूर तरंगत आले. माझ्या मुलाने ते शब्द ऐकले तेव्हा खिडकीतून डोकं बाहेर काढून बघितलं. 'अग, कळी, तू उमल, उमल.' ते गीत सांगत होतं, 'उमल तू आणि ह्या ओझरत्या क्षणाचं सुख काही काळापुरतं तरी वाढव.' माझ्या मुलाने बाहेरची गर्दी न्याहाळली. जणू तो कुणातरी ओळखीच्या माणसाला शोधत होता. त्याने चेहरे निरखले आणि त्या मुलीचा हात आणखीन घट्ट पकडला. अनंतातून येणारी... बेयोग्लुच्या गर्दीतून प्रकाशासारखी वाहणारी ती ट्राम... ती ट्राम माझ्या मुलाला एका नव्या अथांगतेकडे घेऊन जाऊ लागली...

अगदी त्या क्षणीच लोखंडी दरवाजा उघडला. त्याची करकर संपूर्ण मार्गिकेत घुमली.

''मी मरण्याची शक्यता आहे,'' मी पुन्हा एकदा तेच म्हणालो

"काय म्हणायचंय तुम्हाला? तुम्ही मरू शकाल म्हणजे?" काकांनी विचारलं.

"मी मेलो तर माझा मुलगा कुठे आहे ते कुणालाच नाही कळणार."

"पण डॉक्टर, ते तर तुम्हालाही माहीत नाहीये."

"आता खूप उशीर झालाय..."

"नाही... उशीर झालेला नाहीये..."

"खूप उशीर झालाय हो..."

कुहेलन काका माझ्याकडे पाहतच राहिले. मग त्यांनी जोरात माझ्या थोबाडीत मारली. मग ते थांबले आणि पुन्हा त्यांनी मला मारलं.

●

दिवस **नववा**

कामो न्हाव्याचं कथन

कवितांची कविता

एक झोपाळू प्रवासी रात्रभर प्रवास करून आगगाडीतून नुकताच उतरला होता. हैदरपाशा स्थानकातल्या समुद्राकडे जाणाऱ्या पायऱ्यांवर त्याला एक किडकिडीत माणूस भेटला. त्याच्या डोक्यावर टोपी होती. आपल्या हडकुळ्या बोटांत धरलेल्या फोटोकडे तो माणूस पाहत होता आणि एका क्षणी रडत होता तर दुसऱ्याच क्षणी खो खो हसत होता. रडताना तो खाली मान घालून मुळूमुळू रडे परंतु हसायचा तेव्हा त्याला वेडबीड तर लागलं नाहीये ना असं वाटायचं. आगगाडीतल्या प्रवाशाने आपली छोटी बॅग जमिनीवर ठेवली आणि तो त्या माणसाशेजारी जाऊन बसला. त्याने बनपाव विक्रेत्याला हाक मारून स्वतःकरता आणि त्या टोपीवाल्याकरता दोन बनपाव विकत घेतले. पलीकडच्या काठावरले घुमट मेघांच्या माळा घालून बसले होते. तिथे तो टक लावून पाहू लागला. मग तो हवा छान आहे त्याबद्दल बोलला. प्रत्येक ऋतूगणीक इस्तंबूलचा गंध कसा बदलतो त्याबद्दल बोलला. तिथून जाणाऱ्या बोटींची नावं त्याने भराभरा वाचली आणि वाचता वाचता प्रत्येक नावाला खास अर्थही बहाल केला. ही अशी नगरी होती जिथे सत्य अगदी उघडपणे दिसायला हवं होतं, तरीही ते दिसत नव्हतं. समुद्राकडे जाणाऱ्या खालच्या पायऱ्या, आगगाडीतून थेट बोटींवर जाणाऱ्या पायऱ्या, लोक जिथे बसून फोटो बघायचे त्या पायऱ्या... ह्या सगळ्या पायऱ्या सत्याचं एकच नव्हे तर अनेक रूपं वाहून नेत होत्या. नगरीतील वेगवेगळ्या भागांतील लोक वेगवेगळ्या सत्याला चिकटून होते. इस्तंबूलच्या एका बाजूला उगवणारा सूर्य आणि दुसऱ्या

बाजूला उगवणारा सूर्य हे एकच होते का हे जाणून घेण्याचा कुठलाच मार्ग नव्हता. इथून वाहणारा वाराच तिथूनही वाहत होता का, ह्याबद्दलही कुणाला निश्चित माहीत नव्हतं. आगगाडीतला प्रवासी आणि टोपीवाला माणूस म्हणाले, ''चला, आपण जाऊ.'' दोघांनी ठरवलं की आपण पलीकडल्या बाजूला जाऊन तिथला सूर्य आणि वाऱ्याबद्दल विचार करू. मग दोघंही धक्क्यावरून फेरीबोटीत चढले. बोटीत मागच्या डेकवर बसून चहा पीत पुरातन राजवाड्यांचं, बराकींचं आणि मनोऱ्यांचं कौतुक करू लागले. त्यांना वाटू लागलं की ही इस्तंबूल नगरी नव्या इतिहासाला स्वतःकडे खेचून आणणारी नगरी उरलेली नाही. उलट जिला इतिहासाच्या विळख्यातून बाहेर पडणं अशक्य झालंय अशी नगरी आहे ही! रंगीत पोस्टकार्डांवर विकला जाणारा इतिहासच तर आहे. मात्र फेरीबोटीतून उतरल्यावर रस्त्यावरच्या फेरीवाल्यांना, आंधळ्या गायकांना ओलांडून पुढे गेल्या गेल्या लगेचच त्यांचा विचार बदलला. त्यांनी निष्कर्ष काढला की ही पोस्टकार्डं इतिहास विकत नाहीत, उलट सगळ्या खोट्या गोष्टी विकतात. मग ते सिरकेसी स्थानकात गेले. तिथे लोकलमध्ये उड्या मारून चढले आणि पार शेवटच्या स्थानकापर्यंत गेले. वाटेत त्यांना बरेच मोहल्ले लागले. तिथे काही ठिकाणी म्हातारी माणसं दिसली; संध्याकाळी लवकर मद्य प्यायला बसणाऱ्यांचे दारूखाने दिसले; शहराच्या मोडकळीला आलेल्या भिंतीही दिसल्या. जिथे गेल्यावर पुढे कुठलेच थांबे नव्हते अशा इस्तंबूलकडे त्यांनी निरखून पाहिलं. आकाशाच्या नव्या रंगाकडे निरखून पाहिलं. कचऱ्याच्या ढिगाऱ्यांतल्या मृत पक्ष्यांना खाणाऱ्या कुत्र्यांना निरखलं. त्यांनी परतीचं तिकीटही काढलं होतं. म्हणून ते त्याच लोकलमध्ये बसले, त्याच फेरीबोटीत बसले. त्यांनी आगगाडीच्या त्याच रुळांवरून आणि समुद्राच्या त्याच लाटांवरून प्रवास केला आणि पुनश्च ते हैदरपाशा स्थानकावरल्या समुद्राकडे जाणाऱ्या पायऱ्यांवर आले. सूर्य नुकताच मावळत होता. मिनारांवरून आणि घुमटांवरून त्या लालभडक तेजोगोलाच्या दिशेने पक्ष्यांचे थवे उडत होते. आगगाडीतल्या प्रवाशाने दिलेली सिगरेट टोपीवाल्याने स्वीकारली आणि तो बोलू लागला! जणू तो दिवसभर ह्याच क्षणाची वाट पाहत होता. तो म्हणाला, ''सगळं साधारण ह्याच वेळेस घडतं. एके संध्याकाळी माझी बायको बाहेर गेली, ती कधीच परतली नाही. लोक म्हणाले, 'ती पळून गेली असेल, हरवली असेल, मेलीही असेल.' पण मी ते मनाला लावून घेतलं नाही. मी तिच्यासाठी रेडिओवरून सगळीकडे घोषणा द्यायला लावल्या. तिच्या नावाची

पत्रकं लावली. पोलीस ठाण्यात, इस्पितळांत चकरा मारू लागलो, पण नंतर नंतर मी दारूच्या अड्ड्यांवर जाऊ लागलो. दारू पिताना मी तिचं नाव घेऊ लागलो. तिला विसरण्याचा प्रयत्न म्हणून वेश्यांसोबत झोपलो. माझ्या स्वतःच्याच शहरात तडीपार झाल्यासारखा दिवस, महिने आणि ऋतू मोजू लागलो. हा बघा, हा माझ्या बायकोचा फोटो आहे. हा मी सगळीकडे नेतो. पाचू जडवलेल्या पात्रात पिण्याचं नितळ पाणी असावं ना तसं तिचं सौंदर्य आहे. प्रत्येक वेळेस प्यायलं तरी पुन्हा पाण्याने भरतं ते पात्र. जणू ते अक्षयपात्रच आहे... इस्तंबूलच्या सौंदर्याशी स्पर्धा करणारं आहे ते सौंदर्य. मी जेव्हा तिच्यासोबत एकत्र व्यतीत केलेल्या जुन्या दिवसांचं स्वप्न बघतो तेव्हा आनंदाने हसतो. पण मग भविष्याचा विचार मनात आला की लक्षात येतं की ह्यापुढे मी तिला कधीही पाहू शकणार नाही. मी दरीत पडल्यासारखाच झालोय आता... फोटोतल्या भूतकाळाकडे बघून मी हसतो परंतु भविष्याकडे बघून मात्र रडतो.''

माझे शब्द संपता संपता मला बोलणं अशक्य झालंय हे कुहेलन काकांच्या लक्षात आलं म्हणून त्यांनी मला धरून बसवलं. भिंतीला टेकायला लावलं. मग पुढे झुकून त्यांनी पाण्याची बाटली उचलली. त्यात दोन-चार घोट पाणी शिल्लक होतं.

''पाणी पी, घशाला बरं वाटेल जरा!'' ते म्हणाले.

''काका, मीही भूतकाळाकडे बघून हसतो. त्या किडकिडीत टोपीवाल्यासारखाच!'' मी म्हणालो, ''मात्र भविष्यकाळाकडे पाहून मी रडत नाही. मी भविष्यकाळाचा तिरस्कार करतो.''

''कामो, तुला हव्या त्या गोष्टीला हस, हव्या त्या गोष्टीचा तिरस्कार कर... जोपर्यंत वेदनेसमोर कोलमडून पडत नाहीस तोपर्यंत काय वाट्टेल ते कर तू!'' ते म्हणाले.

''मी वेदनेची पर्वा नाही करत,'' मी म्हणालो. खरंतर माझं अंगांग दुखत होतं. शरीराचा कणन्‌कण दुखत होता. पायाच्या बोटांपासून मांडीपर्यंत, पाठीच्या कण्यापासून मानेपर्यंत आणि कपाळापासून हनुवटीपर्यंतचे सगळे अवयव दुखत होते. श्वास घेताना वाटत होतं की छातीचा पिंजराच कुणी उपसून काढतंय की काय? एकच डोळा उघडत होता. त्याच्यासमोरही काजवे चमकल्याचा भास होत होता.

खूप कष्टाने मी प्लॅस्टिकच्या बाटलीतून पाण्याचा घोट घेतला आणि गिळला. माझ्या घशाची जळजळ होऊ लागली होती.

''आता ह्याची वेळ झाली आहे,'' कुहेलन काकांनी माझ्या हातात पावाचा तुकडा ठेवत म्हटलं.

''हे फारच कठीण जाणार आहे,'' त्या दगडासारख्या पावाकडे पाहत मी म्हटलं.

''चावता येत नाही का?''

''माझे दात दुखताहेत. हिरड्यांवर सगळीकडे जखमा झाल्यात.''

''माझ्याकडे दे तो. मी तुला चावून मऊ करून देतो.''

कुहेलन काकांनी पाव घेतला आणि कडेचा लचका तोडला.

''तुम्ही एकटेच इथे कधीपासून आहात?'' एखादी विस्तीर्ण जागा निरखावी तशी मी कोठडीत नजर फिरवली.

''तू परत यायच्या थोडंसं आधी त्यांनी डॉक्टरांना आणि दमिर्ताय विद्यार्थ्याला नेलं आणि मला एकट्याला इथं सोडलं...''

''हा विद्यार्थी करतोय काय? त्याला काय वेडबीड लागलंय की काय? अजून कशी शरणागती नाही पत्करली त्याने?''

''नाही कामो, ते दोघंही यातना सोसताहेत...''

''कुहेलन काका, मला आश्चर्य वाटतंय की ह्या रांगेने उभ्या कोठड्यांत असे कितीसे लोक अजूनही शिल्लक असतील जे त्यांना प्रतिकार करत असतील? चौकशीच्या वेळेस त्यांनी मला एवढे कैदी दाखवले म्हणून सांगू? ज्यांनी सगळी माहिती त्यांच्यापुढे ओकून टाकली, ज्यांनी त्यांच्यापुढे गुडघे टेकले. मला... मला... कीव आली मला त्यांची... ते अक्षरशः भीक मागत होते.''

''कधी कधी कोठड्यांतूनसुद्धा ह्या विनवण्या ऐकू येतात. त्या एवढ्या मोठ्याने असतात की त्यामुळे माझंही मन अक्षरशः विदीर्ण होतं. कामो, वेदनांपुढे हार पत्करलेलेही आपले बंधूच आहेत. आपण त्यांच्यासाठी शोक व्यक्त करण्याखेरीज दुसरं काहीच करू शकत नाही.''

''शोक? ताबडतोब हा विचार मनातून काढून टाका. प्रत्येक वेळी डोळ्यांना पट्टी बांधून न्यायचे तेव्हा मला वाटायचं की हे मला दमिर्ताय विद्यार्थ्यासमोर आणतील की काय? मला त्याला दुःखी अवस्थेत पाहावं

लागेल की काय? सगळ्यांसारखाच तोही रडत-भेकत असेल... तांबारलेल्या डोळ्यांच्या छळकर्त्यांचे पाय धरत असेल...''

"हा सगळा विचार सोड आता आणि पाव खा..."

बोट आणि अंगठ्याचा वापर करून कुहेलन काका चावून बारीक केलेले तुकडे उचलत होते आणि माझ्या तोंडात भरवत होते. एखाद्या पक्ष्यासारखं मी तोंड वासलं.

मी अन्न गिळण्याचं कष्टाचं काम करू लागलो. ते अन्न जिभेने चाचपू लागलो. मग ते मी माझ्या गालात आतल्या बाजूला ठेवलं. मग लाळेने घसा ओला केला आणि जिभेच्या टोकावर पावाचा घास ठेवून जबरदस्तीने घशाखाली ढकलला. काटे खातोय असाच भास होत होता मला... अन्ननलिकेतून घास खाली जाताना आग लागल्यासारखी जळजळ झाली माझी.

"आणखी थोडं..." काका म्हणाले. त्यांनी माझ्यासमोर चुरडलेल्या पावाचा छोटासा घास धरला.

"नको, मला विश्रांती हवेय..." मी म्हणालो.

"ठीकय, थोडा आरामच कर."

"माझ्या हाताला हे फडकं कधी बांधलं तुम्ही?'' डावं मनगट उचलून मी विचारलं.

"दुखतंय का ते? मला घट्ट बांधावं लागलं..."

"बँडेज नाही हो, जखम दुखतेय..."

"तुला आणलं तेव्हा मनगटातून रक्त येत होतं. मी माझ्या शर्टाची बाही फाडून तुझ्या हाताला बांधली. तू अर्धवट बेशुद्धीतच होतास. तुला आठवत नाही का?''

"मला शेवटची गोष्ट आठवतेय म्हणजे त्यांनी माझ्यात खिळा ठोकला ती..."

"काय? खिळा?''

"त्यांनी माझ्या मनगटात खिळा ठोकला."

"कुठे? तुझ्या मनगटात?''

"हो..."

"नीच... हलकट... आग लागो त्यांना. बापरे, विश्वासही बसू नये असं आहे हे. ही माणसंच आहेत ना?''

‘‘माणसं? ती तर खरीखुरी माणसं आहेत. कुहेलन काका, अजून कळलं नाही का तुम्हाला? देवाने ही सृष्टी, पृथ्वी आणि आकाश निर्माण केलं तेव्हा सैतानाने माणसांवर दावा सांगून त्यांना ज्ञानवृक्षाचं फळ खायला दिलं. मानवांना ज्ञान मिळालं. मग काय दुसऱ्या कुठल्याही सजीवाला जे जमणार नाही ते त्यांनी करून दाखवलं. ते स्वतःच्या अस्तित्वाबद्दल जागृत झाले आणि ही जागृती जसजशी वाढू लागली तेवढेच ते स्वतःचं कौतुक करू लागले. त्यांना स्वतः सोडून अन्य कुणावर — अगदी ईश्वरावरही — प्रेम करता येईना. ईश्वराबद्दल त्यांना भक्ती वाटते त्यामागचं एकमेव कारण म्हणजे मृत्यूनंतरच्या जीवनाची त्यांना इच्छा असते हेच. ते प्रत्येक गोष्ट आपल्या स्वतःच्या अस्तित्वाशी तोलूनमापून बघतात. त्यांनी सृष्टीला पायदळी तुडवलं आणि कित्येक सजीवांचा समूळ नाश केला. वेळ येईल तेव्हा ते ईश्वरालाही मारून टाकतील. म्हणूनच तर जगात सगळीकडे वाईटपणाचा वरचष्मा आहे. मी छळकर्त्यांनाही तेच सांगितलं. हा सैतान आहे ना तोच भाडखाऊ, अक्करमाशा आहे साला. त्यांनी माझ्या कानात सुया खुपसल्या. कसलातरी विचित्र पदार्थही ओतला. तो अगदी उकळता गरम होता. त्यांनी माझ्या मेंदूत खोदायचा प्रयत्न केला. वेड लागू नये म्हणून मी खूप धडपड केली. माझ्या साखळ्या तुटाव्यात म्हणून खूप धडपड केली. डोकं भिंतीवर आपटलं. त्यांनी दयेची भीक माग असा हुकूम दिला तेव्हा मी त्यांना शिव्या दिल्या. कधी विव्हळलो तर कधी खदाखदा हसलो. मी त्यांना म्हणालो, ‘‘तुम्ही माणसं आहात... खरीखुरी माणसं ती तुम्हीच आहात. रक्त गोठवणाऱ्या किंकाळ्या माझ्या तोंडून येतील अशी कधी मी कल्पनाही केली नव्हती. त्यांनी माझं डोकं पाण्यात बुडवलं. यातनांचा अनुभव पूर्ण मिळावा म्हणून मला सावध ठेवण्याची दक्षता घेतली. शल्यविशारद, कसबी कारागीर आणि खाटकांसारखीच त्यांची कामं चालली होती. माझ्या रक्तपेशींत शिरून त्यांनी सगळ्या वेदनावाहिन्या जणू मोकळ्या केल्या होत्या. माणसं बनण्यासाठी म्हणून जे जे काही करणं गरजेचं होतं ते ते सगळं त्यांनी केलं.’’

कुहेलन काका बोटांत पावाचा घास घेऊन वाट पाहत थांबले होते.

‘‘काका,’’ मी म्हणालो, ‘‘मी क्रांतिकारकांना सामील झालो नाही कारण त्यांच्या माणसांबद्दलच्या कल्पना चुकीच्या आहेत. त्यांना वाटतं की माणसांचा मूळ कल सज्जनपणाकडे असतो. त्यांची दुर्जनपणापासून सुटका करता येऊ शकते. त्यांना वाटतं की स्वार्थ आणि क्रौर्य हे केवळ अत्यंत वाईट

परिस्थितीतच घडू शकतं. लोक आपल्या आत्म्यात नरक घेऊन फिरतात तो त्यांना दिसतच नाही. साऱ्या जगाचा नरक बनवण्यासाठी लोक नखांनी ओरबाडत आहेत ह्याची त्यांना जाणीव नाही. चुकीच्या जागी सत्य शोधण्यात हे क्रांतिकारक आपलं आयुष्य उधळून देत आहेत. लोकांच्या तब्येतीतला हा बिघाड बरा होऊ शकत नाही. लोकांना वाचवता येत नाही. ह्या परिस्थितीतून बाहेर पडण्याचा एकच मार्ग म्हणजे लोकांपासून पळून जाणं.''

कुहेलन काकांनी माझ्याकडे कुतूहलाने आणि करुणेने पाहिलं. अन्य लोकांप्रमाणेच तेही मला 'काही समजावण्यापलीकडे गेलेला विक्षिप्त माणूस' समजू लागले होते. माझं बोलणं शांतपणे ऐकत होते.

''माणसांना जिच्यावर कब्जा करता येणारच नाही अशी जगात एकतरी जागा उरलेय का? काका, माणसं आलिशान जीप, पोलिसांच्या गाड्या आणि कारखान्यातील कामगारांच्या बसेसमधून प्रवास करतात. बँकांत, शाळांत आणि प्रार्थनास्थळांत दाटी करतात. शहरं आणि खेडी, डोंगर आणि जंगलं सगळीकडे घुसखोरी करतात. तुम्ही ज्या इस्तंबूलवर एवढं प्रेम करता, ते त्यांचंसुद्धा आहेच की! ते खोटं बोलतात, प्राणघातक हल्लाही करतात. सगळीकडे जाऊनही समाधान होत नाही म्हणून आपल्या मनातही कृमींसारखे शिरतात. आपली शरीरं बळकावतात. आपण लोकांपासून दूर पळू एक वेळ, पण स्वतःपासून कसे पळणार? स्वतःला स्वतःपासून कसे वाचवणार? ह्या मुद्द्यावर विचार करण्याऐवजी हे क्रांतिकारक आणि राजकारणी, शिक्षक आणि धर्मोपदेशक नुसती बडबड करत राहतात. ते स्वतःला फसवतात आणि इतरांनाही. म्हणूनच तर मला छळकर्त्यांचा आदर वाटतो. त्यांना खोटं बोलण्याची गरज जाणवत नाही. ते सत्य लपवत नाहीत. दुष्टपणाला कवटाळायला मागेपुढे पाहत नाहीत. मी त्यांना म्हणालो की माझ्या माहितीतले सर्वात आदरणीय लोक तुम्हीच आहात. त्या क्षणी ते माझ्या मांसाचे तुकडे तुकडे करू लागले होते म्हणजे कत्तलखान्यात एखाद्या जिवंत पशूचे तुकडे करतात ना अगदी तसेच. मी त्यांना म्हणालो, 'मी मनापासून तुमचा आदर करतो. तुम्ही बाहेरून आहात तसेच आतूनही आहात. तुम्ही जसे आहात असं वाटतं तसेच तुम्ही प्रत्यक्षातही आहात.' माझ्या शब्दांनी त्यांच्या संतापाचा स्फोटच झाला आणि स्वतःवरचा ताबा सुटला. त्यांनी भिंतींवर धडका मारल्या. खिडक्या तोडून टाकल्या. ते वेदनेने किंचाळले. त्यांनी दारं आपटली. मग मला भिंतीशी साखळदंडाने बांधून डोळ्यांना पट्टी लावलेल्या स्थितीत सोडून खोलीतून निघून

गेले. तो दिवस होता की रात्र कोण जाणे! बाहेरच्या जगातलं जीवन वेगाने वाहत होतं की हळू वाहत होतं? कदाचित ते बाजूच्या खोलीत गेले असतील! कदाचित त्यांनी फोनवर झडप घालून आपल्या बायकांना फोन केले असतील. त्यांना सांगितलं असेल, 'मला तुझी आठवण येते.' 'मी किती दमलोय,' 'मला आणखी एक दुःस्वप्न पडलं,' 'मला दारू पिऊन बेभान व्हायचंय, तुझ्या कुशीत झोपायचंय,' काय काय बोलले असतील ते... त्यांच्या बायकांनीही प्रेमळपणा व्यक्त केला असेल! त्या बायका चांगल्या बायका असतील. लहानपणापासून चांगल्या पत्नीचे धडे गिरवलेल्या अशाच असतील त्या! ...अशासारख्या प्रसंगी त्या खूप हळुवारपणे बोलतात. त्यांची हृदयं नवऱ्याबद्दलच्या कळवळ्याने भरून जातात. त्या त्यांच्या प्रेमाच्या माणसांना सांगतात, 'तुम्ही घरी याल तेव्हा आम्ही तुम्हाला कडकडून मिठी मारू. तुमच्यावर चुंबनांचा वर्षाव करू. तुम्हाला बिलगून बसू आणि आमच्या मांड्याही तुमच्यासाठी फाकवू.' विषयवासनेने तप्त अशा शरीराचं वचन त्या नवऱ्यांना देतील. ह्यापेक्षा वेगळं ती माणसं काय करणार? बाहेर दिवस आहे की रात्र हे त्यांना तरी कुठं माहित्येय? जीवन जलदगतीने चाललंय की मंदगतीने? रस्त्यावर गर्दी आहे की चिटपाखरूही नाही? त्यांना हेही माहीत नाही. प्रश्नकर्त्यांनी फोन खाली ठेवले की मग ते मूक होतील. घाम पुसतील. भिंतीला टेकून सिगरेटी फुंकतील. धपापणारं हृदय शांत होईतो थांबतील. त्यांचा संताप कमी झाल्यावर ज्या खोलीत मला बांधून ठेवलंय त्या खोलीत येतील आणि बरोबर तेवढीच पावलं चालून माझ्या बाजूलाही येतील. तसेच ते आले आणि अगदी शांतचित्ताने माझ्याशी बोलू लागले. म्हणाले, 'कामो, तू आम्हाला भूतकाळाबद्दल सांगितलंच पाहिजेस. तुझ्या भूतकाळातील रहस्यं आमच्यासमोर उघड केलीच पाहिजेस.' मी मान उचलून डोळ्यांच्या पट्टीआडच्या अंधारात टक लावून पाहत म्हणालो, 'भूतकाळाच्याही पलीकडे काय आहे ते ऐकण्यासाठी तुम्ही सिद्ध आहात का? अगदी देवालासुद्धा भूतकाळ बदलता येत नाही. भूतकाळाला तोंड देण्यासाठी तो आपल्याला एकट्यालाच सोडून देतो, तर त्यापेक्षाही अधिक काही ऐकायला तयार आहात का? नरकातल्या अक्करमाश्यांनो, कुत्र्याच्या अवलादींनो...' मग त्यांनी माझ्या साखळ्या काढल्या, डोळ्यांवरची पट्टी काढली. मला आरशासमोर बसवलं. प्रेतासारख्या दिसणाऱ्या माझ्या चेहऱ्याकडे बघायला लावलं. 'आम्ही भविष्य आहोत,' ते म्हणाले, 'कामो, आरशात बघ. पण तुला भविष्य नाहीये! फक्त

भूतकाळ आहे तुला. आणि तो भूतकाळ तू आमच्या स्वाधीन करणार आहेस...' ते मला म्हणाले.

"कुहेलन काका, आरशात पाहिला तो चेहरा भग्न होता; ओंगळ होता; सत्यानाश झालेला होता; एका कानातून रक्त वाहत होतं तर दुसऱ्यातून पू येत होता. एक डोळा उघडा होता तर दुसरा बंद होता... भुवया कापलेल्या, ओठ कापलेले... तोंडातून थुंकी गळत होती... तो चेहरा माणसाचा नव्हताच... कुहेलन काका, आरशाची काच आपल्या परिचयाची असते. त्याची लाकडापासून किंवा धातूपासून बनलेली चौकट, चौकटीवरचं कोरीव किंवा चमकदार कामही आपल्या ओळखीचं असतं. पण आरशाच्या अंतर्भागाचं काय? त्याच्या गहनतेत लपलेल्या पोकळीशी आपली कधीतरी ओळख होते का? आरशाच्या थरांत सामावलेल्या जादूची कल्पना तरी कधी आपण करतो का? मी लहानपणी तासन्तास वाकून ज्या विहिरीत एकटक बघत राहायचो तसा होता तो आरसा. त्याच्या कडा नजरेला दिसत असल्या तरी मध्यभागी मात्र एक काळोखा भोवरा गरगरत होता. मी त्या भोवऱ्यात अडकून पडलो होतो. माझा श्वास नीट चालत नव्हता. छातीतली वेदना एखाद्या खडकासारखी दाब देत होती. मी अविरत खोकत होतो. फुप्फुसं फुटून बाहेर येतील की काय असं वाटत होतं. आपण काय केलं पाहिजे हेही मला कळेनासं झालं होतं. बाजूचा आरसा फोडून टाकावा की आरशाच्या बाजूला उभ्या असलेल्या चौकशी अधिकाऱ्याची मान मुरगळावी? मी लहान मुलासारखा आनंदाने किंचाळू लागलो आणि खो खो हसूही लागलो. जणू मी जत्रेतल्या चमत्कारी आरशांच्या दालनातच होतो. मी छातीतल्या दुखीकडे दुर्लक्ष केलं. मी विकटपणे हसू लागलो होतो. खोलीभर घुमू लागलं होतं ते हसणं."

मला गप्प करण्याचा प्रयत्न करावा तसे कुहेलन काका पुढे झाले आणि त्यांनी पावाचा चावलेला मऊ चोथा माझ्या खालच्या ओठातून आत कोंबला.

"खा बरं हे," ते म्हणाले, "तुला गरज आहे त्याची..."

बुरसटलेला वास माझ्या नासिकाग्रंथीत शिरला आणि उलटी आल्यासारखं होऊ लागलं. मी कोरडा उमासा काढला आणि तोंडातून पाव बाहेर काढून म्हणालो, "नाही जमत आहे हो, गिळवत नाहीये मला..."

"ठीक आहे, थांबूया थोडे आपण..."

"मग मी झिनी सेवदाला पाहिलं तिथं.."

"झिनीला? चौकशीच्या खोलीत?"

तिचं नाव ऐकल्यावर कुहेलन काका खुलतील हे मला माहीत होतं.

''होय,'' मी म्हणालो, ''मी आरसा उचलला आणि अधिकाऱ्याच्या तोंडावरच फोडला तेव्हा सगळे माझ्यावर तुटून पडले. त्यांनी सगळा राग माझ्यावरच काढला. त्यांनी लक्षपूर्वक आखलेलं छळतंत्र वाया गेलं ना! मी बेशुद्ध पडेपर्यंत मला त्यांनी लाथाबुक्क्यांनी तुडवलं. त्यानंतर किती वेळ गेला ह्याची मला कल्पना नाही. मग त्यांनी माझ्या अंगावर थंडगार पाणी ओतलं. शुद्धीवर आलो तेव्हा जमिनीवर कुडकुडत पडलेलो होतो. शरीर जडशीळ झालं होतं. माझ्या एकमेव चांगल्या डोळ्यावर धुक्याचा पडदा दाटून आला होता. दुनिया अंधूक दिसू लागली होती. मला फक्त सावल्यांतला फरकच कळू शकत होता. हे टेबल, ही खुर्ची, उभे असलेले पुष्कळ लोक, लांबलचक भिंत, समोरच्या बाजूच्या भिंतीच्या टोकाशी दोन जाडे खांब. त्या खांबांमध्ये लटकवून ठेवलेलं एक शरीर... ते शरीर कुणाचं हे कळण्यासाठी एकतर मला त्याच्या जवळ जायला पाहिजे किंवा माझ्या डोळ्यातलं हे धुकं तरी नाहीसं झालं पाहिजे. मी डोळा चोळला. त्याच्याभोवतीचं रक्त पुसून काढलं. मग जमिनीवरचं डोकं उचलून पुन्हा समोर पाहिलं. एक स्त्री दोन्ही खांबांना टांगलेल्या धातूच्या नळीवर लटकत होती. तिचे दोन्ही हात ताणून नळीला बांधलेले होते. बाकीचं शरीर टांगलेल्या अवस्थेत अधांतरी होतं. तिला डोकंसुद्धा हलवता येत नव्हतं. ती नग्न होती. स्तनांतून रक्त वाहत होतं. खांद्यांपासून सुरू झालेल्या जखमा पोट, मांड्या, पायांपर्यंत रक्ताची धार सांडत गेल्या होत्या. मी शरण जावं म्हणून चौकशीकर्त्यांचा प्रयत्न चालला होता हे तर अगदी उघडच दिसत होतं. माझ्यासमोर पुन्हा एकदा कुणाला तरी छळून माझ्या मनातली करुणा जागृत करावी असा त्यांचा डाव होता. त्यांना वाटलं की मी असा सहजासहजी सहानुभूतीला बळी पडेन. मी डोळा पुन्हा चोळला आणि नीट बघण्यासाठी मान पुन्हा ताणली तेव्हा माझ्या लक्षात आलं की क्रुसावर चढवलेल्या संतमहात्म्यासारखी तिथे लटकणारी स्त्री म्हणजे झिनी सेवदा आहे. ती नाजूक होती. पानगळीच्या वृक्षावरल्या नाजूक पर्णासारखी दिसली मला ती... जमिनीपासून खूप खूप वर... स्वर्गाजवळ... तिच्या दंडांना बांधलेले साखळखंड तिला खाली पडण्यापासून प्रतिबंध करत नव्हते तर स्वर्गात जाण्यापासून रोखत होते. थोड्याच दिवसांपूर्वी मार्गिकेतल्या चौकशीकर्त्यांची किंचितही पर्वा न करता आपल्या कोठडीसमोर खाली बसलेली हीच का ती मुलगी होती? हवेत लटकलेली ही स्त्री झिनी सेवदाच

का होती? लाथा घालून, मारहाण करूनही कसलीच हालचाल करत नव्हती ती झिनीच होती का? तिने मला ओळखलं. किंचित डोकं उचललं. तिचा चांगला डोळा सुजून भप्प झाला होता. ओठांच्या कडा आक्रसल्या होत्या. तिने हसण्याचा प्रयत्न केला, परंतु तेवढ्याने तिच्या अंगातलं सगळं त्राण निघून गेलं आणि मान पुन्हा छातीवर लटकू लागली. मला तिच्यावरून नजर हटवता येईना. तिच्या किंवा माझ्या नग्नतेमुळे मला अवघडल्यासारखं झालं नव्हतं. मला माहीत होतं की चौकशीकर्त्यांना आमच्या शरीरांच्या साक्षीने आमच्या भावनांवर अधिकार गाजवायचा होता. मी जमिनीवर हात टेकले आणि सगळी शक्ती दंडांत एकवटून उठून बसलो. कपाळावरचा घाम पुसला. गालांपासून मानेपर्यंत गेलेले रक्ताचे ओघळही पुसले. पुतळ्यासारखा मी ताठ, स्तब्ध बसलो होतो. मार्गिकेत कुणीही नव्हतं. झिनी सेवदाच्या शरीरावरून वाहणारं रक्त तिच्या पायाच्या बोटांवरून ओघळत टपटप खाली पडत होतं त्याचाच काय तो आवाज होता. एखादा पुतळा कसा ऊन असो, पाऊस असो की बर्फ एकाच स्थितीत राहतो तसा मी गुडघ्यावर बसलेल्या स्थितीत राहिलो होतो. चौकशीकर्ते गुरकावले. त्यांनी वैतागून शिवीगाळ केली. काही दिवसांपूर्वी झिनी जशी मार्गिकेत गुडघ्यांवर बसून राहिली होती, तसाच बसून मी तिला एकजुटीचा संदेश देतोय हे त्यांच्या लक्षात यायला लागलं. मग खाली वाकून, माझ्या केसांना धरून त्यांनी मागच्या भिंतीशी ओढत नेलं. माझे खांदे आणि दंड एका फळीवर ठेवले. एक लांब, निमुळता खिळा घेतला. तो उजेडासारखा चमकत होता. तो खिळा त्यांनी माझ्या डाव्या मनगटावर धरला. मग एका मोठ्या हातोड्याने तो माझ्या हातावर ठोकला. मला वाटलं की खिळा माझ्या मनगटावर नव्हे तर माझ्या मेंदूतच ठोकत आहेत. मी विव्हळलो. माझ्या उघड्या आणि बंद अशा दोन्ही डोळ्यांतून अश्रूंच्या सरीवर सरी कोसळल्या. मी चौकशीकर्त्यांना म्हणालो, 'मला कौतुक वाटतं तुमचं... दुसऱ्या कुणालाही जे कधीच जमणार नाही ते तुम्ही करता. अंतरात जे आहे त्याचं अगदी तंतोतंत प्रतिबिंब बाहेर पाडण्याची कला तुम्हाला साधली आहे. कैद्यांच्या आत्म्यांचा चक्काचूर करण्यापूर्वी तुम्ही एखादं डाळिंब चिरडावं तसा तुमच्या स्वतःच्या आत्म्यांचा चक्काचूर करता आणि तो चुरा सगळीकडे पसरता...' तेव्हा त्यांनी माझ्या अंगावरून हात मागे घेतले. ते चार पावलं मागे हटले आणि त्यांनी एकमेकांकडे पाहिलं. आपलं काम चालू ठेवण्याखेरीज त्यांच्याकडे अन्य मार्ग नव्हता. मग त्यांनी पेटीतून आणखी एक खिळा बाहेर

काढला. तो माझ्या दुसऱ्या मनगटावर धरला. त्यांनी हवेत हातोडा उंचावला... त्या क्षणी माझा श्वास रोखला गेला. डोळे मिटले... मी बेशुद्ध पडलो. शुद्ध हरपण्यापूर्वी शेवटचा प्रश्न माझ्या मनात चमकून गेला होता तो म्हणजे : मी बोलावं म्हणून त्यांनी झिनी सेवदाला माझ्यासमोर हवेत अर्धवट लटकवून ठेवलं होतं की झिनी सेवदाने शरणागती पत्करावी म्हणून ते मला क्रुसावर चढवत होते आणि माझ्या मनगटावर खिळे ठोकत होते?''

कुहेलन काकांनी माझ्या चांगल्या मनगटाला स्पर्श केला. त्यांनी त्याच्याभोवती आपली बोटं गुंफली. पावाचं चुंबन घ्यावं तसं त्यांनी माझ्या मनगटाचं चुंबन घेतलं आणि ते स्वतःच्या कपाळाला लावलं. मग डोळे मिटून ते तसेच थांबले. माझं मनगट त्यांच्या कपाळावरच होतं. यातना सोसण्याचं मोल काय असतं ह्याची जाणीव असलेल्या दुर्मीळ लोकांपैकी ते एक होते. त्याच नम्रतेने त्यांच्या तोंडून आर्त चीत्कार बाहेर पडला. खरंतर त्यांनी तसं करायची गरज नव्हती. माझ्या वेदनांचा सामना मी करू शकत होतो. त्यांनी त्यांची चिंता स्वतःच्या वेदनांपुरतीच सीमित ठेवायला हवी होती. मी माझं मनगट मागे घ्यायचा प्रयत्न केला, परंतु मला ते तसं करू देईनात. मी पुन्हा प्रयत्न केला. त्यांनी त्यांच्या रुंद पंजाने माझं मनगट पकडून ठेवलं होतं. शेवटी मी खोकू लागलो तरी त्यांनी ते सोडलं नाही. जेव्हा त्यांच्या लक्षात आलं की माझी उबळ थांबतच नाहीये तेव्हा त्यांनी मान वर केली. मग एखादं लहानगं चिमणीचं बाळ खाली ठेवावं तसं त्यांनी माझं मनगट जमिनीवर ठेवलं. माझे खांदे धरले. कुशीवर वळलेला माझा देह उचलला आणि पाठ भिंतीला टेकून लावली. मग जमिनीवरून एक फडकं उचललं आणि माझ्या तोंडातून येणारं रक्त पुसलं. मला वाटतं की बहुतेक ती त्यांच्या शर्टाची दुसरी बाही असावी. त्यांनी माझं कपाळ आणि मानसुद्धा स्वच्छ केली. मग पाण्याचे उरलेले शेवटचे थेंब त्यांनी त्याच कापडावर शिंपडून माझे ओठ ओले केले.

डोकं गरगरू लागलं तेव्हा मला वाटलं की आपल्या मेंदूला रक्तपुरवठा करणाऱ्या कंठशिरेची धडधड ही हृदयाची धडधड नाहीये तर त्यातून समयच धडधडतो आहे. तो समयही कसा तर भूतकाळातून परतलेला आणि भविष्याच्या तटबंदीवर धडका देणारा असा समय आहे तो. त्याने मला तिथेच... त्या पाण्यात... माझ्या नियतीवर सोडून दिलं आहे. मला पाण्याच्या वेगासोबत राहता येत नाहीये... त्याला मधेच भरती येते तर मधेच तो ओसरतो. एका क्षणापासून ते अनंत काळापर्यंत अशा त्याच्या फेऱ्या

चाललेल्या आहेत. त्याने माझ्या पत्नीला――माहिझेरला――माझ्यापासून हिसकावून घेतलं... खूप खूप दूर नेलं. तिचं नाव त्याने माझ्या श्वासनलिकेवर कोरून ठेवलं. त्यामुळे जेव्हा जेव्हा मी श्वास घेतो तेव्हा तेव्हा मला तिची आठवण येत राहते. ह्या समयाला वाटतं की एकीकडे मी भूतकाळासाठी हसावं तर भविष्यकाळासाठी रडावं.

कुहेलन काकांनी आम्हाला ज्या दिवशी सांगितलं की आकाशातही आणखी एक जग आहे; जिथे आपली प्रतिबिंबं असतात आणि आपल्यापैकी प्रत्येकाचं दुसरं रूप तिथे वास करत असतं तेव्हा मी मान वर करून वरच्या अंधारात पाहिलं होतं आणि मला पावसाळी, गर्दीचं, गजबजलेलं इस्तंबूलच तिथे अंधारात दिसलं होतं. मला रस्त्यावरच्या फेरीवाल्यांचा आवाज ऐकू आला होता. तिथे वाहनांची दाटी झालेल्या रस्त्यावर एका वाहनाने बाहेर टाकलेला धूर दुसरं वाहन ओढून घेत होतं आणि भोंग्यांचा मोठमोठा आवाज करत होतं. कामाचा दिवस संपल्याच्या घंटा निनादत होत्या. क्षितिजाच्या ह्या टोकापासून त्या टोकापर्यंत पसरलेलं इस्तंबूल स्त्री-पुरुषांना गिळून टाकत होतं. त्यांचा चक्काचूर करत होतं आणि मग बाहेर ओकून टाकत होतं. सगळीकडे सडक्या मांसाचा दुर्गंध पसरला होता. प्रत्येकजण दुसऱ्याला परका समजत होता. कुणीही कुणाशी बोलत नव्हतं. कारण लोक जिथे राहतात त्या शहरांसारखेच बनतात. म्हणूनच तर हे लोकही एके सकाळी अगदी आनंदात उठत होते तर दुसऱ्या दिवशी त्यांची मन:स्थिती त्रस्त होत होती. ते सकाळपासून संध्याकाळपर्यंत आणि संध्याकाळपासून सकाळपर्यंत काम करत होते. त्यांनी मृत्यूला स्वीकारलं होतं. हृदयात वसणारं सत्य सोडून दुसऱ्या कशालाही तोंड देण्यास ते सिद्ध होते. चिखलाने भरलेल्या ओढ्यासारखा तो जनांचा प्रवाह रस्त्यावरून वाहत होता. दमले की ती गर्दी चौकांत येऊन थांबत होती. माझीच हुबेहूब नक्कल असलेली ती 'दुसरी'सुद्धा त्या लोकांत होती. गळ्याभोवती पातळसा स्कार्फ गुंडाळून गर्दीत एकटीच चालणारी अशी होती ती. आरशात आपलंच प्रतिबिंब उलटं दिसावं तसंच माझं प्रतिबिंब होती ती. मी पुरुष होतो, ती स्त्री होती. मी अस्वस्थ होतो, ती शांत, गंभीर होती. मी कुरूप होतो, ती सुंदर होती. मी दुष्ट होतो, ती सज्जन होती. मी कामो न्हावी होतो, ती माझी पत्नी माहिझेर होती. जेव्हा आम्ही भेटलो तेव्हा एकाच सावलीत सामावलो. आम्ही कविता वाचायचो. त्या आम्हाला एकमेकांशी बांधून ठेवायच्या... त्या कवितांचे आभारच मानले पाहिजेत. त्यांच्यामुळेच

तर आम्ही नेहमीच्या भाषेतूनच आमची स्वतःची वेगळी भाषा शोधून काढली होती. दुसऱ्या कुणालाही न कळणाऱ्या त्या भाषेत आम्ही संवाद करायचो, विनोद करायचो, प्रेम करायचो... अगदी झोपेतही आम्हाला कवितेचं स्वप्न पडावं असं वाटायचं. पुढच्या दिवसाची सुरुवातही कवितेनेच व्हावी असं वाटायचं. परंतु... समयाने आमच्या भाषेला रुजूच दिलं नाही. ह्या पृथ्वीशी नातं जुळूच दिलं नाही... तोच तो समय... नीच समय...

माहिझेर मला सोडून, घर सोडून निघून गेली तेव्हा सुरुवातीला मी तिला नव्हतो शोधत तर सर्व कवितांची जी आदिम कविता होती, तिला शोधत होतो.

आईकडून मी शिकलेली भाषा पुरेशी नव्हती. मी आईच्या भाषेसोबत लहानाचा मोठा झालो. नावं आठवणीत ठेवली. वस्तूंना आणि माणसांना त्यांच्या नावाने ओळखू लागलो. भाषेची माहिती म्हणजेच सत्याची माहिती असते असं मी गृहीत धरलं होतं आणि अन्य लोकांप्रमाणेच एका विशिष्ट अस्तित्वासाठी स्वतःची तयारी केली होती. मी खूप कमी शब्द बोलायचो आणि तेवढेच शब्द डोक्यात ठेवून मूक राहायचो. मी भाषेचा शोध लावला नव्हता. माझ्या आईने भाषेच्या आत मला जन्म दिला होता. परंतु एक दिवस आईच्या खणातील वह्या चाळत असता मला हस्तलिखित कवितांची पानं सापडली आणि... आणि मला वाटलं की त्या भाषेपल्याड मला पाऊलही टाकता येणार नाही. शाई पुसट होऊ लागलेल्या त्या कविता माझ्या वडिलांनी लिहिलेल्या होत्या. मी प्रथमच त्यांची स्वाक्षरी आणि हस्ताक्षर पाहत होतो. मला माहीत असलेले शब्दच त्यांनी वापरले असले तरी त्यांनी त्या शब्दांचा ध्वन्यर्थ बदलला होता आणि त्यांना वेगळंच वजन दिलं होतं. त्यांनी वेगळेच अर्थ शोधून काढले होते; जे पूर्वी कुणाच्या मनातही आले नव्हते. अमृताच्या शोधासाठी कष्ट करणाऱ्या लोकमन हकिम ह्या तुर्की पुराणातील वैद्याप्रमाणेच तेही जगण्याच्या विशुद्ध भाषेच्या शोधात होते. ते आकाशातल्या चांदण्यांना जमिनीवर उतरायला लावायचे आणि त्यांच्या जागी कवितांतील चांदण्या नेऊन ठेवायचे. कविता आणि प्रेम ही दोघं एकाच मृत्युरूपी आईची लेकरं असतात ह्याची त्यांना खात्री होती. म्हणूनच सत्याकडे बघण्याच्या खिडकीचा पडदा ते किलकिला करायचे आणि खिडकीच्या काचेवर साठलेलं दव पुसायचे. एकेकटं खिंडीत गाठून जनावरांची शिकार केल्याने त्यांची प्रजातीच कायमची नष्ट होते. माझे वडीलही अशाच नष्ट होणाऱ्या कवींच्या प्रजातीतले होते. माझा जन्म

होण्यापूर्वीच त्यांचं निधन झालं. परंतु माझ्यासाठी ते एक अनमोल वारसा ठेवून गेले. त्यांच्या कवितांमुळेच तर इच्छा-वासनेच्या दलदलीपासून मला वाचवलं. इच्छा-वासना ह्याच तर जीवनातल्या नव्या ईश्वर बनल्या आहेत. ईश्वरासारख्याच त्याही सर्वव्यापी आणि सर्वनियंत्रक होऊ पाहत आहेत. त्यांना मर्यादा म्हणून कशी ती माहीत नाही. ईश्वर ही संकल्पना खोटी असली तरी ह्या इच्छा-वासना म्हणजे त्याच खोटेपणाची पुनरावृत्ती आहे. त्यांच्या जोडीला आपण जेव्हा मानवी खोटारडेपणा जोडतो तेव्हा जीवन असह्य बनतं. हे दुष्टचक्र भेदायला कवी सोडून अन्य होतंच कोण? मृत्यूच्या भाषेत बोलणारं आणि अमर्याद इच्छा-वासनांऐवजी अथांग सत्याचं वचन देणारं कवींशिवाय अन्य होतंच कोण?

मी ग्रंथालयामागून ग्रंथालयं पालथी घातली. मला आशा होती की कवीची सर्वात सुंदर कविता मला मिळेल आणि ती कविता मी माहिझेरच्या पायांवर आणून वाहीन. मी ग्रंथालयांतील पुस्तकांची यादी धुंडाळली. तिथल्या वाचनखोलीत बसून वेगवेगळ्या पत्रिका, मासिकं आणि पुस्तकं वाचली. जेव्हा बालकविता वाचायची वेळ आली तेव्हा ऑटम महिन्यातील सूर्यप्रकाशाच्या एका सुंदर दिवशी मी आशियाई किनाऱ्यावर जाण्यासाठी समुद्र ओलांडला आणि लहान मुलांच्या सिनिली ग्रंथालयाच्या अंगणात पाऊल ठेवलं.

ग्रंथालयाचं अंगण माझ्या वडिलांच्या पद्यात्मक कवितांसारखं पक्ष्यांच्या मंजूळ किलबिलीने चैतन्यमय होऊन उठलं होतं. आयव्ही वेलाच्या दाट छायेत गाढ, शांत निद्रेचं वातावरण उभं राहिलं होतं. गवत बाजूच्या भिंतीपर्यंत गेलं होतं तिथेच रंगाचे पोपडे निघालेला लाकडी बाक होता. मी दगडधोंड्यांवरून आणि गवतावरून चालत जाऊन बाकावर बसलो. उस्कुदार बंदरावरून नागमोडी वळणाच्या टेकड्या चढून इथे येताना माझ्या अंगावर घामाचे थेंब तरारून आले होते. तो घाम वाळण्याची मी वाट बघत होतो. भिंतीपलीकडे शांतता होती. कुठेही चिटपाखरूसुद्धा नव्हतं. माझे डोळे मिटू लागणार एवढ्यात अंगणाचं दार उघडलं आणि एक छोटीशी मुलगी आत आली. तिच्या अंगावर शाळेचा गणवेश होता. हातात दप्तर होतं. तिने अगोदर दुसऱ्या मजल्यावरच्या ग्रंथालयाकडे जाणाऱ्या जिन्याकडे पाहिलं आणि नंतर माझ्याकडे. जाड चष्म्यातून तिने मला पाहिलं होतं का, याची मला खात्री नव्हती. ती माझ्या बाजूला येऊन बसली.

"कुणाचे बाबा आहात तुम्ही?" तिने विचारलं.

"मी नाही कुणाचा बाबा!" मी म्हणालो,

"मग इथे कुणाला न्यायला आलात तुम्ही?"

"कुणाला नाही आलो न्यायला."

"मग तुम्ही नवे ग्रंथपाल... हो ना?"

"नाही, काय झालं जुन्या ग्रंथपालांना? ते निवृत्त होताहेत का?"

"नाही, त्या वारल्या..."

मी थोडा चाचरलो. पुढे कसं बोलावं ते कळेना..

"त्यांचं वय झालं होतं का?" मी विचारलं .

"माझ्या आईपेक्षा मोठ्या होत्या त्या मावशी... त्या वारल्या तेव्हा एक चोर आमच्या ग्रंथालयात शिरला. इथे पुस्तकंच फक्त आहेत म्हटल्यावर त्याने भिंतीवरचं घड्याळच चोरून नेलं. आता आमच्याकडे घड्याळच नाही."

"नवीन ताई आल्या की त्या घड्याळ विकत घेऊन लावतील ना भिंतीवर..."

"जुनं घड्याळ दहा मिनिटं पुढे होतं. आम्हाला सवय झाली होती त्याची..."

"तुम्ही नवं घड्याळही पुढे ठेवू शकता..."

"ग्रंथपाल मावशी म्हणायच्या, बाहेर काय आहे ते विसरून जा. बाहेरचा समय काय आहे ते विसरून जा."

"मग? जमायचं का तुम्हाला ते?'

"कधी कधी जमायचं."

ते त्यांना कसं जमत होतं ते मला जाणून घ्यायचं होतं. त्या दगडी भिंती कित्येक शतकांपूर्वीच्या होत्या म्हणून? की तिथे चित्रांची पुस्तकं होती, पक्षी किलबिलत होते म्हणून? की त्या ग्रंथपाल मावशी त्यांना वेळ विसरायला लावत होत्या म्हणून?

"माझं नाव कामो आहे? तुझं काये?" मी विचारलं.

"किव्हांक..."

"किव्हांक, तुला ह्या चष्म्यातून किती दूरचं दिसतं?"

"तुम्ही पण ना कामो अग्बी, बाकीच्या मुलांसारखेच आहात... तुम्ही माझ्या चष्म्याची मस्करी करताय."

"नाही ग, मी तुझी मस्करी नाही करत आहे. रात्री तुला चांदण्या दिसत असतील का? अशी शंका मनात आली माझ्या..."

''नाही ना, नाही दिसत मला. आकाश किती लांब आहे ना. ते धुक्यासारखं दिसतं मला. मग चित्राच्या पुस्तकांतल्या चांदण्यांकडे बघते. चांदण्यांच्या नकाशात मी उत्तर दिशा शोधते आणि मला ध्रुव तारा ओळखून काढायला नेहमीच जमतं.''

''तुझ्याएवढा असताना मला उत्तरेपेक्षा दक्षिणेत अधिक रस होता. कारण विचारलंस तर दक्षिण दिशेमुळे खाली उतरण्याचा विचार माझ्या मनात यायचा. आमच्या बागेत एक विहीर होती. त्या विहिरीच्या बाजूला खेळण्यात माझं बालपण गेलं. दक्षिण शब्द उच्चारला की माझ्या मनात त्या विहिरीचा तळ यायचा, पृथ्वीची खोली यायची.''

''पण ग्रंथालय तर एक जिना वर आहे. वाचनदालनात जायला दहा पायऱ्या चढाव्या लागतात.''

''आता मोठा नाही का झालो मी... आता मला वरच्या मजल्यावरच्या जागांचीसुद्धा सवय झालेय. तुला मोजायला आवडतं का?''

''हो, मी पायऱ्या मोजते, रेषा मोजते, खिडक्या मोजते. आणि मी विसरतसुद्धा नाही.''

''किव्हांक, कोण उघडतं ग्रंथालय? कोण तुमच्यावर देखरेख ठेवतं?''

''बाजूच्या हमामखान्यातली सेविका ग्रंथालयाचं दार उघडते आणि बंद करते. ती आम्हाला एकट्यालाच आत सोडते. आम्ही अभ्यास करतो. आमच्या ग्रंथपाल मावशी वारल्यापासून आम्ही कुणी खोड्या करणं बंदच केलंय.''

''शहाणी मुलगी... मीसुद्धा थोडे दिवस तुझ्यासोबत अभ्यास करणारे इथे...'

''कामो अग्बी, हे लहान मुलांचं ग्रंथालय आहे. तुम्ही काय अभ्यास करणार इथे?''

''मी एक संशोधन करतोय. मी इथली कवितांची पुस्तकं पाहणार आहे. तुम्ही इथे काय करता? तुम्हाला गृहपाठ असतो का?''

''शाळेनंतर रोज मी इथे येते. आईचं काम होण्याची वाट बघते. मग ती येऊन मला घेऊन जाते. ती येईपर्यंत मी अभ्यास करते इथे.''

किव्हांक बाकावरून उठली, दप्तर पाठीवर घेतलं आणि ती पायऱ्यांच्या दिशेने गेली. मी तिच्या मागोमाग गेलो आणि पायऱ्या चढलो. त्या एक खणी चौकोनी ग्रंथालयात बरीच मुलं अभ्यास करत बसली होती. त्यांची वह्या-

पुस्तकं उघडी होती. भिंतींवर फडताळं होती. सगळीकडे टापटीप आणि नीटनेटकेपणा होता. टेबलं स्वच्छ होती. पाऊस आत आल्यामुळे वरच्या घुमटावर पाणी झिरपल्याच्या खुणा होत्या. त्या सोडल्या तर कुठेही डाग म्हणून नव्हते. किव्हांक खिडकीजवळच्या टेबलावर बसली होती. मी बाजूच्या खुर्चीवर बसावं असं तिने दर्शवलं. मी फडताळांवर नजर टाकली. विज्ञान, इतिहास-भूगोलाच्या पुस्तकांकडे दुर्लक्ष करून मी कवितांची पुस्तकं शोधली आणि त्यांचा गठ्ठा उचलला. मग किव्हांकने दाखवलेल्या खुर्चीवर बसलो. खिशातून कागद, पेन काढून ते कवितांच्या पुस्तकाच्या बाजूला ठेवलं. चोरलेल्या घड्याळाचा वर्तुळाकार छाप समोरच्या भिंतीवर दिसत होता. त्या छापावरचा गंजलेला खिळा तिथे उद्देशहीन उभा होता.

त्या दिवशी मला कवितावाचनाचा दुहेरी आनंद मिळाला. पहिला म्हणजे ज्येष्ठ कवींनी त्यांच्या बालपणाबद्दल लिहिलेल्या कविता वाचायला मिळाल्या आणि दुसरा म्हणजे त्या कविता मी मुलांच्या संगतीत बसून वाचल्या. मी तिथली शांतता समजून घेतली. एकेक पान उलटलं. एक पुस्तक वाचून झाल्यावर दुसऱ्याकडे गेलो. माझ्यासमोरच्या कागदावर थोडक्यात टिप्पणी लिहिली. खिडकीबाहेर बघणाऱ्या किव्हांकने आपलं सामान आवरेपर्यंत मी तसं करत होतो. तेव्हा कुठे माझ्या लक्षात आलं की संध्याकाळ झाली आहे. मी तिच्यामागोमाग पायऱ्या उतरलो. अंगणाकडच्या प्रवेशद्वारातून आलेल्या आईला तिने मिठी मारली ते मी बघितलं.

''कामो अग्बी, ही माझी आई,'' किव्हांक म्हणाली.

माझ्या हातातलं कागद-पेन पाहून आईला वाटलं की मी शिक्षक आहे. ''तुम्हाला भेटून आनंद झाला, गुरुजी!'' हस्तांदोलनासाठी हात पुढे करून ती म्हणाली.

''तुम्हाला भेटून मलाही छान वाटलं,'' मी हस्तांदोलन करत म्हणालो, ''तुमची मुलगी बुद्धिमान आहे. इथली सर्वात अभ्यासू मुलगी आहे ती.''

''आभार...''

मायलेकी हातात हात घालून बाहेर पडल्या.

बाहेर आई किव्हांकला सांगत होती, ''तुझ्यासाठी गंमत आहे...''

मी सिगरेट पेटवली. एक झुरका घेत हवेत धूर सोडला. ग्रंथालय सोडताना मला एक प्रकारचं समाधान वाटू लागलं होतं. तसं समाधान बराच काळ माझ्या अनुभवास आलेलं नव्हतं. रस्त्यावर कुणीच नव्हतं. सिनिली मशिदीवरचे

दिवे डावीकडे होते तर सिनिली हमामचे दिवे उजवीकडे होते. आता दिवस लहान होऊ लागल्यामुळे अंधार लवकर पडत होता. संध्यारंग खूपच लवकर घरांना वेढून टाकत होते. सज्जावर वाळत टाकलेले कपडे ऑटम ऋतूतल्या वाऱ्याने आकाशाकडे झेपावत होते. किव्हांक एखाद्या संतुष्ट मांजरीसारखी आईसोबत वरच्या सज्जांकडे बघत बघत चालत होती. आपल्या जाड जाड चष्म्यातून दिसेल तेवढं पाहत होती. जेव्हा तिने रस्त्याच्या दूरच्या टोकाशी पाहायचा प्रयत्न केला तेव्हा ठरवलं की उरलेला रस्ताभर आपण एक खेळ खेळायचा. तिने आईचा हात सोडला आणि धावायला सुरुवात केली. ते चित्र मी पुष्कळ वर्षांपूर्वी पाहिलेल्या परंतु कधीही विसरू न शकलेल्या एका चित्रासारखं दिसत होतं. काळ्या-पांढऱ्या भिंतींवर पिवळा प्रकाश चमकत होता. विजेच्या तारांवर बसलेले पक्षी जडवलेल्या दागिन्यांसारखे दिसत होते. झाडं आणि पक्ष्यांच्या पलीकडे एका न पेटलेल्या खांबाजवळ एक स्त्री उभी होती. ती स्त्री पदपथावरून खाली उतरली आणि तिने पसरलेल्या हातात किव्हांक शिरली आणि तिने तिला मिठी मारली. दोघीजणी काही काळ तशाच मिठीत राहिल्या आणि हातात हात घालून गोल गोल फिरू लागल्या. त्यांचे स्कर्ट वाऱ्यावर फुलून उडाले. बहुधा किव्हांकची आई गंमत म्हणाली होती ती हीच होती. मग त्या तिघींचं रूपांतर तीन सावल्यांत झालं आणि त्या रस्त्याच्या टोकाशी जाऊन अदृश्य झाल्या.

पुन्हा रस्ता निर्मनुष्य झाला. जेव्हा तिथे फक्त झाडं आणि पक्षीच उरले तेव्हा मी भानावर आलो. मला वाटलं की किव्हांकला मिठी मारलेली स्त्री माहिझेरसारखी दिसत होती. ती खूप लांब होती. खांबावरील दिवाही पेटलेला नव्हता. कधी कधी अंधारात मी काही स्त्रियांना माहिझेर समजलोही होतो. मला खात्री नव्हती तरीही मी सिगरेट फेकून दिली आणि त्यांच्यामागे जोराने धावलो. रस्त्यांच्या कोपऱ्याच्या कडेच्या गल्ल्यांतही मी पाहत होतो. ह्या कुठे वळल्या असाव्यात? ज्या घरांतले दिवे लागलेले होते त्या घरांतही मी पाहिलं. सरतेशेवटी तो रस्ता संपल्यावर मी मुख्य हमरस्त्यालाच लागलो. तिथे तर मला दुहेरी वाहतूक लागली आणि लोकांचे जमाव अंगावर चालून आले तेव्हा माझ्या लक्षात आलं की त्या कुठे गेल्या ते आपल्याला कळलं नाहीये. मग त्यानंतर मी परत त्याच रस्त्यावर मागे वळलो. तेच रस्ते आणि त्याच खिडक्या पुन्हा न्याहाळल्या. त्या रात्री मी त्या रस्त्यावरून बऱ्याचदा मागेपुढे चाललो. मला थंडी वाजत होती. मी दमलो होतो. मग दुसऱ्या

दिवशी दुपारी मी ग्रंथालयाच्या अंगणात किव्हांकला भेटलो तेव्हा माझ्या चेहऱ्यावरचा थकवा लपवू शकलो नाही.

मी बाकावर बसलो होतो. किव्हांक अंगणातल्या दारातून आली. तिच्या केसांची वेणी घातलेली होती. ती येऊन माझ्या बाजूला बसली. जणू मी तिसऱ्या इयत्तेपासून तिचा वर्गमित्र होतो अशा तऱ्हेने तिने माझ्याशी गप्पा मारल्या.

''एवढे दमलेले का दिसताय तुम्ही?'' तिने विचारलं.

''मी रात्री खूप उशिरापर्यंत काम केलं!'' मी म्हणालो.

''मला खूप काम आहे, आज पुष्कळच गृहपाठ दिलाय.''

''मदत करू का मी तुला?''

''खरंच कराल?''

''तुला हवं असेल तर नक्कीच करीन की!''

''हो, हो, करा ना!''

''ठरलं तर...''

''आज माझा गृहपाठ लवकर संपवला तर मी रात्री सिनेमाला जाणारे...''

''छानच की, तुझी आई घेऊन जातेय का तुला?''

''यास्मीन आब्ला घेऊन जातेय... आईला आज रात्रपाळी आहे ना...''

''कोण आहे यास्मीन आब्ला? तुमची नातेवाईक आहे का?''

''नाही, ती आईची मैत्रीण आहे. ती काल आली आहे. आजची रात्र राहणार आहे आमच्याकडे...''

''तुझी आई ज्या गमतीबद्दल काल बोलत होती ती हीच होती का गंमत?''

''होय, यास्मीन आब्ला अधूनमधून येते आमच्याकडे आणि माझ्याबरोबर वेळ घालवते...''

''काय करता दोघीजणी मिळून? भातुकली खेळता का?''

''आम्ही भातुकली खेळतो, लपाछपी खेळतो, कॅट कीपर्सचा खेळ खेळतो.''

''मग तुम्ही झोपता?''

''आम्ही एकमेकींना बिलगून झोपतो.''

''बघ, मी पण आणलीये गंमत तुझ्यासाठी...''

मी खिशातून चॉकलेट बाहेर काढलं आणि किव्हांकच्या चिमुकल्या हातात दिलं. तिचे हिरवटसर डोळे विस्फारले. चष्म्याच्या जाड्या पारदर्शक काचा हिरव्या दिसू लागल्या. त्या दिवशी मी एकही कविता वाचली नाही. मी तो दिवस किव्हांकचा गृहपाठ करण्यात घालवला. तिने मला दिलेला चॉकलेटचा तुकडा खाल्ला. तिला वहीत एक गोष्ट लिहायला मदत केली. डोंगर, कोकरू आणि झाडाचं चित्र काढायलाही मदत केली. दहा प्रश्नांच्या परीक्षेतल्या उत्तराबद्दलही थोडंसं सुचवलं. तिचा गृहपाठ पूर्ण होण्यापूर्वीच खिडकीतून झिरपत येणारा उजेड अंधूक होऊ लागलाय हे माझ्या लक्षात आलं. मग 'आता निघतो' असं म्हणून मी उभा राहिलो. आदल्या दिवसापेक्षा मी थोडंसं लवकरच निघालो होतो. माझ्याकडे बघणाऱ्या मुलांच्या नजरा ओळखीच्या झाल्या होत्या. त्यांच्याकडे बघून हसलो. तिथे घड्याळ नव्हतं तरी सगळी मुलं घड्याळाकडे तोंड करून बसली होती. आपण त्यांच्यातलेच एक आहोत असं स्वतःला समजून आणि त्या अस्तित्वात नसलेल्या घड्याळाला अनुसरून मी त्या दहा पायऱ्या उतरलो तेव्हा माझ्या कानात घड्याळाची टिकटिक ऐकू येत होती. मी अंगणातल्या उघड्या दाराने बाहेर पडलो. लांब लांब ढांगा टाकत मी पलीकडच्या मशिदीच्या अंगणात शिरलो. तिथे म्हाताऱ्या अशक्त माणसांसोबत एका स्टुलावर बसून संध्याकाळ होण्याची वाट पाहू लागलो.

माझ्या बसण्याच्या जागेवरून मला अंगणाचं दार दिसत होतं. तिथून मी रस्त्यावर बऱ्याच बायका आणि लहान मुलं पाहिली. मला जेव्हा आनंदाने उड्या मारत चाललेली किव्हांक त्यात दिसली तेव्हा मी उठून उभा राहिलो. मग सावल्यांत लपून तिचा पाठलाग करू लागलो. मला माहीत होतं की ती त्याच रस्त्यावरून धावत सुटेल आणि त्याच अंधाऱ्या ठिकाणी जाईल जिथे काल यास्मीन आब्ला तिची वाट पाहत उभी होती. मी आमच्यात व्यवस्थित अंतर ठेवलं होतं. त्या दिसू शकतील एवढा जवळ होतो परंतु त्यांचं माझ्याकडे लक्ष जाणार नाही एवढा लांबही होतो. जेव्हा किव्हांक आणखी थोडीशी पुढे गेली तेव्हा दिवा न लागलेल्या खांबाआडून ती स्त्री पुढे आली आणि तिने किव्हांकला आपल्या मिठीत घेतलं. तिने आजही कालचाच कोट घातला होता... ती माझी पत्नी माहिझेर होती... तिच्या देखण्या सौंदर्यासह... तीच होती. ...इथे होती ती... तिचे गुलाबी ओठ आणि टपोरे डोळे घेऊन ती इथे होती?... मी भिंतीशी टेकून त्यांना न्याहाळू लागलो. त्यांनी एकमेकींना

मारलेली मिठी मी टक लावून पाहिली. त्यांना एकमेकींची आपुलकी जाणवत होती. त्या एकमेकींना बिलगून चालल्या होत्या.

मला सोडून गेल्यावर माहिझेर क्रांतिकारक बनली आहे हे मला माहीत होतं. ती लपण्याच्या गुप्त जागी राहत होती. नाव सारखं बदलत होती. म्हणजे सध्याचं तिचं नाव यास्मीन आब्ला होतं तर! छे, केवढं हे वैयर्थ! एखादं फूल उमलावं आणि त्याला आपल्या सौंदर्याची जाणीवच नसावी, एखादं पान खाली पडावं आणि त्याला मरणाची कल्पनाच नसावी तशी माझी माहिझेर स्वतःबद्दलची काही जाणीवच न होता जीवन जगत होती. तिला माहीतच नव्हतं की ती झोपेत असतानाच तिचं परीत रूपांतर होतं आणि ती चादरीवर जादूई गंध पसरते. तिला माहीत नसलं तरी मला माहीत होतं ना ते. तिला माहीत नव्हतं म्हणून मीच तिच्या सौंदर्याची प्रतिमा माझ्या मनात जिवंत ठेवली होती. 'सौंदर्य म्हणजे काय?' आज ग्रंथालयात गृहपाठ करताना असा प्रश्न माझ्यासमोर कुणी ठेवला असता तर मी माहिझेरचं चित्र काढलं असतं आणि त्या खाली लिहिलं असतं : ''पाण्याची चव माहीत असली तरी ते नाही मिळालं तर आपण तडफडतो. कधीही हाती न लागणारं सौंदर्य किंवा प्रेम हेसुद्धा तसंच असतं.'' माझी अवस्थाही तशीच झाली होती. मला पाणी म्हणजे काय ते माहीत होतं आणि तेच माझ्याकडून हिरावलं गेलं होतं. मी माहिझेरला बघू शकत होतो, पण तिच्यावाचून जगत होतो. मी काळाला, त्या काळातल्या इस्तंबूलला आणि माणसांना शिव्याशाप दिले. मी सगळ्यांचाच तिरस्कार करू लागलो होतो.

चिंचोळ्या गल्ल्या मागे टाकून आम्ही मुख्य रस्त्यावर आलो. त्या पुढे चालत होत्या आणि मी मागून जात होतो. आम्ही एकामागोमाग एक अशा दोन टॅक्सी केल्या आणि बहारिये रस्त्यावर गेलो. तिथे आम्ही टोस्ट सँडविच खाल्ले आणि एका सिनेमाला गेलो. त्या सिनेमाचं नावसुद्धा जाहिरातफलकावर पाहण्याची तसदी मी घेतली नाही. त्या पुढल्या बाजूला बसल्या. मी दाराजवळ मागच्या बाजूस बसलो. माहिझेर आणि मी शेवटचं सिनेमाला कधी गेलो होतो ते आठवण्याचा मी प्रयत्न केला. संपूर्ण चित्रपटभर मी पडद्याबरोबर त्यांच्याकडेही पाहत होतो. त्या चित्रपट पाहण्यात गुंग झाल्या होत्या तेव्हा मी जुन्या दिवसांच्या स्वप्नात हरवून गेलो होतो. आम्ही बाहेर पडलो तेव्हा हवा थंड झाली होती. चावरा वारा ऑटम ऋतूतील झुळकीपेक्षा थंडीतल्या धुक्याचीच आठवण करून देत होता. आम्ही गर्दीतून चालू लागलो.

आम्ही रस्त्यावरच्या चणेवाल्याकडून भाजलेले चणे घेतले आणि मग दुकानातल्या खिडक्यांत पाहू लागलो. मग दोन वेगळ्या टॅक्सी करून आमच्या रस्त्यावर पोचलो. हिरव्या दाराच्या इमारतीसमोर त्यांची टॅक्सी थांबली तर मी पुढल्या वळणाशी उतरलो. मी सावलीतच एका भिंतीशी उभा राहिलो आणि कित्येक तासांपासून माहिझेरच्या मागावर असलेल्या राखाडी रेनकोटधारी माणसाची प्रतीक्षा करत राहिलो.

माहिझेर आणि किव्हांक दोघीजणी भेटल्यापासून एक बुटका माणूस त्यांच्या मागावर होता. त्याने त्याच्या राखाडी रेनकोटाच्या दोन्ही पाखा उंचावल्या होत्या. त्यामुळे परदेशी चित्रपटातल्या गुप्तहेरांसारखी एक प्रकारची गूढता येत होती. तोसुद्धा टॅक्सीत बसला, सिनेमागृहात गेला, दुकानातल्या खिडक्यांसमोर रेंगाळला. सतत धूम्रपान करण्यात आणि आसपासचा परिसर न्याहाळण्यात मग्न असल्यामुळे मी त्याचा पाठलाग करतोय हे त्याच्या लक्षातच आलं नाही. संध्याकाळ संपल्यावर तो त्याच रस्त्याने माघारी वळला. टॅक्सीबाहेर पडल्यावर पुन्हा त्याने सिगरेट शिलगावली. मग इमारतीच्या हिरव्या दारापाशी तो आला. तिथे येऊन त्याचा वेग कमी झाला आणि तो आत डोकावला. त्याने खिशातून काढलेल्या कागदाच्या कपट्यावर पटकन काहीतरी लिहिलं. काम झाल्यावर त्याने परत कोटाच्या पाखा वर केल्या आणि रस्ता ओलांडला. तिथून तो एका बुटक्या भिंतीपलीकडच्या निर्मनुष्य भूखंडावर गेला. तिथे अंधार होता. मी त्याच्या मागोमाग गेलो आणि पाहिलं तर तो अंधारातल्या एका झाडाजवळ उभा राहून कुणाचीतरी वाट पाहत होता. मी त्याच्याकडे गेलो आणि लायटर मागितला. बऱ्याच प्रयत्नांती त्याला लायटर पेटवायला जमलं तेव्हा त्याने तो माझ्या चेहऱ्याजवळ आणला. मला बघता क्षणी त्याचा मोकळा हात कंबरेकडे गेला. पण मी त्याच्यापेक्षा चपळ होतो. माझा पोलादी चाकू उगारत मी त्याच्या गळ्यावरच धरला. त्याच्या गुडघ्यांवर लाथ मारल्यावर तो जमिनीवरच पडला. मग त्याच्या पट्ट्यात लावलेली बंदूक मी काढून घेतली.

"कोण आहेस तू?" मी विचारलं, "कुणाचा पाठलाग करतोयस तू? कुणाच्या बायकोला जाळ्यात पकडायचंय तुला?" त्या पहिल्या धक्क्यातून भानावर आल्यावर तो जरासा सावरला. "मी सरकारचा माणूस आहे..." तो म्हणाला. त्याच्या स्वरात आत्मविश्वास होता. "मला सोडलं नाहीस तर पश्चात्ताप करावा लागेल तुला..."

मी त्याच्या तोंडावरच ठोसा लगावला, तेव्हा तो पाठीवर उताणा पडला. मग मी माझा गुडघा त्याच्या छातीवर दाबून म्हणालो, ''तू... तू... सैतान आहेस... सरकारचा भडवा आहेस तू...'' मी म्हणालो. तेवढ्याने समाधान न होऊन मी त्याला आणखी एक ठोसा मारला. त्यावर त्याने तोंडातून अनाकलनीय आवाज काढले. तो मला शिव्या घालतोय की विनवण्या करतोय ते कळत नव्हतं. त्याचं किरकोळ शरीर एकदा डावीकडे आणि एकदा उजवीकडे असं वळवळत होतं. मी त्याला जेवढं दाबून धरत होतो तेवढा तो त्याच्या छातीवरचा माझा गुडघा काढून टाकायचा प्रयत्न करत होता. त्याच्या फासळ्या मोडल्या तेव्हा तो वेदनेने विव्हळला. त्याचा किळसवाणा श्वास मला माझ्या चेहऱ्यावर जाणवला. ''तू कोण आहेस ते ठाऊकाय का तुला?'' मी म्हणालो, ''तुला समजणार नाही असं काहीतरी सांगतो तुला! ऐक माझी बायको माहिझेर निखळ सत्य आहे आणि तू तिला नष्ट करायला बाहेर पडलेली सावली आहेस. सत्याच्या सावलीला शून्य किंमत असते. तर त्या उलट कवडीमोलपणातून सत्याला बाहेर काढून त्याची पुनर्निर्मिती जे करतं त्याचीच सुंदर कविता बनते. पण तुझ्याबद्दल काय? तू तर सत्याचा शत्रू आहेस.''

त्या रात्रीनंतर मी पोलादी सुऱ्यांचं गाणं वारंवार गाऊ लागलो. एकाच आठवड्यात मी माझ्या पत्नीचं तीन वेगवेगळ्या सावल्यांपासून संरक्षण केलं होतं. माझी माहिझेर भोळी होती. आपल्याला जग कळतं, आपण ते बदलू शकतो असं वाटत होतं तिला. परंतु तिच्यापासून एका हाकेपलीकडे असलेल्या माझ्या अस्तित्वाची तिला जाणीव नव्हती. ती इस्तंबूलच्या रस्त्यांवरून भटकत होती खरी, परंतु आपल्या पाठीमागे कोण दबा धरून येतंय ह्याची तिला कल्पनाही नव्हती. बॉस्फरसच्या दोन्ही किनाऱ्यांवरून ती फेरीबोटीने ये-जा करत होती. बसथांब्यावर उभी राहत होती. कॅफेमध्ये जाऊन बसत होती. ग्रंथालयांतून फिरत होती. तिला भेटायला येणारा मनुष्य भेटीच्या वेळी आला नाही की काळजात चिंता घेऊन तिथून निघून जात होती. उस्कुदार, लालेली आणि हिसारुस्तूमधल्या जुन्यापान्या भागातल्या, शेवाळं दाटलेल्या छतांच्या दमट घरांत तिचं वास्तव्य असायचं. ती उशिरा झोपी जायची आणि लवकर उठायची. जिथे राहायची त्या घरातल्या लहान मुलांची आणि झाडांची निगा राखायची. जेव्हा एके संध्याकाळी लहान मुलांच्या पुस्तकांच्या सिनिली

ग्रंथालयाच्या रस्त्यावर ती गेली आणि तिने किव्हांकला मिठी मारली तेव्हा त्या दोघींना जेवढा आनंद झाला तेवढाच मलाही झाला.

माहिझेरने ती रात्र किव्हांकच्या घरी व्यतीत केली. ती दुसऱ्या दिवशी बाहेर पडली नाही. मागील काही दिवस ती खूप दमलेली दिसत होती. तिची तब्येतही फारशी बरी वाटत नव्हती. चेहरा वाळल्यासारखा झाला होता. तिने स्वतःची काळजी घ्यायला हवी होती. विश्रांती घ्यायला हवी होती. ती निदान एक दिवस तरी घरी राहते आहे म्हणून मला आनंद झाला होता. मी ठरवलं होतं की आपण ग्रंथालयात जायचं आणि ती घरी विश्रांती घेत असताना तिथे बसून कविता वाचायच्या. मग मी रस्त्यावरच्या दुकानातून मोठ्ठं चॉकलेट घेतलं आणि हळूहळू रस्त्यावर आलो. मी त्या रस्त्याचा आता अविभाज्य भागच झालो होतो. मी ग्रंथालयाच्या आवारात किव्हांकची वाट पाहत उभा राहिलो. तेवढ्यात किव्हांकने फाटक उघडलं आणि तोंडभरून हसत ती धावत अंगणात आली.

"इतके दिवस कुठे होता तुम्ही? तुमची काळजी वाटू लागली होती मला!" ती म्हणाली.

"मी दुसऱ्या ग्रंथालयांत जात होतो," मी म्हणालो.

"यास्मीन आब्लालाही काळजी वाटली..."

"यास्मीन आब्लाला? कुणाची?"

"कुणाची म्हणजे काय? तुमची."

"ओळखते का मला ती?... म्हणजे मी इथे येतो..."

"होय. सांगितलं मी तिला..."

"कधी?"

"तुम्हाला माहितीय का, आम्ही मागच्या आठवड्यात सिनेमाला गेलो होतो, त्या रात्री मी तुमच्याबद्दल तिला सांगितलं. मी तिला सांगितलं की तुम्ही मला गृहपाठात मदत केली."

"म्हणजे... तिला एका आठवड्यापासून माहीत होतं..."

"होय."

"काय म्हणाली ती?"

"ती म्हणाली की ती तुम्हाला ओळखते, प्रेम करते तुमच्यावर ती..."

"ती माझ्यावर प्रेम करते म्हणाली? नक्की ना? बरोबर बोलते आहेस ना तू?"

"होय, तेच म्हणाली ती..."

"आणखी काय म्हणाली ती?"

"काल रात्री तिने एक पत्र लिहिलंय तुम्हाला. माझ्या दप्तरात ठेवलंय. म्हणजे तुम्हाला देता येईल ते... हे बघा, हे इथे..."

मी तो बंद लिफाफा घेतला. मागून-पुढून निरखला. त्याचं काय करायचं ते न कळल्यामुळे बरीच मिनिटं मी त्याच्याशी अस्वस्थपणे नुसताच चाळा करत बसलो. सर्व प्रकारच्या बऱ्या-वाईट शक्यता माझ्या डोक्यात दौडू लागल्या होत्या. तेवढ्यात माझ्या लक्षात आलं की किव्हांक माझ्याकडे खोडकरपणे बघते आहे. मी प्रत्युत्तरादाखल हसलो आणि तिचं डोकं कुरवाळलं.

"तू ह्या ग्रंथालयातली सगळ्यात गोड मुलगी आहेस..." मी म्हणालो.

"आज मला गृहपाठ म्हणून कविता लिहायची आहे, मदत कराल का मला?" तिने विचारलं.

"मला लवकर जायचंय ग, आजचा गृहपाठ तुझा तुलाच करता येईल का?"

"चालेल!"

"चल मग, जा वर, लिहायला लाग तुझी कविता."

"जाते, कामो अग्बी..."

"आज तुझ्यावर सरस्वतीदेवीची कृपा होवो, किव्हांक."

"धन्यवाद... पण तुम्ही काहीतरी विसरलात का?"

"म्हणजे?"

"तुम्ही काहीतरी गंमत आणणार होतात ना माझ्यासाठी?"

"हो ग, मी विसरलोच होतो जवळ जवळ... हे आणलंय बघ तुझ्यासाठी."

"चॉकलेट? खूप खूप आभार, कामो अग्बी! मला चॉकलेटची गंमत खूप आवडते."

किव्हांकला पायऱ्या चढून वाचनदालनात जाताना मी पाहत राहिलो. मला जाणीव झाली की पत्र धरलेल्या माझ्या हातांना दरदरून घाम सुटला आहे.

मी लिफाफा उघडला. त्यात माहिझेरच्या मोत्यांसारख्या हस्ताक्षरात कागदाच्या दोन्ही बाजूंना लिहिलेलं एकपानी पत्र होतं. त्यात प्रेम लिहिलं होतं; त्यात यातना, जखमा आणि आठवणी लिहिल्या होत्या. तिने ओळखीच्या अनेक शब्दांची एकामागून एक जणू रांगच लावली होती आणि

प्रत्येक शब्दात एकेक भोवरा उसळत होता. तिने खंत, अश्रू, राग, दुरावा, अश्रू, खंत, विसरून जाणे, क्षमा करणे, नियती, मृत्यू, एकाकीपणा, नियती, खंत, अश्रू आणि विसरून जाणं हेच वारंवार लिहिलं होतं. अगोदरच्या वाक्यांत जे लिहिलं होतं तेच पाच-सहा वाक्यांनंतर पुन्हा लिहिलं होतं. तिने 'दूर' शब्दाच्या जागी 'जवळ' शब्द वापरला होता, 'मरणा'ऐवजी 'जीवन', 'दुराव्या'ऐवजी 'मीलन' शब्द वापरला होता. कधी कधी ह्याच्या उलटही केलं होतं. दुसऱ्या कुठल्यातरी काळात, दुसऱ्या कुठल्यातरी स्थळी त्या शब्दांचा अर्थ काय होता ते मला माहीत होतं. परंतु आत्ता माहिझेरला काय म्हणायचंय ते मला कळेनाच. तिची भाषा ना माझ्या आईसारखी होती ना वडिलांसारखी होती. त्या भाषेतले अर्थ अर्थशून्य बनले होते. बावरलेले पक्षी जसे घाबरून उडतात तसे तिचे सगळे शब्द एकात एक गुंतलेले होते. प्रत्येक शब्दाच्या पंखांत बाजूच्या शब्दाचे पंख अडकवून तिने सगळ्याच शब्दांचे पंख तोडून टाकले होते. ज्या भूतकाळाने आम्हाला घडवलं होतं; ज्या भूतकाळात आम्ही कुणीतरी होतो, त्या सगळ्याचा तिने पुरता नाश करून टाकला होता... आणि त्यासोबत भविष्याचं दार उघडण्याच्या शक्यतांचाही लोप करून टाकला होता. ''मला तू विसरून जा,'' तिने लिहिलं होतं. ''मला वाटतं की ह्या भल्या मोठ्या नगरीत मी एका खोलीत कैद होऊन पडले आहे. मी तुझ्यावर प्रेम करत असले तरी आपला भूतकाळ हीच आपली नियती होती. कामो, भूतकाळापासून आपली सुटका नसते.''

कसली भ्रामक समजूत होती ही? बाकी सगळ्या शब्दांच्या पातळीवर तिने 'प्रेम' हा शब्दही ठेवला होता. त्या शब्दांपेक्षा किंचितही अधिक वजन त्या शब्दाला तिने दिलं नव्हतं. माझी सदसद्विवेकबुद्धी धडका देऊ लागली तेव्हा माझ्या तोंडून दुःखी उसासा बाहेर आला... हूं... तीच ती जुनीपुराणी, अनादिअनंत सदसद्विवेकबुद्धी. ते पत्र मी पुन्हा वाचलं तेव्हा स्वतःला विचारलेलं: एवढे सगळे भोग सोसल्यानंतर तरी माझा समयावर काहीतरी ताबा असणार आहे का? माझ्या आंधळ्या आणि बहिऱ्या नियतीवर विजय मिळवणं मला शक्य होणार आहे का? मी एकाकी होतो, दुःस्वप्नांनी माझ्या झोपेवर घाला घातला होता... हे माझं पराभूत हृदय! ही जुनीपुराणी, अनादिअनंत सदसद्विवेकबुद्धी! एवढी दहशत कोण सहन करत राहील? जीवनाच्या क्रौर्याचा इतका दीर्घकाळपर्यंत प्रतिकार कोण करत राहील? माहिझेर तिला मी विसरून जाण्याचा हक्क मागत होती आणि कधीही न विसरण्याच्या

हक्काची मला गरज होती. क्षणभरासाठीसुद्धा तिचा चेहरा माझ्या डोळ्यांसमोरून हलत नव्हता. तसं झालं असतं तर मी 'मी' राहिलो नसतो. आत्माविहीन बनलो असतो. थडग्यानेही ज्याला नाकारलं आहे असं प्रेत बनलो असतो मी. अरेरे, तीच जुनीपुराणी, अनादिअनंत सदसद्विवेकबुद्धी माझ्या अंतरात्म्यात तिचे विषारी बाण खुपसत होती. मी जर माझ्यातून माहिझेरला बाहेर काढलं तर जे काही बाकी राहील ते निष्प्राण प्रेत असेल... अळ्यांनी कुरतडलेलं प्रेत...

ज्या कविता आम्ही एकमेकांना वाचून दाखवायचो, त्या सगळ्या एकत्र करून माहिझेरने पत्रातून त्यांचं विसर्जन करून टाकलं होतं. ती एखाद्या अनाथ मुलासारखी होती. दुःखाने कण्हत होती. ती मला म्हणत होती, ''मी एका खोलीत अडकलेय.'' ती मला दार उघडायला सांगत होती. तिला वाचवायला सांगत होती ती. ''दार उघडा,'' ती म्हणाली, ''दार उघडा. मला मोकळं करा. तुम्ही तुमच्या मार्गाने जा. मला माझ्या मार्गानं जाऊ द्या.'' ती धडपडत होती, तिच्या छोट्याशा हातांनी दार वाजवत होती, धाड धाड... धाड धाड... ''दार उघडा,'' ती म्हणत होती. म्हणत होती, ''त्या दाराची चावी तुमच्याकडेच आहे, तुमच्यामुळेच माझा जीव वाचेल.'' ...काय करायचं ते मला कळत नव्हतं. मी कुठे आहे तेच मी विसरून गेलो होतो. मला खूप दुरून कुत्र्यांच्या भुंकण्याचा आवाज ऐकू येत होता. हळूहळू जवळून येत होता तो आवाज... मला काळोखातून आवाज कळत होते आणि पांढऱ्या कुत्र्याचा वेगळा आवाजही त्यातून कळत होता. मला खूप थंडी वाजत होती. छातीत दुखू लागलं होतं. डोक्यात आवाज घुमत होते... धाड धाड... धाड धाड...

''दार उघडा, चौकीदार... दार उघडा...''

अनिच्छेनेच परंतु हळूहळू मला भान आलं की खूप खोलवरून जो आवाज ऐकू येतोय तो कुहेलन काकांचा आहे.

''दार उघडा... माझा मित्र मरतोय... आम्हाला मदत करा...''

''धाड धाड... धाड धाड...''

मी माझा चांगला डोळा अर्धवट उघडून अंधारात पाहिलं. मला दिसलं की कुहेलन काका ताठ उभे राहून कोठडीच्या दारावर हात आपटत आहेत. मला त्यांना हाक मारता येईना... मला माझं बोटही हलवता येईना... श्वास घ्यायची धडपड करताना घशातून घरघर येऊ लागली. मी कण्हलोसुद्धा.

कुहेलन काका आले आणि माझ्या अंगावर खाली वाकले.

“तू जिवंत आहेस? अहाहा! कामो, माझा लाडका कामो न्हावी तू जिवंत आहेस...”

माझी लटकणारी मान त्यांनी सरळ केली. जमिनीवरचं फडकं उचलून माझे ओठ ओले केले. कपाळ पुसलं. माझे केस कुरवाळता कुरवाळता ते बोलू लागले. त्यांचं बोलणं आशावादाने पूर्ण भरलेलं होतं. ते म्हणाले की, “आपण एक दिवस कोठडीतून बाहेर जाऊ आणि इस्तंबूलमध्ये एकत्र भटकू. सुंदर सुंदर स्वप्नं ही एकतर हृदयभंग झालेल्या प्रेमिकांसाठी असतात, नाहीतर मृत्यूच्या उंबरठ्यावरच्या लोकांसाठी असतात.” कुहेलन काकांनी माझा हात हाती घेतला तेव्हा मी माझ्या अंताशी पोचलो आहे हे त्यांना जाणवलं असावं. त्यांच्या हेही लक्षात आलं असावं की जो वेळ मी जमिनीवर असताना वाया घालवला होता तोच वेळ इथेही माझ्या हातून निसटून चालला आहे.

मला लोखंडी कडीचा आवाज ऐकू आला. कोठडीचं दार उघडलं. पहारेकऱ्याचं अवाढव्य शरीर उजेडात समोर आला.

“ए मूर्खा, काय रे कोकलत होतास?” तो गुरकावला.

“हा माझा मित्र गंभीर आजारी आहे, त्याला मदतीची गरज आहे.” कुहेलन काका अधिकच सौम्यपणे म्हणाले.

“मेला तर बरा तो. तोही मोकळा होईल आणि आम्हीही...”

“निदान त्याला पाणी द्या, वेदनाशामक गोळी तरी द्या...”

“ए बेअक्कल, तुलाच ती वेदनाशामक गोळी लागणार आहे मिनिटभराने... तुला बोलावताहेत ते चौकशीच्या खोलीत. चल, ऊठ लवकर...”

पहारेकऱ्याच्या लांब-रुंद पायांशी मी पांढऱ्या कुत्र्याची सावली पाहिली. तो कुत्रा मोठ्या डौलात मार्गिकेतून आत शिरला होता आणि शुद्ध संगमरवरासारखा तिथल्या उजेडात उभा होता. त्याची मान भरदार होती. कान ताठ उभे होते. अंगावरचे केस उबदार घोंगडीसारखे शेपटीपर्यंत आले होते. लांडग्यासारखे डोळे माझ्या आरपार बघत होते. अगदी जुन्या दिवसांसारखेच...

तिथे पांढरा कुत्रा आहे ह्याची जाणीवच नसलेल्या पहारेकऱ्याने कुहेलन काकांची कॉलर पकडून त्यांना बाहेर ओढलं आणि माझ्या तोंडावर दाराची कडी लावून टाकली. त्याने आम्हा दोघांना आत एकटंच सोडलं.

माझ्या अंगातली ताकदच नाहीशी झाली होती. डोळे मिटलेले होते. मला कधीही जाग न येणाऱ्या झोपेत शिरावंसं वाटू लागलं होतं.

पांढरा कुत्रा हळूहळू पुढे आला. त्याच्या श्वासावरून मला जाणवत होतं की तो माझ्या बाजूला झोपला आहे. माझी सोबत करतो आहे. त्याचं उबदार शरीर माझ्या शरीरावर रेललं आहे. त्याने माझ्या पायांभोवती त्याचं शेपूट गुंडाळलं होतं. आमचं श्वसनही एका लयीत चाललं होतं. आम्हा दोघांची छाती एकाच वेळेस खाली-वर होत होती. माझ्या अंगात ऊब येईपर्यंत तो थांबला. आमच्याकडे वेळ असता तर तो तासन्तास तसाच पडून राहिला असता. परंतु वेळ कुठे होता? त्याने मान उचलली. तो जवळ आला. त्याने माझा चेहरा चाटला. त्याची ओली, गुलाबी जीभ माझ्या अंगावर वरून खाली फिरवली. जणू तो त्याच्या बाळालाच कुरवाळत असावा. माझ्या डोळ्यांपासून ते कानांपर्यंत, छातीपासून ते मनगटापर्यंत एकेक करून त्याने माझ्या सगळ्या जखमा बऱ्या केल्या. माझ्या सगळ्या वेदना शमवल्या. ह्या अत्यंत तीव्र दुःख देणाऱ्या जगात एखादा माणूस डोळे मिटतो, निदान तेव्हा तरी त्याला वेदना सहन न करता श्वास घेता यायला हवा. नाहीतर मग जगण्याला अर्थ तरी काय उरतो? पांढऱ्या कुत्र्याने त्याचं वजनदार शरीर उचललं. त्याने माझ्या खांद्यांवर अधिक जोर दिला. मग सुळसुळीत जीभ बाहेर काढून माझ्यातल्या सगळ्या भयभावना चाटून चाटून घालवून टाकल्या. पार लहानपणापासूनच माझ्या मनात त्या भयभावना रुजलेल्या होत्या. त्याने मला शांत केलं. माझं सगळं ओझं हलकं केलं. मला माझं वजनही जाणवेनासं झालं. जणू मी शांत, उबदार पाण्यात तरंगतच होतो. खरोखरच, हे जीवन पांढऱ्या कुत्र्यासारखं दयाळू, प्रेमळ असतं तर? खरोखरच मी वाट चुकलेलो असताना जीवनाने मला दुसरा मार्ग दाखवला असता तर?

●

दिवस **दहावा**

कुहेलन काकांचं कथन

पीतरंगी मरणहास्य

'मला तीन सफरचंदं पाठव. पाठवण्यापूर्वी त्यातल्या एकाचा चावा घे बरं का...' जहाजावरच्या वयस्कर नकाशाकाराने खणातून पत्रं बाहेर काढली. खूप खूप वर्षांपूर्वी निधन पावलेल्या त्याच्या प्रेमिकेची पत्रं होती ती! वाचताना वरील वाक्य समोर आलं तेव्हा त्याने ते पुन्हा वाचलं : 'मला तीन सफरचंदं पाठव. पाठवण्यापूर्वी त्यातल्या एकाचा चावा घे बरं का...' डॉक्टर, ही गोष्ट मी सांगितलेय का हो तुम्हाला पूर्वी? सांगितलेय, हो ना? पण ह्या वेळेस तिची एक नवी आवृत्ती सांगतो. ऐका तर! ह्या वयस्कर नकाशाकाराने जगभरातील समुद्रांवर फिरण्यात सगळं जीवन वेचलं होतं. ते वेचताना त्याला प्रेयसीकडून दोन अमूल्य ठेवींचा वारसा मिळाला होता. त्यातली एक होती एकाकीपणा आणि दुसरी होती ती पत्रांची छोटीशी पेटी. प्रत्येक नव्या खंडावर गेला की तो तिथले नवनवे नकाशे काढायचा. प्रत्येक नव्या बेटावर गेला की त्या नकाशांवर नवीन नावांची भर टाकायचा. शेवटच्या समुद्रसफरीच्या वेळेस त्याचे केस पांढरे झाले होते. त्या वेळेस त्याने ठरवलं की आता आपण समुद्रास शेवटचा रामराम करायचा. उर्वरित जीवन जमिनीवरच व्यतीत करायचं. समुद्रलाटांना जीवन समर्पित करणाऱ्या अन्य समुद्रवीरांबद्दल त्याला कितीही आदर असला तरी आपल्या तरुणपणीच्या प्रेयसीशेजारीच आपला देह मरणोपरान्त पुरला जावा हे त्याचं स्वप्न होतं. त्याच्यासोबत एकाच केबीनमध्ये राहणाऱ्या कंपासमास्तराला त्याने ही इच्छा बोलून दाखवली. कंपासमास्तराला स्वतःचं मरण जमिनीवर किंवा समुद्रावर कुठेही आलं असतं तरी चालणार होतं.

फक्त ते योग्य वेळी यायला हवं होतं. ती इच्छा ऐकताना कंपासमास्तराने खिशातून घड्याळ काढून मोठ्या प्रेमाने त्याचं आवरण कुरवाळलं. तो म्हणाला, ''मी ह्या घड्याळाच्या वेळानुसार सगळं करतो.'' आवरणावर जडवलेल्या माणकांमुळे एक आकृती बनत होती; परंतु तिचा अर्थ काय ते त्याला समजलं नव्हतं. एकतर ते निरर्थक तरी होतं किंवा मग त्यामागे काहीतरी रहस्य होतं. ते रहस्य अस्तित्वात आहे ह्यावर विश्वास ठेवणंच त्याला अधिक बरं वाटत होतं. बाहेर चांदणी रात्र होती. पण तेवढ्यात एक जोरदार लाट धसमुसळेपणाने जहाजाच्या कडेला येऊन आपटली. बाहेर काहीतरी काटकन मोडल्याचा आवाज त्यांना आला. तेव्हा नकाशाकार आणि कंपासमास्तर केबीनमधून बाहेर धावले आणि पायऱ्या चढून डेकवर गेले. त्यांना चमचमत्या चांदण्यांनी भरलेलं आकाश दिसलं तेव्हा ते मंत्रमुग्ध होऊन पाहतच राहिले. आकाशाकडे बघितल्यावर मोहात पडणाऱ्या लहान मुलांसारखे भाव त्यांच्या चेहऱ्यांवर होते. उभं आयुष्य समुद्रावर घालवणाऱ्या म्हाताऱ्यांसारखे नव्हते ते भाव! दोघांनी मंदपणे वाहणाऱ्या आकाशगंगेकडे पाहिलं. जिथे आकाशगंगेतल्या तारका नदीसारख्या वळण घेत होत्या त्या बिंदूकडे बोट दाखवून नकाशाकार कंपासमास्तराला म्हणाला, ''पाहा, तुझ्या घड्याळावरील चिन्हासारखा आकार आहे ना हा?'' त्याने खिशातलं घड्याळ काढून तुलना करून पाहिली. तेव्हा त्यांना दिसलं की आवरणावरील लाल माणकं चमकत आहेत आणि आकाशातील त्या वळणावर चमकणाऱ्या तारकांचं ती तंतोतंत प्रतिबिंबच आहेत. नकाशाकार पुढे बोलू लागला, ''अगदी तंतोतंत आहे तुझं घड्याळ! त्यातली वेळ आणि खुणा अगदी बरोबर आहेत.'' पण बघता बघता आकाशात ढग भरून आले. मोठं मळभ दाटून आलं. शिडं फडफडू लागली. बांधलेले दोरखंड चाबकासारखा सण्ण सण्ण आवाज करू लागले. समुद्रावरचं जहाज वाऱ्याच्या थपडा खात पानासारखं हेलकावू लागलं. पावसाच्या जोरदार माऱ्यात, चोहो बाजूंनी येणाऱ्या चक्रीवादळात सापडलं. दोघं एकदम दचकले. जहाजावरच्या लोकांनी घाबरून किंकाळ्या मारल्या. त्याच धांदलीत कप्तानाने गुरकावून सोडलेल्या सूचनांचं पालन करत सगळेजण जहाजाचं चाक पुन्हा रुळावर आणण्याचा, शिडं बांधण्याचा प्रयत्न करू लागले. दोरखंड गरजेनुसार घट्ट-सैल करता करता ते एकदा उजवीकडे जायचे तर एकदा डावीकडे रेलायचे. जवळ जवळ तीन दिवस वादळ जराही न हटता चालूच राहिलं. ढग काही केल्या पांगेनात. जहाज लाटांवर सातत्याने हेलकावे खात

होतं. बहुधा समुद्राकडेच खेचलं जात होतं किंवा पूर्वी ज्या समुद्राकडे कुणी कधी गेलंच नव्हतं तिथेही खेचलं जात असावं. तिसरा दिवस संपल्यावर समुद्र शांत झाला, वारा थंडावला, चांदण्या पुनश्च आकाशात दिसू लागल्या तेव्हा त्यांची खात्री पटली की आता वादळ संपलंय. मग आपण कुठे आहोत ते निश्चित करण्याचा ते प्रयत्न करू लागले. फाटकी शिडं दुरुस्त करण्यासाठी, फुटलेल्या रांजणातून सांडून गेलेलं प्यायचं पाणी पुन्हा भरण्यासाठी त्यांना कोरडी जमीन हवी होती. तिचा शोध घेण्याचं काम त्यांनी हाती घेतलं. समोर ठेवलेले नकाशे कप्तान एका मागोमाग एक तपासू लागला. ताऱ्यांचा अंदाज घेऊ लागला. सरतेशेवटी एका जुन्या नकाशावरील ताऱ्यांच्या आकृती आणि आकाशातील स्थानं जुळताहेत असं त्याच्या लक्षात आलं. नकाशाच्या कोपऱ्यातील समुद्रावर तर्जनी ठेवून तो म्हणाला, ''आपण आत्ता इथे आहोत. इथून दिवसभराचा प्रवास केल्यावर एक बेट दिसतंय, आपण तिथे जाऊ शकतो.'' कप्तानाच्या बाजूला उभ्या राहिलेल्या नकाशाकाराने आणि कंपासमास्तराने एकमेकांकडे पाहिलं. कप्तान ज्या गर्द निळ्या बेटाकडे बोट दाखवत होता त्याच्याबद्दल त्यांच्या मनात शंका होत्या. ते म्हणाले, ''साहेब, आपण इतक्या दूर नको जाऊया! प्रेमदिवाण्या नकाशाकारांनी काढलेल्या खोट्या, आभासात्मक बेटासारखं वाटतंय ते आम्हाला.'' काही जुने नकाशाकार नकाशा काढताना मोकळ्या भागात एखादं बेट काढायचे आणि आपल्या प्रेमिकेचं नाव त्याला द्यायचे. तसं करून त्यांना नकाशातल्या दुनियेवर का होईना परंतु आपलं प्रेम व्यक्त करण्याची संधी मिळत होती. शिवाय जहाजं अशी नकाशावरल्या खोट्या बेटांच्या दिशेने गेल्याच्या गोष्टीसुद्धा पूर्वी खूप ऐकायला मिळायच्या. खरंतर नकाशाकाराने आणि कंपासमास्तराने त्या बेटाच्या अस्तित्वाबद्दल फक्त शंका उपस्थित केल्या होत्या. ठाम असं भाकीत केलं नव्हतं. मात्र दोघांनाही माहीत होतं की नकाशाकाराने स्वतःच तरुणपणी ते बेट त्या नकाशावर टाकलं होतं. परंतु आता कप्तानाचा राग ओढवून घेण्याच्या भीतीमुळे स्पष्ट सांगण्याचं धाडस दोघांना होईना. शिक्षा म्हणून कप्तानाने हातपाय बांधून, तोंडात बोळा कोंबून समुद्रात फेकूनच दिलं तर काय घ्या? ह्या भीतीने ते काहीच बोलले नाहीत. मग दोघं मित्र केबीनमध्ये जाऊन रात्रभर बोलत बसले. नकाशाकार म्हणाला, ''मी माझ्या आवडत्या मुलीला पहिल्यांदा कुठे पाहिलं, माहित्येय का? गावच्या बाजारात... मला नुकतीच मिसरूड फुटू लागली होती. मी तिला पत्रं लिहिली. तिने मला पाठवलेली पत्रं मी पुन्हा

पुन्हा वाचायचो परंतु गुपचूप, एका बाजूला जाऊन... कारण तिच्या रिकामटेकड्या भावांना कळता कामा नये अशी भीती मनात होती. पहिल्या समुद्रसफरीवर बाहेर पडलो तेव्हा तिला वचन दिलं की मी तुझ्यासाठी भेट आणीन. ती तू कधीच विसरणार नाहीस. देवमाशाची शिकार करून पैसे कमवायचे आणि परतल्यावर तिला घेऊन खूप खूप दूर कुठेतरी जायचं हेच माझं ध्येय होतं. ती सुंदर होती. कमनीय बांध्याची, नाजूक होती. मी दूर असताना ती आजारी पडली. कित्येक दिवस तापाने फणफणली. सरतेशेवटी मृत्यूने तिच्या काचेसारख्या नाजूक, कोमल देहाचा चक्काचूर केला. सफरीवरून परत आल्यावर तिच्या कबरीकडे गेलो. तिच्या कबरीला लागूनच मी स्वतःची कबर खोदून काढली. त्यानंतर कित्येक रात्री मी हातातल्या नकाशावर काम करत होतो. त्या नकाशातल्या एका निर्जन समुद्रकिनाऱ्यावर मी सुंदरसं बेट रंगवलं, त्या बेटाला निळा रंग दिला आणि माझ्या प्रेमिकेचं नावही दिलं. जोपर्यंत ही पृथ्वी सूर्याभोवती फिरत होती तोवर मी ते अस्तित्वातच नसलेलं माझ्या प्रेमिकेच्या नावाचं बेट शोधत राहणार होतो. तेच स्वप्न उराशी बाळगून मी दर वेळी समुद्रप्रवासाचं शीड फडकावत होतो. माझं पांढरं जहाज लाटांना निधड्या छातीने सामोरं जात होतं. नकाशावरल्या निर्जन समुद्रकिनाऱ्याला शोधत होतं.'' पहाटे पहाटे दोघांना झोप लागली. झोपेतच ते स्वप्ननगरीत पोचले. इकडे त्यांचं जहाज खोटं बेट रंगवलेल्या जागी संध्याकाळच्या सुमारास पोचलं तेव्हा 'ती पाहा... ती पाहा... जमीन... जमीन' अशा आरोळ्यांनी त्यांना झोपेतून जाग आली. कसं शक्य होतं ते? नकाशाकाराचा स्वतःच्या कानांवर विश्वासच बसेना. तो धावत धावत डेकवर गेला. तर काय... समोर धुक्याच्या कफनात गुरफटलेली एक निळीशार नगरी दृग्गोचर होत होती. त्या वैभवी नगरीला वेशीच्या भिंती होत्या, घुमट आणि मनोऱ्यांनी ती सजली होती. तो एकदम उद्गारला, ''इस्तंबूल... माझी लाडकी इस्तंबूल...'' तेच त्याच्या मृत प्रेमिकेचं नाव होतं. एकेकाळी त्याने स्वतःच्या हाताने नकाशात रंगवलेलं बेट चक्क प्रत्यक्षात उतरलं होतं. ते पाहून तो आश्चर्याने दंग झाला. कौतुकाने बेटाकडे पाहू लागला आणि बघता बघता गुडघ्यातलं त्राण नाहीसं होऊन जमिनीवर कोसळला. कंपासमास्तराने त्याला मिठी मारली. वयस्क नकाशाकार त्याच्याकडे पाहून कसंबसं हसला. त्या हास्यात समाधान होतं. जीवनाने त्याला संतोष दिला आहे हेच त्या हास्यातून सूचित होत होतं. ''मी जे बघतोय ते खरंच आहे ना?'' तो म्हणाला, ''जे कधीच अस्तित्वात नव्हतं

ते माझ्या डोळ्यांसमोर येतंय. मी माझ्या लाडक्या इस्तंबूलला दिलेलं बेट मला दिसतंय...'' किनाऱ्यावरचे सीगल पक्षी जहाजाच्या दिशेने येऊ लागले. वाऱ्याची मंद झुळूक वाहत होती... आणि त्या क्षणी... त्या क्षणी... त्या वयस्क नकाशाकाराचं प्राणोत्क्रमण झालं. खलाश्यांच्या प्रथेनुसार त्याचं शरीर अफाट सागराच्या हवाली करण्यात आलं. जसजशी वर्षं उलटली तसतसे इस्तंबूलवासी समजू लागले की आपली नगरी खरी आहे आणि धुक्याच्या कफनात गुरफटलेलं जहाज भ्रामक आहे. मग त्यांनी त्या पांढऱ्या जहाजावरचे कप्तान, नकाशाकार आणि कंपासमास्तराबद्दलच्या अनेकानेक गोष्टी रचल्या.''

...मी कोठडीत एकटाच होतो परंतु समोर डॉक्टर आहेत अशी कल्पना करून बोलत होतो. चिरडलेल्या, जखमी बोटांनी खूप कष्ट घेऊन मी सिगरेटची गुंडाळी केली आणि डॉक्टरांना दिली. मग काडेपेटी घेऊन अगोदर त्यांची आणि नंतर माझी सिगरेट शिलगावली.

''इस्तंबूलवासी समजत होते की आपण खरेखुरे आहोत, परंतु प्रत्यक्षात पांढऱ्या जहाजावरच्या नकाशात ते जगताहेत हे त्यांना माहीतच नव्हतं,'' मी म्हणालो आणि सिगरेटचा खोल झुरका घेऊन हवेत धूर सोडला. ''तुमचं काय मत आहे डॉक्टर? नकाशावर एक बेट रंगवणं, त्यानंतर देवमासा पकडणाऱ्या जहाजावर नोकरी धरणं, अथांग सागराच्या मोहिमेवर निघणं ह्याचं आकर्षण वाटतं का तुम्हाला डॉक्टर?''

अगदी बालपणापासूनच माझ्या गुपितातलं बेटही इस्तंबूलच होतं. हिवाळ्यातल्या एका रात्री माझ्या बाबांनी मला त्या नकाशाकाराची कहाणी सांगितली तेव्हा मीही शाळेच्या दप्तरातून नकाशा बाहेर काढला होता आणि त्यावर एक बेट रंगवलं होतं. त्या बेटाबद्दल खूप छान, आनंदी स्वप्नं पाहिली होती मी... ते बेट मला खूपच आवडू लागलं होतं. मात्र मला हळूहळू जाणवू लागलं होतं की आताचा काळ वेगळा आहे. आता लोक समजून घेण्याऐवजी प्रत्यक्ष बघण्याची निवड करताहेत. सगळीकडचीच दुनिया बदलत चालली आहे. न बघताही प्रेम करायचं हे लोक विसरूनच गेले आहेत. ज्याची स्वप्नं बघावीत असं बेट त्यांच्याकडे उरलंच नाहीये. आपण कशाचा शोध घेत आहोत तेही त्यांना माहीत नाहीये. मी इतक्या दूर राहूनही ह्या शहरावर इतकी वर्षं प्रेम करू शकलो हे तर त्यांच्या समजशक्तीबाहेर आहे. जिंकून घेण्याची कल्पना स्मरणातून पुसून टाकल्यामुळे ते मला समजून घेऊ शकत नाहीयेत. प्रत्येक विजय स्वप्नाचा हात धरूनच येत असतो आणि तो स्वतःचा मार्ग आक्रमत

असतो. येशूचा मार्ग हा जगज्जेत्या अलेक्झांडरच्या मार्गापेक्षा भिन्न होता. अलेक्झांडरला नगरीवर विजय मिळवायचा होता तर येशूला नगरीतल्या लोकांवर विजय मिळवायचा होता. मला मात्र नगरीसोबत तिथल्या लोकांवरही विजय मिळवायचा होता. दोघांनाही एकत्रितपणे वाचवायचं होतं. माझ्या इस्तंबूलला त्याची गरज होती. तेच स्वप्न होतं माझं...

सगळेजण इस्तंबूलच्या सौंदर्याबद्दल बोलत असले तरी तिथे सुखासमाधानात राहणं मात्र कुणालाच शक्य झालं नव्हतं. अनिश्चितता, स्वार्थ आणि हिंसेचा मुखवटा नगरीच्या सौंदर्यावर चढला होता. खरंतर लोक जगभरात जे सौंदर्य आणि निष्कपटपणा शोधत होते ते ह्या नगरीत साक्षात वस्तीला होतं. परंतु त्यांना ते मिळवून देण्यात देवही अपुरा पडला होता. कुठल्याही शहरातले लोक तिथली नवसृष्टी मनासारखी घडवण्याची धडपड करतात. त्या सृष्टीत त्यांना राहायचं असतं. देवानेही तसंच केलेलं नाही का? त्याने ही पृथ्वी, हे आकाश, ही माणसं निर्माण केली ते त्याचं स्वतःचं महत्त्व शोधण्यासाठीच नाही का? युगामागून युगं लोटली, गोष्टी बदलल्या, माजलेल्या अनागोंदीने देवालाही बाहेर ढकलायला सुरुवात केली. मग प्रत्यक्ष 'त्याला'च बाहेर काढण्यासाठी जे दुसरं 'आत' आणण्याची गरज होती ते लोकांनी शहरात उभारायला सुरुवातही केली. लोक स्वतःच्या सृष्टीचा प्रसार सर्वत्र करत होते तेव्हा त्यांच्याही नकळत ते एक नवीन काळही उभारू लागले होते. त्यासोबत खिन्नताही जन्म घेत होती. परंतु ती खिन्नता माणसांची नव्हती तर देवाची होती. कारण नव्या जमान्याशी जुळवून घेणं देवालाच शक्य होत नव्हतं. बेबलच्या मनोऱ्याच्या काळापासून ज्या गोष्टीची त्याला भीती वाटत होती, तीच आता घडू लागली होती.

समुद्रापारच्या एका जमातीचे सदस्य म्हणे आपल्या मुलांच्या चेहऱ्यांवर जखमा करून ते विद्रूप करून टाकतात म्हणजे मग कुणी त्यांना पळवून नेत नाही आणि गुलामांच्या बाजारात विकत नाही. तसं केल्याने मुलांचं स्वातंत्र्य अबाधित राहतं. म्हणूनच त्या लोकांच्या भाषेत 'कुरूपता' आणि 'स्वातंत्र्य' हे समानार्थी शब्द होते. 'सौंदर्य' आणि 'गुलामी' ह्यांच्यासाठीही एकच शब्द वापरात होता. इस्तंबूलवासीही आपलं शहर आपल्या हातून जाण्याच्या भीतीत जगत होते. म्हणूनच त्याचं सौंदर्य नष्ट करण्याचा आपल्यापरीने प्रयत्न करत होते. जमिनीवर आणि जमिनीखाली दोन्हीकडे त्यांनी यातनांत बुडी मारली होती. दुष्टपणाला घट्ट पकडून ठेवलं होतं. नगरीची मोडतोड करण्यास ते

स्वातंत्र्य समजत होते, पण सौंदर्याचा नाश हे दुष्टपणाचं अंतिम ध्येय आहे हे त्यांना दिसतच नव्हतं. परंतु इस्तंबूलला ते जाणवत होतं. तिने लोकांच्या मूर्खपणाविरुद्ध भूमिका घेतली होती. ती महान नगरी पूर्णपणे एकाकी लढा देत होती. स्वतःच्या सौंदर्याचं रक्षण करण्यासाठी धडपडत होती.

चांगुलपणा नैतिकतेवर अवलंबून होता. योग्यायोग्यता आकडेवारीवर अवलंबून होती. परंतु सौंदर्य अमर्याद होतं. ते शब्दात होतं. चेहऱ्यात होतं. पावसात भिजलेल्या भिंतीवरच्या कोरीव नक्षीत होतं. दिवास्वप्नांत होतं. समोर नसलेल्या प्रतिमेत आणि अनोळखी अर्थातही ते होतंच. निर्मनुष्य, ओसाड प्रदेश शोधण्यास कंटाळलेल्या लोकांनी स्वतःची अशी वेगळी सृष्टी शहरात उभारायला सुरुवात केली. त्यांनी त्यांचं जीवन काच, पोलाद, वीज ह्यांना समर्पित करून टाकलं. त्यांना निर्मितीची चटक लागली. ते आरशात बघून स्वतःशीच म्हणू लागले, 'मी काही निसर्गाचा शोधक नाहीये, मी नगरीचा निर्माता आहे.' मग त्यांनी मानव आणि निसर्ग ह्यांच्यातला झगडा मिटवून टाकला. आध्यात्मिकाला आणि ऐहिकाला एकत्र जोडून टाकलं. सगळे काळ आणि सगळी स्थळं एकत्र आणली. ते शहराबद्दल विचार करत तेव्हा त्यांना फक्त भूतकाळ नव्हे तर भविष्यकाळही दिसू लागे. धावपळ करणं त्यांना नकोसं वाटू लागलं. ते निराशावादी बनले. हताश बनले. सौंदर्यातील कुरूपतेमुळे, संपत्तीतल्या दरिद्रतेमुळे त्यांचा सत्यानाश झाला. ते खूप थकून गेले. नगरीतलं सौंदर्य मरणपंथाला लागून तडफडत आहे हे दिसतं होतं का त्यांना? दिसत असेल तर त्यांनी त्या सौंदर्यासाठी पुन्हा एकदा आपलं जीवन समर्पित करायला हवं होतं. शहरातलं जगणं कवडीमोलाचं बनू लागलंय हे जाणवत होतं का त्यांना? त्यांनी पुन्हा त्या जगण्याला अर्थ द्यायला हवा होता. सगळीच उत्कटता लयाला गेली होती का? रहस्यं उरलीच नव्हती का? त्यांनी नगरीभोवती उत्कटतेचा वेढा घातला पाहिजे होता. तिचे हालहाल करण्याऐवजी तिला नव्याने जिंकून घेतलं पाहिजे होतं.

...समोरच्या ठक्क कोऱ्या भिंतीकडे पाहत मी डॉक्टरांना हे सगळं सांगत होतो. हातातली खोटी खोटी सिगरेट ओठांशी नेऊन मी झुरका घेतला. दक्षता घेऊनही जमिनीवर राख पडलीच! तेव्हा मी एक उसासा सोडला आणि बोटांच्या टोकांनी राख उचलण्याचा प्रयत्न केला. तेव्हा राखेचे आणखीनच बारीक कण झाले. मी पुन्हा वैतागलो.

चौकशी झाल्यावर परतलो तेव्हा कामो कोठडीत नव्हता. तिथपासून माझी चिडचिड सुरू झाली होती. 'कामोचं काय झालं?' असं पहारेकऱ्याला विचारलं तर त्याने उत्तर न देता माझ्या तोंडावर दार आपटलं. डॉक्टर आणि दमिर्ताय विद्यार्थीसुद्धा तिथे नव्हते. त्यांना तर मी दोन दिवसांपासून पाहिलं नव्हतं. माझी चौकशी चालू असताना ते कोठडीत आले होते का? त्यांना थोडी विश्रांती, थोडी झोप मिळाली होती का? मला त्यांची कुठलीच जाग दिसत नव्हती. रिकामी पाण्याची बाटली आधी होती तिथेच होती. मी भिंतींना आणि दरवाजाला हातांनी चाचपून पाहिलं; परंतु त्यावर मला ताजं रक्त किंवा डाग दिसले नाहीत. समोरची कोठडीही रिकामी होती. मी जमिनीवर आडवा होऊन झिनीच्या कोठडीच्या दाराखालून बटण फेकलं, पण झिनीचाही काहीच प्रतिसाद आला नाही. मग माझ्या धडक्या पायावर कोठडीच्या दाराशी उभं राहून बरीच मिनिटं वाट पाहत राहिलो तरी झिनी गजांपाशीसुद्धा आली नाही.

दूरवरून मला मोठ्ठे आवाज ऐकू आले. भिंतीच्या, मार्गिकेच्या, लोखंडी दारांच्या पलीकडून आलेला गोळीबाराचा धमाका ब्राऊनिंग बंदुकीच्या आवाजासारखा वाटत होता.

तोच आवाज दुसऱ्यांदा ऐकू आला तेव्हा लक्षात आलं की आपला अंदाज बरोबर आहे. बसल्या जागीच मी हललो आणि भिंतीला पकडून उभं राहण्याचा प्रयत्न केला. मग दगडांनी भरलेलं पोतं उचलावं तसा जखमी पाय ओढत ओढत मी दाराशी लंगडत गेलो आणि गजांना घट्ट पकडलं. काहीतरी दिसेल अशा आशेने मी बाहेर पाहत होतो. मार्गिका रिकामी होती. पांढऱ्या उजेडात हलणाऱ्या सावल्या तिथे नव्हत्या की कुणाचा श्वासोच्छ्वासही जाणवत नव्हता. मग हा गोळीबार येत तरी होता कुठल्या दिशेने? त्याहूनही महत्त्वाचा मुद्दा म्हणजे तो होत होता तरी कुणासाठी?

माझ्या मनातून दोन शक्यता दौडत गेल्या. त्या गोळीबाराचं लक्ष्य डॉक्टर तर नसतील? डॉक्टरच म्हणाले होते ना की, "मृत्यूसुद्धा चांगलाच असतो..." की तो नेम चुणचुणीत दमिर्तायवर, संतप्त कामोवर किंवा हट्टी झिनी सेवदावर रोखला गेला होता? की त्यांच्यातील एकाने संधी साधून बंदूक हिसकावून घेतली होती आणि तो वेगवेगळ्या मार्गिकांमध्ये सैरावैरा पळत सुटला होता? त्या लोकांना सामोरा गेला होता का?... किती काळपर्यंत निभाव लागला असता त्याचा? त्याला मार्गिकांतून वाट तरी कशी सापडणार होती?

आणखीही एक चांगली शक्यता होतीच की! ती म्हणजे जमिनीवरचं इस्तंबूल आम्हाला विसरून गेलेलं नव्हतं. बेलग्रेड जंगलात झालेल्या चकमकीत वाचलेल्या तरुण क्रांतिकारकांच्या गटाला आणखी लोक येऊन मिळाले होते. आमच्या यातनांचा अंत करण्याची शपथ त्यांनी वाहिली होती. ते आमच्या मदतीसाठी येत असतील तर? डॉक्टरांचा तरुण मुलगा आणि मिनी बडेही त्यांच्यासोबत असतील! नाही का?

पुन्हा एकदा गोळीबार झाला. एकामागोमाग एक आवाज होत होते. बेरेटा, वाल्दर, स्मिथ-वेसन सगळ्या प्रकारच्या बंदुकांचे आवाज ब्राऊनिंग बंदुकीच्या आवाजात मिसळले होते. त्यांचे प्रतिध्वनी मार्गिकेत घुमत होते. हयमाना पर्वतराजीत माझं आयुष्य गेलं होतं. तिथल्या जंगली जनावरांना मारण्यासाठी वापरल्या जाणाऱ्या वेगवेगळ्या बंदुकींचे आवाज मला निराळे ओळखता येत होते. मी कान टवकारले. त्यातील प्रत्येक गोळी मानवी शरीरावर काय जखम करू शकते याची आठवण होऊन मी एकदम बेचैन झालो.

मला माझ्या मित्रांची काळजी वाटत होती. आत्ता ते कुठल्या अवस्थेत असतील? जिवंत असतील का मृत? एकाच वेळेस ते दोन्हीही असतील असाच विचार माझ्या मनात येत होता. जोपर्यंत ते माझ्या दृष्टीस पडत नाहीत तोपर्यंत ते माझ्यासाठी जिवंत होते आणि मृतही होते. श्वास घेत होते आणि त्याच वेळेस निष्प्राण होऊन जमिनीवर पडलेलेही होते. आमच्यातील भिंतींमुळे प्रत्येक शक्यता संभवनीय होती. आमच्या दिशेने लढत येणाऱ्यांबाबतही तेच खरं होतं. पुढे पुढे कूच करणारे, शस्त्रसज्ज लोक दोन्ही प्रकारचे होते. त्यातले काही आमची सुटका करायला येत होते तर काही आम्हाला ठार मारायला येत होते. मला काहीच माहीत नव्हतं आणि जोपर्यंत मला काहीच माहीत नव्हतं तोपर्यंत सगळ्या शक्यता प्रत्यक्षात येण्याची शक्यता समान होती. वरच्या जगातल्या लोकांना आमच्या भूमिगत कोठडीबद्दलही तसंच वाटत होतं. आम्ही इथे छळ आणि हालअपेष्टा सहन करतोय ह्याची माहिती कळलेले इस्तंबूलवासी दुःखी मनःस्थितीत वावरत असतील. ते निकरास येऊन धडपड करत असतील. त्यांना आमच्याबाबत दोन शक्यता वाटत असतील... आम्ही जिवंत असू किंवा मेलेले असू... कदाचित आम्ही श्वास घेत असू किंवा निष्प्राण होऊन जमिनीवर पडलेले असू.

मी जमिनीवरच्या लोकांच्या जागी स्वतःला ठेवून पाहिलं. क्षणभरासाठी स्वतःला त्यांच्या जागी ठेवून पाहिलं तर काय विचार करावा तेच मला कळेनासं झालं. एकाच वेळेस आपण जिवंतही आहोत आणि मेलेलेही आहोत, असं वाटू लागलं...

मार्गिकेतल्या दिव्याकडे ओढल्या जाणाऱ्या पतंगासारखा विचारात बुडालो असता अचानक गोळीबार थांबला. सगळीकडे शांतता पसरली. कोठडीही आधीसारखीच निरव झाली. मी वाट पाहत राहिलो. जणू मार्गिकेपलीकडल्या टोकावरून कुठल्याही क्षणी कुणीतरी अवतीर्ण होणार होतं. मी गज घट्ट धरून ठेवले. कारण त्यामुळे धडक्या पायावर जास्त वेळ उभं राहता आलं असतं. दिव्याने डोळे दिपत होते म्हणून मी ते उघडमीट करू लागलो. तेवढ्यात मला मागच्या मार्गिकेतल्या कोठडीचं दार ठोठावल्याचा आवाज ऐकू आला. कुणीतरी ओरडत होतं, "चौकीदार... चौकीदार..." मागच्या कोठडीतल्या कुणालातरी मदतीची गरज होती. मी कान मार्गिकेच्या दिशेने टवकारले आणि पहारेकऱ्याच्या पावलांच्या आवाजाची वाट पाहू लागलो. आता तो आपल्या खुर्चीवरून उठेल, खोलीबाहेर येईल, कडक बुटांचा जमिनीवर आवाज करत, ताड ताड ढांगा टाकत, मागच्या मार्गिकेत जाऊन कोठडीच्या दारासमोर उभा राहील, कडी काढेल, दार उघडेल आणि शिवीगाळ सुरू करेल. पण पहारेकरी तर हललाच नाही. तो खुर्चीवरून उठलाच नाही. त्याचे बूट जमिनीवर वाजलेच नाहीत. मागच्या कोठडीतल्या हाकांना त्याने प्रतिसाद दिलाच नाही... आता पुन्हा शांत झालेली मार्गिका अथांग पोकळीत कोसळल्यासारखी झाली होती. आणखी वाट पाहण्याचं त्राण माझ्या अंगी उरलं नव्हतं. मी भिंतीशी टेकलो. शरीराचा भार चांगल्या पायावर टाकून हळूहळू खाली सरकून जमिनीवर बसलो. मग पाय लांब करून मी दीर्घ श्वास घेतला.

तेव्हा कुठे माझ्या लक्षात आलं की नाकातून रक्त येतंय. मी जमिनीवरून फडकं उचललं आणि ते पुसून घेतलं.

मला झोप येत नव्हती. मला भूक लागली होती. पाणी न प्यायल्यामुळे तोंड कोरडं पडलं होतं.

मी विचार केला की रिकाम्या भिंतीकडे बघत वेळ घालवण्याऐवजी डॉक्टरांशी बोलण्यात वेळ व्यतीत करणं केव्हाही योग्य ठरेल. मग मी पाकिटातून तंबाखूची पिशवी काढण्याचा अभिनय केला. दुभंगलेल्या, जखमी बोटांनी सिगरेटची गुंडाळी केली आणि डॉक्टरांच्या घरी जाऊन त्यांच्याशी

तिथेच गप्पा मारण्याचा विचार केला. मी कल्पना केली की त्यांच्या आवडत्या जागी म्हणजे बॉस्फरस समुद्र जिथून दिसतो त्या सज्जावर आपण त्यांच्यासोबत बसलो आहोत. मी त्यांना सढळ हस्ताने तंबाखू भरलेली सिगरेट दिली. मग माझ्यासाठीसुद्धा एक भरून घेतली. टेबलावरचा लायटर उचलून दोघांची सिगरेट पेटवली. एक झुरका घेऊन काही काळ फुप्फुसातच तो धरून ठेवला आणि मग इस्तंबूलच्या निळ्याभोर आकाशात सोडून दिला. खरंतर हिवाळ्याच्या सुरुवातीला एवढं निळंभोर आकाश म्हणजे फारच दुर्मीळ दृश्य होतं. नुकतेच ऐकलेले गोळीबार कानाआड करून मी खालून येणारे मोटारींचे आणि फेरीबोटींचे भोंगे, सीगल्सचे चीत्कार ऐकू लागलो.

सज्जातल्या लेसच्या टेबलक्लॉथवर एझ्मे, चीझ आणि लोणचं ठेवलेलं तबक होतं. रॉकेट नामक सलाडची ताजी पानंही दिसत होती. मस्त मलईदार दही होतं. मुळ्यावर लिंबू पिळलेलं होतं. ऑलिव्हजवर मिरचीचे बारीक बारीक तुकडे विखुरलेले दिसत होते. पावाचे पातळ तुकडे होते. त्यातल्याच काही पावांचे कुरकुरीत टोस्ट बनवलेले होते. पाण्याचा जग अर्धा भरला होता. बर्फ घातलेली राकी उंच, नाजूक पेल्यांत ओतून ठेवली होती. ती धुवट, ढगाळ राकी मस्त थंडगार होती. तंबाखूची पिशवी, लायटर, रक्षापात्र सगळं काही टेबलावर ओळीने मांडून ठेवलं होतं. पांढर्‍याशुभ्र टेबलक्लॉथच्या कडांवरील लेसचं भरतकाम पाहून तो गतकालीन वैभवाचा स्मरणरूपी दागिना आहे हे समजत होतं.

दिवस उबदार होता. डॉक्टर शांत, निवांत, आनंदी वाटत होते. घरातून जुन्या तुर्की शास्त्रीय संगीताची जराशी खरखरीत रेकॉर्ड ऐकू येत होती. त्यातील गायिका पुष्कळ वर्षांपूर्वी निधन पावलेली, तरीही ह्या घरातून कधीही बाहेर न पडलेली डॉक्टरपत्नी होती. ती तिच्या जोमदार स्वरात गात होती, 'तुम्ही माझ्या हृदयाचे स्वामी आहात. ते स्थान फक्त तुमचंच आहे. माझा जीवनकाळ संपला, माझे केस पांढरे झाले तरीही तुम्हीच माझे सर्वस्व राहाल, तुम्हीच आनंद, तुम्हीच जीवन...' ती गात होती. गीताचे शब्द सज्जावरून पाण्यासारखे वाहून गटारात जात आहेत आणि तिथून जमिनीत झिरपत आहेत असं वाटत होतं. त्या असोशीचं, त्या तळमळीचं गारूड ज्यावर झालं नव्हतं असं घरात काही उरलं नव्हतं. खालच्या बागेत काही उरलं नव्हतं. रस्त्यावरही काही उरलं नव्हतं. रस्त्यावरचे फेरीवाले त्याच सुरात हाका मारत होते. फेरीबोटी ढकलणारी चक्रं आणि मोटारींची चाकं त्याच सुरात घरघरत होती. घरांची छतं एका रांगेत उभी

होती. खालच्या समुद्रात उतरणाऱ्या पायऱ्यांसारखी दिसत होती ती. समुद्राच्या भरभरून आलेल्या लाटा त्या गाण्याच्या तालावरच उचंबळून पुढे येत होत्या आणि तशाच मागे हटत होत्या. जहाजांचे कप्तान एकामागोमाग एक भोंगे वाजवत होते. जणू आम्ही पीत होतो ती राकी त्यांना दिसत होती. आम्ही ऐकत होतो ते गाणं त्यांनाही ऐकू येत होतं.

डॉक्टरांनी अगोदर माझ्याकडे आणि नंतर समुद्राकडे बघून पेला उंचावला. मी त्यांचं अनुकरण केल्यावर ते हसले आणि राकीचा घोट घेऊन म्हणाले, "तुम्ही आलात म्हणून खूप आनंद झालाय, कुहेलन काका."

"मलाही खूप छान वाटतंय," मी म्हणालो.

"मग? मनासारखं इस्तंबूल पाहायला मिळालं की नाही तुम्हाला?"

"खूप मोठा आधीचा जीवनकाळ अधिक हे दहा दिवस एवढं पुरेसं आहे मला..."

"वा! छान वाटलं हे ऐकून..."

"आता मी शांतपणे मरू शकतो डॉक्टर! मला अगदी शांत-निवांत वाटतंय..."

"मरणाबद्दल का बोलता हो? आपण चांगले विचार करू. मनाशी इच्छा धरू की हे टेबल नित्यनेमाने आपल्याला सजवता येईल. प्रत्येक ऋतूतल्या इस्तंबूलकडे बघत बघत राकी पिता येईल."

"आपण चांगल्या दिवसांना शुभेच्छा म्हणून पिऊया."

"होय... होय... ही राकी... चांगल्या दिवसांसाठी..."

आम्ही पेले एकमेकांवर किणकिणवले.

मग समोरच्या इमारतीच्या गच्चीवरल्या रिकाम्या खुर्च्यांकडे पाहिलं. तिथल्या कपडे सुकवायच्या दोऱ्यांकडे पाहिलं. छतावरल्या फरश्यांकडे पाहिलं. आज धुकं नव्हतं. आकाश अगदी निरभ्र होतं. फक्त काम्लिका टेकडीजवळचा एक चिंटुकला ढग सोडला तर सगळं आकाश निळंशार होतं. आम्हाला किनाली बेटावरली घरं आणि बागासुद्धा दिसत होत्या. उजव्या बाजूला खाली खाली जाणाऱ्या सूर्याचा अस्त होण्यास अजून तासभर तरी अवकाश होता. तो झाल्यावर ज्वाळांसारख्या केशरी रंगाची रंगपंचमी आकाशात उधळणार होती.

"लवकरच संध्याकाळ होईल... मग सगळ्या गोष्टी जादूई रजईत लपेटल्या जातील," मी म्हणालो.

"जादूई? इस्तंबूलमध्ये उरलंयच काय जादूई आता?"

"डॉक्टर, तुम्ही त्या दिवशी आशेबद्दल बोललात तोच नियम मी जादूला लागू केलाय. आपल्याकडे सध्या जे आहे त्यापेक्षा जादू खूपच बरी."

"आशा म्हणा, नाहीतर जादू म्हणा, कुठलाही शब्द वापरला तरी इस्तंबूलचं सौंदर्य वाचवण्यासाठी पुरेसा नाहीये. मी सगळ्यांना सांगत नाही कुहेलन काका, फक्त तुम्हालाच सांगतोय... लोक कंटाळतात इथे, त्यांना इथून निघून जावंसं वाटतं... "

"डॉक्टर, लोक शहर सोडून जातात कारण ते त्यांना जगण्यासारखं वाटत नाही म्हणून... परंतु इस्तंबूल नगरी ही राहण्यापेक्षा निर्माण करण्यासाठीच अधिक योग्य आहे, असा विचार आपण केला तर?"

"तिच्यातलं काय निर्माण होणार आहे आता? विध्वंसित सौंदर्य?"

"तिचं सौंदर्य पुनश्च निर्माण करणं हेच मुळी तिच्यावर विजय मिळवण्यासारखं आहे."

"विजय?... अजूनही तुमचा निर्धार पक्का आहे का?"

"अर्थात."

"म्हणजे मागील दहा दिवसांचा अनुभव घेऊनही..."

"आता तर माझा निश्चय आणखीनच वाढलाय..."

"चला तर, ह्या तुमच्या निश्चयाला शुभेच्छा म्हणून पिऊ.."

"आज मनात येईल त्याला शुभेच्छा देऊन आपण पिऊ..."

आम्ही आनंदाने खुर्चीवर रेललो.

लाल रंगाची शाल उजवीकडच्या घरांच्या छतांवरून तरंगताना दिसत होती.

वारा भरलेली ती शाल समुद्राकडे चालली होती. कधी ती फडफडायची तर कधी नेम धरल्यासारखी वाहत जायची. पंख पसरलेल्या पक्ष्यासारखी ती हवेत तरंगत होती. वाटेतल्या घरांच्या छतावर उतरण्याचा तिचा इरादा दिसत नव्हता. बहुधा समुद्रार्पण होण्याचा निश्चयच केला होता तिने... शालीच्या लाल रंगात मनं गुंतलेली असतानाच आमच्या मनात खूप दूरदूरच्या जागांचे विचार येत होते.

"कुहेलन काका, कधी कधी मी गोंधळून जातो. मला वाटतं की आपली ओळख फक्त दहा दिवसांची नव्हे तर आयुष्यभराची आहे. तुम्हालाही वाटतं का तसंच?"

''हो ना, मलाही वाटतं की आपण दोघांनी मिळून इस्तंबूलचे कोनेकोपरे धुंडाळले आहेत. कित्येक वर्षांपासून आपण गप्पा मारतो आहोत. आणि जेवढं जेवढं म्हणून बोलू तेवढं तेवढं आणखी आणखी सांगण्यासारखं आपल्याकडे आहे...''

''आपण म्हातारे होऊ लागलो आहोत...''

''मी तर आधीपासूनच म्हातारा आहे डॉक्टर, तुम्ही स्वतःची काळजी घ्या...''

''पण तुमचं मन तर ब्लेडच्या पात्यासारखं धारदार आहे. माझ्यापेक्षा तुम्ही अधिक तंदुरुस्त आहात...''

''मी शिकलेल्या गोष्टी विसरलेलो नाही हे खरंय, डॉक्टर. उदाहरणार्थ, तुम्ही त्या पुस्तकाचा उल्लेख केलात ना, ते माझ्या मेंदूवर कायमचं कोरलं गेलं आहे. त्याबद्दल मी कित्येक दिवसांपासून विचार करतोय...''

''कुठलं पुस्तक?

''डेकामरॉन!''

''वा! नाव लक्षात ठेवलंय तुम्ही...''

''होय, आता नाही विसरणार...''

''त्यातल्या मजेशीर गोष्टीसुद्धा नाही विसरणार तुम्ही...''

''डॉक्टर, तुम्ही सांगितलेल्या त्या पुस्तकातल्या सगळ्या गोष्टी मजेशीर होत्या. त्या ऐकल्यावर मला माझ्या बाबांनी सांगितलेलं काहीतरी आठवलं होतं. एकदा इस्तंबूलहून परत आल्यावर त्यांनी सांगितलं की, ते जमिनीखालच्या कोठडीत राहिले होते. तिथे त्यांच्या कोठडीत एक खलाशी होता. त्याच्याकडून त्यांना एका बेटाची माहिती कळली. त्या बेटावरल्या रीतिरिवाजांनुसार कुणीतरी मरण पावलं की त्या मृत व्यक्तीच्या घरात सगळे जमतात आणि मध्यरात्र होईपर्यंत छाती पिटून रडारड करून आपापल्या घरी जातात. एकदा सगळे लोक निघून गेल्यावर त्या सुतकघरातले कुटुंबीय एकटेच राहिले, तेव्हा त्यांनी बोलायला आणि हास्यविनोद करायला सुरुवात केली. मृत माणसाबद्दलच्या गमतीच्या गोष्टी ते सांगू लागले. प्रत्येक गोष्टीगणीक हास्याचा स्फोट होत होता. एकीकडे गोष्टींची मालिका चालू राहिली, दुसरीकडे त्यांच्या गालांवरून अश्रूही ओघळत राहिले. त्या हास्याला त्यांनी नाव दिलं, 'पिवळं हास्य.' जे हास्य आपल्याला मृत्यूलाही विसरायला लावतं त्या हास्याचा रंग 'पिवळा' असणं अगदी यथार्थ आहे, हो ना डॉक्टर? मला

वाटतं की 'पिवळं हास्य' ही 'डेकामरॉन'मधल्या त्या घरेलू स्त्री-पुरुषांचीसुद्धा गरज होती, नाही का? म्हणूनच तर मरणाच्या दाराशी असतानाही ते लोक अशा मजेशीर कहाण्या एकमेकांना सांगत होते. तुम्हालाही वाटतं का तसंच?''

''असू शकतं तसं!'' डॉक्टर म्हणाले. परंतु पुढे काही बोलायच्या आधीच दिवाणखान्यात फोन वाजला. तो घ्यायला ते गेले.

आमच्यापाशी जे होतं त्याचा विचार करण्यापेक्षा हसणं केव्हाही चांगलंच होतं. जीवनाने आम्हाला शिकवलेल्या धड्यांपैकी हा एक धडा होता. सज्जावर एकटाच बसलो होतो... त्यामुळे मी माझ्या पुढ्यातल्या अन्नाकडे माझी अभिव्यक्ती वळवली. आमच्याकडे जे होतं त्यापेक्षा चीझ आणि लोणी बरं होतंच, राकीला तर तोडच नव्हती. ती तर आमच्याकडे असलेल्या सगळ्या गोष्टींपेक्षा चांगली होती. मी स्वतःशीच हसून राकीचा घोट घेतला. मग मेजावर पेला ठेवून काकडीची चकती तोंडात टाकली. 'इस्तंबूलमध्ये राहण्यात केवढा आनंद होता!' मी मनाशी म्हणालो. 'गोल्डन हॉर्न कालव्याचं पाणी बॉस्फरस प्रवाहाशी मिळतं त्या ठिकाणी डुलणाऱ्या मासेमारीच्या लहान लहान होड्या काडेपेटीसारख्या कशा दिसताहेत...' हा विचार माझ्या मनात आला. पश्चिमेकडील मिनारांच्या, उंच उंच इमारतींच्या मागचं आकाश लाल रंगाच्या वेगवेगळ्या छटांनी रंगून गेलं होतं. अचानक लक्षात आलं की बेटाच्या बाजूने अचानक आलेलं धुकं ह्याच दिशेने येतंय. लवकरच ते मासेमारीच्या बोटींवर तरंगणार होतं. विचार करता करता मी पावाच्या टोस्टवर एझ्मे पसरत होतो.

तेवढ्यात आतून बाहेर आलेले डॉक्टर आणि मी दोघांनी पेल्यातली उर्वरित राकी पिऊन टाकली. मग पुन्हा पेले भरले.

''मुलगा होता माझा फोनवर!'' ते म्हणाले. ''सांगत होता की आज रात्री घरी येणार नाहीये.''

''आपला तरणा डॉक्टर ना? आला असता तर बरं झालं असतं... भेटायचं होतं त्याला...''

''कुहेलन काका, त्यालाही भेटायची इच्छा आहे तुम्हाला! त्याने तुमचीही खुशाली विचारली मला.''

''आभार...''

''ही तरुण मुलं... त्यांना हवं तसंच करतात हो अगदी... त्यांना समजून घेणं अशक्य आहे. आज त्याला काहीतरी महत्त्वाचं काम आहेसं दिसतंय.''

''त्याची मैत्रीण कशीये ती? मिनी बडे...''

''तीही बरीये. मी अजून भेटलो नाहीये तिला... आज रात्री दोघं येणार होते इथे... आज मी तिला भेटणार होतो...''

''आज नाही होणार ते... डॉक्टर... पुढल्या वेळेस आशा करू भेटीची...''

''पुढल्या वेळेस?''

डॉक्टर क्षणभर थांबले. जणू त्यांना नशा चढू लागली होती... त्यांनी घराच्या छतांवरून दिसणाऱ्या समुद्राकडे नजर लावली आणि दोन्ही हातांत पेला पकडला. बोटं एकमेकांत गुंफून ते हलकेच पुढे झुकले आणि खांदे पाडून त्या क्षणी तरी अगदी शांत असलेल्या बॉस्फरसच्या प्रवाहाकडे पाहू लागले. आतून येणारे पत्नीचे स्वर कानांवर नीट पडावेत म्हणून त्यांनी मान एका बाजूला झुकवली. त्यांचे डोळे मिटलेले होते. गीताचे शब्द तेही तिच्यासोबत गुणगुणत होते. त्यांचं डोकं एवढं खाली वाकलं होतं की ते खांद्यालाच लागत होतं. हळूहळू त्यांचा स्वर कमी कमी होत ते मूक झाले. मग त्यांनी खोल निःश्वास सोडला. त्यांना बहुधा झोपच येत असावी असा विचार माझ्या मनात येत असताना त्यांनी एकदम डोळे उघडले आणि माझ्याकडे दुःखी नजरेने पाहिलं. अगोदर ते मला जवळून निरखू लागले आणि नंतर थोड्या अंतरावरून पाहू लागले. जणू माझ्या अस्तित्वाबद्दलच त्यांना कसलीतरी शंका होती... त्यांनी राकीचा एक घोट घेतला...

''डॉक्टर... बरे आहात ना तुम्ही?'' मी विचारलं.

''माझा मुलगा जिच्यावर प्रेम करतो त्या मुलीला भेटायचं होतं मला... आज मिनी बडे आली असती तर किती बरं झालं असतं...''

''रात्री एखादी उल्का पडली ना, तर आपण त्यांच्यासाठी काहीतरी इच्छा मनात धरूया..''

''कुहेलन काका, मला वाटतं की आपल्याला आज ताऱ्यांऐवजी धुकंच दिसणार आहे. मिनिटभरातच तुमचं हे जादूई इस्तंबूल धुक्याच्या कफनात गुंडाळलं जाणार आहे.''

आम्हाला बरेच गोळीबाराचे धमाके एकामागोमाग एक ऐकू आले.

आवाज कुठून येताहेत ते काही कळत नव्हतं. अगोदर आम्ही समोरच्या घरांतून ते येताहेत का ते पाहिलं, नंतर सज्जाच्या कठड्यावरून वाकून तीन मजले खालच्या रस्त्यावर पाहिलं. संध्याकाळची वाहनांची दाटी, त्यांना

चुकवत पळणारी शाळकरी मुलं आणि एकामागोमाग एक पेटणारे रस्त्यांवरील दिवे... सगळं काही नेहमीसारखंच दिसत होतं. कुणीही सज्जातून किंवा खिडक्यांतून वाकून पाहत नव्हतं. गच्च्या आणि खाली ओढलेले पडदे होते त्याच स्थितीत होते.

''गोळीबार होता का तो?'' डॉक्टरांनी विचारलं.

''मला नाही वाटत,'' डॉक्टरांनी काळजी करू नये म्हणून मी म्हटलं. ''बाहेर काय वाट्टेल ते होऊ द्या, आपण मस्त राकी पिऊ चला...''

मी अर्धा पेला राकी घशात ओतली. तिथल्या तिथे, त्या क्षणी दारूने धुंद व्हावंसं मला वाटू लागलं होतं. इस्तंबूलच्या मावळत्या सूर्यकिरणांमुळे दूरदूरच्या खिडक्यांची तावदानं झळाळून उठली होती. पहिल्यांदाच पाहिल्यासारखं मी त्यांच्याकडे टक लावून पाहिलं.

''कुहेलन काका,'' डॉक्टर म्हणाले, ''तुमचे बाबा म्हणाले होते की आपल्या जगासारखंच दुसरं एक जग तिथे आकाशात आहे. माझ्या मुलाला मी ते एके दिवशी सांगितलं. तेव्हा त्याला हसूच आलं. पण नेहमीप्रमाणेच माझ्याविरुद्ध विचार त्याने करायला हवाच ना? तो म्हणाला की आपल्या जगासारखं जग आपण वर शोधण्यापेक्षा खालीच शोधलेलं चांगलं नाही का? जमिनीखाली काही खूप दूर नसतं... ते तर अगदी आपल्या थोडंसंच पुढे असतं. खालचे लोक वेदना सोसतात, तडफडतात, बाहेर यायचा मार्ग शोधतात. ते थकले-भागलेले असतात. दुर्बल झालेले असतात. आकाशाकडे बघावं तसे ते माना वर करत असतात. ते आपल्याबद्दल स्वप्नं रंगवतात. आपल्याला सादही घालतात. आपल्यातील प्रत्येकाचं आणखी एक रूप असतं ना, ते जमिनीखाली राहत असतं. आपण लक्ष देऊन ऐकलं तर ती हाक ऐकूही येईल आपल्याला. आपण खाली वाकून पाहिलं तर दिसतीलही आपल्याला ते.''

''मला वाटतं, की माझ्या बाबांचं इस्तंबूलमधलं दुसरं रूप म्हणजे तुमचा मुलगाच असणार... पुनर्जन्म झालेली नवीन आवृत्ती... तुम्हाला काय वाटतं? डॉक्टर?''

आम्ही दोघं एकाच वेळेस खो खो हसलो. मग खुर्चीवर रेलून बसलो. माझे बाबा वारले होते. त्यांचा मुलगा जिवंत होता. तेवढ्यात जन्म-मृत्यूच्या सीमारेषेवरच्या आमच्या त्या हास्याचा रंगही पिवळा झाला आणि बघता बघता नदीसारखा इस्तंबूल समुद्राच्या दिशेने वाहू लागला. जिकडे बघू तिकडे

दिव्यांच्या रांगा चमकत होत्या. तोपकापी राजवाडा आणि मेडनचा मनोरा दोन्ही उजळलेले असले तरी सलिमीये बराकी आणि हैदरपाशा स्थानक धुक्याआड दडलं होतं. जहाजं मंद गतीने सरकत होती. फेरीबोटींचे भोंगे बराच काळ वाजत होते. मासेमारीच्या होडी किनाऱ्याला परतत होत्या. रात्र आणि दिवस, वास्तव आणि भ्रम ह्यांच्यात सरमिसळ होऊ लागली होती. प्रत्येकाच्या अंतरात त्याचा विरुद्धार्थ लपलेला होता. दिवसाच्या रंगाला रात्रीने वेढा घातल्यावर निर्माण होणाऱ्या नव्या वास्तवाची ओळख ह्या भ्रमामुळेच तर होत होती. अस्ताव्यस्त पहुडलेली नग्न नगरी आता चंदेरी धाग्यांचं भरतकाम केलेल्या रेशमी, मऊ मऊ वस्त्रांत स्वतःला गुंडाळून घेत होती. परंतु खेडं हे व्यक्तीच्या बालपणाचं प्रतीक आणि शहर हे प्रौढत्वाचं प्रतीक मानलं तर इस्तंबूलवासी आजही पौगंडावस्थेतल्या बिथरलेल्या मुलांसारखे स्वर्ग-नरकाच्या सीमारेषेवर घोटाळत राहत आहेत असं म्हणावं लागलं असतं. 'त्यांना सौंदर्याला योग्य अभिव्यक्ती देणं जमत नाहीये,' माझ्या मनात आलं. दिवसभर ते बेचैनपणे फिरत असतात आणि रात्री चिंताग्रस्त मनःस्थितीतच झोपी जातात. सुंदर शहर हवं असणं हे सुंदर जीवन हवं असण्यासारखंच गरजेचं आहे हे ते विसरूनच गेलेले आहेत.

हसता हसता डॉक्टरांचा हात लागून पाण्याचा जग खालीच पडणार होता. टेबलाच्या काठावरून खाली पडण्यापूर्वी मधेच त्यांनी तो कसाबसा पकडला. मग ओला हात पुसता पुसता ते पुन्हा हसू लागले. त्यांच्या पिवळ्या हास्यासोबत आमच्याभोवतीच्या प्रत्येक वस्तूला त्या पिवळी छटेची लागण झाली. जगातील पाणी आणि टोपलीतला पावसुद्धा पिवळा बनला. पिवळ्या वाऱ्याने पलीकडल्या गच्चीवरच्या खुर्च्यांना वेढून टाकलं. समुद्रावरून किनाऱ्यावर येणाऱ्या सीगल्सनीसुद्धा पिवळ्या पोकळीपुढे आपले पंख टेकून शरणागती पत्करली. इस्तंबूल बंदरातील जहाजांनी त्यांच्यावरील पिवळं सामान उतरवलं. बॉस्फरस पुलाच्या पायाचे खांबही पिवळ्या दिव्यांनी उजळले. आठवणी अनंत होत्या, पण जीवन छोटं होतं ना! डॉक्टरांची स्मरणमंजुषा अनेक आठवणींनी ओसंडून वाहत होती. त्या आठवणींच्या सावल्याही पिवळ्या पडत चालल्या होत्या. शहरातील प्रत्येक भाग त्यांना वेगवेगळ्या काळात घेऊन जात होता... राकीचा प्रत्येक घोट त्यांना वेगळ्याच एका आठवणीकडे घेऊन जात होता. थंड राकीचा रंगही पिवळा झाला होता.

दारावरची टकटक ऐकली तेव्हा आम्ही एकमेकांकडे पाहिलं.

"हा बघा, आलाच हा..." डॉक्टर म्हणाले.

त्यांनी पेला टेबलावर ठेवला. अजिबात घाई न करता ते सावकाश उठले आणि दार उघडायला गेले.

मी दारावरचे आवाज ऐकत होतो.

"दमिर्ताय," डॉक्टर म्हणाले, "अरे, होतास कुठे तू एवढा वेळ?"

"चांगले, फडफडीत मासेच नव्हते हो इथे. मला पार कुमकापीकडे जावं लागलं," दमिर्ताय विद्यार्थी म्हणाला.

"इथल्या मासळीला काय झालं?"

"मी बोललो होतो ना तुम्हाला की इस्तंबूलमधले उत्तम मासे आणीन म्हणून..."

"अरे बाबा, सहा वाजले आणि आत्ता आला आहेस तू..."

"सहा? तुमचं घड्याळ चुकीचंय मग! डॉक्टर, माझ्या घड्याळात सहा वाजायला दहा मिनिटं आहेत अजून..."

"चहाटळपणा पुरे, लब्बाडा... सगळ्या पिशव्या स्वयंपाकघरात घेऊन ये..."

"मी सलाडचं सामानसुद्धा आणलंय."

"उशिरा आल्याबद्दलची शिक्षा म्हणून आता तू सलाड बनवायचंस. तेवढ्या वेळात मी मासे तळतो."

"शिक्षा कसली? मला मजा येते त्यात. कुहेलन काका आलेत की नाही अजून?"

"तुला काय वाटलं? सगळे लोक तुझ्यासारखेच लेट लतीफ की काय..."

"आलेत ते? मग आहेत कुठे?"

"सज्जात बसलेत बघ..."

दमिर्ताय हर्षभरित होऊन सज्जाकडे धावला. उठून उभं राहण्याची संधीही न देता त्याने मला गळामिठी घातली आणि माझ्या खांद्यांवर डोकं ठेवलं. मला त्याचं धडधडतं हृदय जाणवत होतं. खरोखरच हे जीवन तरुणांच्या दृष्टीने किती योग्य असतं... माझ्या मनात विचार आला. मृत्यूने त्याला घेऊन जाता कामा नये. दमिर्तायला माझ्या मिठीतून कुणीही ओढून घेऊ नये असं मला वाटत होतं. त्याचे धपापत्या हृदयाचे ठोके एका लयीत होईपर्यंत मी थांबलो.

मग त्याचे हात हातात घेऊन म्हटलं, ''बरा दिसतोयस... वजनही वाढलंय थोडंसं... केस वाढवतोयस की काय?''

''होय, मलाही तुमच्यासारखा खांद्यापर्यंत केशसंभार हवाय...''

''मग आपण आपला एकत्र फोटोसुद्धा काढू.''

''काढूया ना. मला खूप आवडेल. आपले दोघांचे फोटोच नाहीयेत.''

''तुझे हात बर्फासारखे थंड आहेत, दमिर्ताय.''

''नेहमीसारखेच हो...''

''जा, स्वेटर घाल जरा... तू आमच्यासोबत सज्जात बसून राकी पिणारेस ना? तुला थंडी वाजलेली चालणार नाही मला...''

''एक नाही, दोन घालतो स्वेटर...''

''चांगलीये कल्पना...''

सूर्य खाली जाताक्षणी सज्जा बर्फासारखा थंड पडू लागला. अंगात हिव भरू लागलं. मी लोकरीचा पातळसर कोट घातला नसता तर मलाही थंडी वाजली असती.

''कुहेलन काका, मी तुमच्यासाठी ताज्या ताज्या बातम्या आणल्यात. आपण खायला बसलो की मी तुम्हाला सांगेन की कुठला गायक लहानपणी मासे विकायचा आणि वृद्ध झाल्यावर गाणं सोडून पुन्हा त्याने आपल्या बालपणीच्या प्रेयसीसह मासेविक्रीचा धंदा कसा काय सुरू केला. त्याशिवाय मच्छी विक्रेते असंही म्हणत होते की इनोनू स्टेडियमखाली पुरलेल्या खजिन्याचा नकाशा कुठल्या राजवाड्यात लपवून ठेवलाय ते त्यांना माहीत आहे. त्याशिवाय घोड्यांच्या मागच्या शर्यतीत कुणी कुणी लबाडी करून शर्यत जिंकली तेही मला माहित्येय. सगळं काही तुम्हाला सांगेन मी...''

''आम्हाला ऐकायला खूप मजा येईल खरी, पण आत्ता तू जा आणि डॉक्टरांना मदत कर बरं! नाहीतर पुन्हा ते तुझी खरडपट्टी काढतील.''

''मी तिथेच जातोय...''

दमिर्ताय दिवाणखान्यात गेला खरा, परंतु जाता जाता त्याच पावली माघारी वळला.

''काका, मी विसरूनच गेलो होतो...''

''काय रे?''

''आपण खायला बसू ना तेव्हा इकडच्या तिकडच्या बातम्यांबरोबर मी तुम्हाला कोड्याचं उत्तरही सांगणार आहे.''

“आता कुठलं कोडं?”

“जीन बे आणि फिलिझ हनिम ह्यांचं कोडं वृत्तपत्रात गाजत होतं ना... फेरीबोटीतले प्रवासी त्यावर कित्येक दिवस चर्वितचर्वण करत होते. फिलिझ हनिम ही जीन बेची बायको, मुलगी आणि बहीण होती, ते आपण ऐकलं होतं परंतु सगळ्यात ताज्या बातमीनुसार ती त्याची मावशीही लागते, आठवतं का तुम्हाला ते?”

“होय, आठवतं की..”

“ते कसं शक्य होईल हेसुद्धा मी शोधून काढलंय.”

“खरं का? वा...”

“तुम्हाला सांगितल्यावर चकितच व्हाल तुम्ही...”

“लगेच सांग, धीर नाही मला...”

“पण मला बक्षीस हवं.”

“का हवं बक्षीस तुला?”

“वा, बघा हं, उशीर झाला म्हणून शिक्षा मिळतेय तसं कोडं सोडवलं म्हणून बक्षीस नको का मिळायला? तुम्हाला नाही वाटत?”

“बरोबर आहे, तुला बक्षीस मिळायला हवं, पण डॉक्टर काय म्हणतात ते पाहू...”

“मी स्वयंपाकघरात त्यांचं मन वळवीन...”

“शुभेच्छा! तुला गरज आहे त्यांची...”

विद्यार्थी दमिर्ताय मला एकट्याला सज्जावर सोडून आत गेला. मी इस्तंबूलच्या विचारांत हरवून गेलो... हीच ती नगरी जी रोजच्या रोज वेदना-दुःखांना जन्म देत होती; त्याच वेळेस आशा आणि स्वप्नंही निर्माण करत होती. इथले रंजलेगांजले लोक जीव देण्यासाठी बॉस्फरसचा पूल चढत होते; तिथून दिसणारं इस्तंबूल शेवटचं दृश्य नजरेत साठवून घेत होते किंवा हातात हात घालून चालणारे प्रेमिकही अवाक होऊन, कधीही न पाहिल्यासारखं समोरचं दृश्य नजरेत साठवत होते. मीसुद्धा डोल्माबाची राजवाडा, सेपेटसिलर पॅव्हिलियन आणि गलाता पुलाकडे टक लावून पाहू लागलो. अनातोलियाच्या बाजूच्या दरिद्री टेकड्यांवरील झोपडपट्टीतले छोटे छोटे जिसाकोंडू मी न्याहाळले. ते पांढऱ्या धुक्यात वेढले जाण्यासाठी सिद्ध होत होते. इस्तंबूल नगरी लाखो कोठड्यांची बनली आहे आणि प्रत्येक कोठडीत संपूर्ण इस्तंबूल वसलं आहे. संपूर्णात अंश आहे आणि अंशातही संपूर्ण आहे. जवळ असलेलं दूर भासतं

आणि दूर असलेलं जवळ भासतं. सगळं काही भाकड असतं आणि त्याच वेळेस भरलं गोकूळही असतं.

या शहरात प्रत्येक शारीरिक यातनेशी जोडलेली भावनिक यातनाही होती. गर्दी आणि एकटेपण हे दोन्हीही तितकंच घुसमटवून टाकत होतं. दुःखात्म प्रेम दारिद्र्याशी स्पर्धा करत होतं. वृद्धत्वाच्या घोडदौडीसोबत जमाखर्चाच्या ताळमेळाचे कष्टही वाढत होते. रोगाच्या आणि भीतीच्या साथी हातात हात घालूनच प्रवास करत होत्या. आपल्या त्वचेखाली रक्तवाहिन्या नसून फायबर ऑप्टिक्सच्या केबल्स आहेत असा विचार करत मुलं लहानाची मोठी होत होती. खिशात आरशाऐवजी कॅलक्युलेटर घेऊन फिरणाऱ्या वृद्धांची संख्या वाढत होती. त्यांच्या जिभेवरील शब्दांची जागा आकड्यांनी घेतली होती. ते म्हणत होते की प्रेमाचं रूपांतर पैशात झालं आहे, परंतु कॅलक्युलेटर हातात घेऊन कितीही आकडेमोड केली तरीही पैशाचं रूपांतर पुन्हा प्रेमात का होत नाही ते काही त्यांना समजत नव्हतं. नुसतेच आकडे पुरेसे नव्हते त्यांच्यासाठी.

डॉक्टरांनी आतून मारलेली हाक माझ्या कानावर आली.

"कुहेलन काका, आम्ही मिनिटभरात येतोच तिथे... तुम्हाला जास्त काळ एकटं राहावं लागणार नाही, जरा सबुरीने घ्या."

"हूं... आता लवकर आला नाहीत तर बघा... सगळी राकी संपवीन मी..." मी उत्तरलो.

मी रिकामा पेला भरला. त्यात पाणी-बर्फही घातले. त्या माझ्या स्वप्नांच्या नगरीत... माझ्या प्रेमाच्या माणसांच्या संगतीत... जिथून बॉस्फरस दिसतो अशा सज्जावर बसून मी राकीचे घोट घेत होतो..

माझे बाबा म्हणायचे की दर ऋतूत इस्तंबूल एक वेगळीच नगरी निर्माण करतं. काळोख, बर्फ आणि धुकं असतं तेव्हा तर ते कितीतरी वेगवेगळ्या नगरींना जन्म देतं. कडक उन्हाळ्यातल्या एके दिवशी तोफानेच्या किनाऱ्यावर त्यांनी ओळीने बसून चित्रं काढणारे काही विद्यार्थी पाहिले. प्रत्येक विद्यार्थी पुढ्यातला मेडनचा मनोरा, सीगल पक्षी आणि समुद्राचं निरीक्षण करत होता आणि पुढ्यातल्या कॅनव्हासवर रंग भरत होता, पण त्यातलं एकही चित्र दुसऱ्या चित्रासारखं नव्हतं. एकातला समुद्र निळा होता तर दुसऱ्यातला पिवळा होता. एकातला मेडनचा मनोरा नवाकोरा होता तर दुसऱ्यातला जुनापुराणा होता. एकातले सीगल पंख पसरवण्याच्या तयारीत होते तर दुसऱ्यांतले सीगल सामूहिकरीत्या मेलेले दिसत होते. ते कॅनव्हास काही एकाच नगरीचं चित्रण

करत नव्हते, अगदी वेगळ्याच नगरी चितारत होते ते... त्या नगरींत युगानुयुगांचं अंतर होतं. मैलोन्‌मैलांचं अंतर होतं. त्यातील काही नगरी प्रकाशमान होत्या तर काही अंधाऱ्या होत्या... काही आनंदी होत्या तर काही खिन्न, उदास होत्या.

माझे बाबा जी नगरी पाहत होते ती ह्या सर्वांपेक्षा वेगळीच होती, हे तेव्हा कुठे मला कळलं. बाबा म्हणाले होते, ''कुठल्याही नगरीला तिचं रूप प्राप्त होतं ते तिच्याकडे लोक ज्या दृष्टीने बघतात, त्यामुळे प्राप्त होतं. ती वाईट आहे असं म्हणणाऱ्या लोकांमुळे ती नगरी दुर्जन नगरी होते, तर तिच्याकडे चांगल्या नजरेने पाहणाऱ्यांमुळे तिला सौंदर्य प्राप्त होतं. लोक बदलले, सुंदर झाले तर नगरीही बदलते, सुंदर होते.''

माझ्या बाबांनी कित्येक वर्षांपूर्वी सोडलेल्या इस्तंबूलकडे पाहत होतो मी... आता समोरचं इस्तंबूल दृष्टिपथातून नाहीसं झालं होतं. मेडनचा मनोरा धुक्यात बुडाला होता. माझ्या पेल्यातल्या राकीसारखाच समुद्रही पांढराफटक झाला होता. फेरीबोटी आणि मासेमारीच्या बोटी काठावर विश्रांती घेत पडल्या होत्या. धुक्याच्या ढगातून फक्त एकच गोष्ट नजरेस दिसू शकत होती. ती म्हणजे एक लाल पंखांचा सीगल पक्षी. त्या सीगलने आपले पंख पूर्ण पसरले होते. तो समुद्रावरून किनाऱ्याकडे तरंगत येत होता. त्याने त्या पोकळीत आपलं संपूर्ण शरीरच झोकून दिलं होतं. संपूर्ण आकाशात केवळ तोच एकटा दिसत होता. घरांच्या छतांच्या दिशेने तो खाली येत होता. तो थोडा जवळ आला तेव्हा लक्षात आलं की तो काही सीगल नव्हता, ती तर लाल रंगाची शाल होती. लाल रंगाची ती शाल एका क्षणी धुक्याबाहेर येत होती तर दुसऱ्या क्षणी धुक्यात हरवून जात होती. मी काय राकी जास्त प्यायलो होतो का? किती बरं प्यायलो होतो मी? मी स्वतःशीच हसलो. कुणाचातरी हाक मारतानाचा आवाज कानावर आला, ''डॉक्टर, डॉक्टर...''

आवाज ओळखीचा होता... खालून आला होता...

मी सज्जाच्या कठड्यावरून डोकं बाहेर काढलं. मला इमारतीच्या तोंडाशी कामो दिसला.

''कामो...''

''कुहेलन काका, कसे आहात? छान वाटलं तुम्हाला पाहून...''

मी हात हलवला.

''वर ये ना रे...'' मी म्हणालो.

''नंतर येतो...'' तो म्हणाला.

''नंतर कसा?''

''मी बेयोग्लुला चाललोय माहिझेरला भेटायला.''

''तिलाही घेऊन ये...''

''दोघंही येतोय आम्ही. तिलाही भेटायचंय तुम्हाला.''

''फार नका हं उशीर करू... जेवण तयारच झालंय जवळ जवळ.''

''तो विद्यार्थी छोकरा आला का हो?''

''आलाय.''

''आणि झिनी सेवदाचं काय?''

''तीही येईल थोड्याच वेळात...''

''मी जातो आता, माहिझेरला वाट पाहायला लावायचं नाहीये मला...''

''लवकर जा रे, म्हणजे लवकर येशीलसुद्धा.''

कामोने जाडजूड कोटाच्या खिशांत हात खुपसले आणि तो भराभरा पावलं टाकत जाऊ लागला.

तो कोपऱ्याशी वळतच होता, तेवढ्यात मी आवाज दिला, ''कामो.''

त्याने थांबून पाहिलं. धुक्यात सावलीसारखा दिसत होता तो... ज्या वळणावर अस्तित्वाची भेट कल्पनारम्यतेशी होते अशा वळणावर होता तो... हृदयाच्या कंपनांचा मंद वेग आणि काळाचा जलद वेग ह्यांच्या मधे अडकला होता तो...

''तू नसल्यामुळे चुकल्याचुकल्यासारखं झालं रे मला कामो,'' मी म्हणालो.

तो हसला. त्याने हात पसरून हवेला मिठी मारली. जणू दुरून तो मलाच घट्ट मिठी मारत होता. त्यानंतर पटकन वळून लांब लांब ढांगा टाकत तो धुक्यात नाहीसा झाला.

मी पेला हवेत उंचावला. ''इस्तंबूल... तुझ्या स्वास्थ्यासाठी...'' मी म्हणालो, ''तुझ्याच स्वास्थ्यासाठी... इस्तंबूल...''

पेला टेबलावर ठेवतच होतो तेवढ्यात जाणवलं की नाकातून रक्त वाहतंय. ओठांपर्यंत आलेलं रक्त मी रुमालानं पुसून काढलं. कपड्यांवरसुद्धा रक्त सांडलंय का हे पाहत होतो तेवढ्यात मला माझ्या तारुण्यावस्थेतील एक उन्हाळी दिवस आठवला. मी तेव्हा हायमाना पर्वतराजीच्या प्रदेशात राहत होतो. घोड्यावरून जात असताना वाटेत एक मोठी हवेली लागली. उन्हामुळे घोडा खूप तहानलेला होता. वाड्यासमोरच्या कारंजात पाणी भरणाऱ्या एका मुलीकडे मी गेलो. तिने केसांची वेणी घातली होती. कपाळावरच्या रिबिनीला लिराची पिवळी नाणी लटकत होती. हातांना मेंदी होती. तिचं लग्न हल्लीच

झालं असावं हे तर उघडच होतं. तिने वाडग्यातून पाणी आणलं आणि माझ्यासमोर धरलं. तहानेने व्याकूळ झाल्यामुळे मी ते घटाघटा प्यायलो. त्या थंड पाण्याने माझा थकवा निघून गेला. घोडाही खाली कुंडात ठेवलेलं पाणी मनसोक्त प्यायला. मग सूर्याकडे पाठ करून मी तिथून निघालो आणि डोंगराच्या चढणीवर जाऊ लागलो. वाटेत जंगली पेराच्या झाडावरून जाताना जाणवलं की माझ्या शर्टावर रक्त सांडलंय. नाकातून वाहणारं रक्त पांढऱ्या शर्टावर ठिबकत होतं. त्या क्षणी माझ्या लक्षात आलं की आपण त्या नववधूच्या प्रेमात पडलोय. रक्त ही एकतर प्रेमाची खूण असते नाहीतर मृत्यूची. पण मी तर अशा वयात होतो जिथून मृत्यू खूप दूर होता आणि प्रेम... प्रेम जवळ होतं.

मी चंचीतून सिगरेटचा कागद काढला. तो बोटात धरून त्यात सढळ हातांनी तंबाखू पसरला. त्या कागदाची वळून सुरनळी केली. तिची कडा जिभेने ओली करून चिकटवली. मग लायटरच्या ज्वाळेने तो ओला ठिपकाही सुकवून मी त्या सिगरेटचा एवढा खोल झुरका घेतला की जणू मला ती एका झुरक्यातच संपवून टाकायची होती. मग नाकातून सिगरेटचा धूर सोडला. धुरामुळे रक्तस्राव थांबला असता. कारण ते सारखं थांबत होतं आणि वाहत होतं. मग मी मागे टेकून बसलो. दिवाणखान्यातून येणारं तुर्कस्तानी शास्त्रीय संगीत ऐकण्यासाठी कान ताणले. पण ते जास्त काळ शक्य झालं नाही. कारण बाहेरून येणाऱ्या गोळीबाराच्या आवाजात संगीताचे स्वर बुडून गेले.

ब्राऊनिंग, बेरेटा, वाल्दर आणि स्मिथ-वेसन... तऱ्हेतऱ्हेच्या बंदुकांचे आवाज पुन्हा एकदा निनादले. एकीकडे मला ते आवाज कानावर पडायला नको होते तर दुसरीकडे त्यांच्यामुळे माझ्या मनात आशा जागृत होत होती. येणाऱ्या प्रत्येक गोळीचा आवाज जसजसा जवळून येऊ लागला तसतसं माझं कुतूहल जागृत झालं. हे काय आहे, जे इतकं जवळ जवळ येत चाललं आहे. हे जीवन येतं आहे की मरण? मी मान उंचावली. वरच्या काळ्याकुट्ट अंधारात तरंगणाऱ्या समयाच्या पक्ष्याकडे पाहिलं. त्याने त्याचे विशाल पंख पसरून संपूर्ण जागाच व्यापून टाकली होती. भूतकाळातील वाऱ्यांना तोंड देऊन थकलेलं शरीर त्याने वर्तमानक्षणाच्या रिक्ततेत मुक्त सोडून दिलं होतं. त्याच्या एका पंखावर वेदनेची झळ होती तर दुसऱ्या पंखावर सौंदर्याची आभा होती. मी उठून उभा राहिलो. हात लांब केला तर त्याच्यापर्यंत पोचता येईल का मला? पायाच्या अंगठ्यांवर उभा राहून हात पसरले तर समयाच्या पक्ष्याच्या काळ्या पिसांना स्पर्श करू शकेन का मी?

बंदुकीचे बार फार जवळून ऐकू येऊ लागले होते. लोखंडी दाराच्या अगदी बाहेरच येऊन ठेपल्यासारखे झाले ते. मला ती तंबाखूने भरलेली सिगरेट सदैव हातात राहावीसं वाटत होतं. मला जीवन नको होतं. मृत्यू नको होता. वेदनाही नको होत्या. मला फक्त नाकात भरून राहिलेली ती सिगरेटची लज्जत हवी होती. मला टेबलक्लॉथवरील भरतकामाचा विचार करायचा होता. कुरकुरीत भाजलेल्या पावाचा रंग, बर्फमिश्रित राकीचा गंध ह्यांचा विचार करायचा होता... समुद्रावरून येणाऱ्या वाऱ्याच्या झुळकीवरून वाहत वाहत येणाऱ्या लाल शालीचं स्वप्न केवळ स्वप्न म्हणूनच पाहायचं होतं आणि अनवाणी पाय जाडजूड गालिचांवर बुडवायचे होते. मला चीझ आणि लोणचं खायचं होतं. सर्वांना ऐकू जाईल इतक्या जोरात संगीत लावायचं होतं. सज्जात बसून जहाजांना हात हलवून दाखवायचा होता. पण ते काही घडत नव्हतं. बंदुकीच्या गोळ्यांचा आवाज संपल्यावर लोखंडी दरवाजाची करकर सुरू झाली. लोखंडी दरवाजाची करवतीसारखी करकर संपूर्ण मार्गिकेत पसरली.

अजिबात न हलता मी वाट पाहत राहिलो. मी गळ्याशी हात नेला. तिथे खूप दुखत होतं. मी मान कुरवाळली, डोकं डावी-उजवीकडे वळवलं. मग लांब वाढलेली नखं न्याहाळली. विस्कटलेले केस नीट केले. कपाळावरचे रक्ताचे डाग पुसले. शर्टाची फाटकी कॉलर सरळ केली. खांदे ताठ केले. मग मी भिंतीला स्पर्श केला. तिच्या खडबडीत अंगावरून बोटं फिरवली. थंडगार वारा माझ्या बोटांकडून दंडाकडे आणि तिथून संपूर्ण शरीरभर पसरतोय हे मला जाणवलं. हवा खूपच दमट, ओली होती. तिला समुद्री शैवाळाचा वास होता. माझा घसा दुखू लागला होता. कानात घण पडू लागले होते. डोकं गरगरू लागलं होतं. समयाचा पक्षी विशाल पंखांनी अंधारात तरंगत असताना लोखंडी दरवाजाचा आवाज त्या रिकाम्या पोकळीत भरत चालला होता.

डोकं उचलून मी समोरच्या धुक्याकडे शेवटची नजर टाकली.

ते पिवळं धुकं किती सुंदर होतं...

इस्तंबूलमधल्या समयाला वेढून टाकणारं... जीवन आणि मृत्यू ह्या दोघांनाही आपल्यात सामावून घेणारं ते धुकं... किती सुंदर होतं ते...

जिथे आपण यातना भोगतो ते स्थान म्हणजे नरक नसतं.
तर जिथे आपण यातना भोगत असतो,
पण कुणालाच त्याची पर्वा नसते ते स्थान म्हणजे नरक असतं.
मन्सुर-अल-हल्लाज

शब्दसूची

आब्ला – आपल्यापेक्षा वयाने मोठ्या स्त्रीला उद्देशून वापरलेले आदरार्थी संबोधन

अग्बी – आपल्यापेक्षा वयाने मोठ्या पुरुषाला उद्देशून वापरलेले आदरार्थी संबोधन

बलिक-एकमेक – इस्तंबूलमधल्या रस्त्यांवर मिळणारा लोकप्रिय पदार्थ. ह्यात ताजा मॅकरल माशाच्या तुकड्या पाव, कांदा, लिंबू, मिरची ह्यांच्यासह दिल्या जातात.

बे – पुरुषाच्या नावापुढे लावण्याचा 'श्री.' ह्या अर्थाचा शब्द

कासिक – दही, लसूण, काकडी, पुदिना वापरून बनवलेलं तोंडीलावणं. त्याचं ग्रीक नाव झात्सिकी म्हणूनही प्रसिद्ध आहे.

दार-उस्सफाका अनाथाश्रम – १८६३ मध्ये स्थापन झालेली समाजसेवी संस्था. ह्या संस्थेच्या माध्यमातून गरीब आणि अनाथ मुलांच्या शिक्षणासाठी साहाय्य केलं जातं.

एझ्मे – बारीक चिरलेल्या टोमॅटोची मसालेदार कोशिंबीर. मद्यासोबत चखणा म्हणूनही दिली जाते किंवा कबाबसोबत खाल्ली जाते.

गेसाकोंडू – अक्षरशः एका रात्रीत उगवणारी स्वस्त, बेकायदेशीर झोपडपट्टी. ग्रामीण भागातून मोठ्या शहरात स्थलांतर करणारे गरीब लोक शहराच्या वेशीवर ही वस्ती उभारतात.

हनिम – स्त्रीला उद्देशून वापरलेला कु, सौ, श्रीमती असा औपचारिक शब्द

हैदरी – मद्यासोबत खायचा लोकप्रिय पदार्थ. त्यात घट्ट दही, लसूण, फेटा चीझ आणि तऱ्हेतऱ्हेचे मसाले वापरतात.

होका – गुरुजी, शिक्षक ह्यांच्यासाठी वापरलेले संबोधन.

लोकमन हकिम – दंतकथेतील वैद्य आणि औषधकार. हा ख्रिस्तपूर्व ११०० शतकात होऊन गेला. त्याने सर्व रोगांवरील रामबाण उपाय शोधला होता, तसेच अमृतही शोधले होते असे म्हणतात.

मन्सुर-अल-हज्जाज – नवव्या शतकातील पर्शियन सुफी संत. हे क्रांतिकारक, कवी आणि सुफी पंथाचे गुरू होते. ते पाखंडी आहेत ह्या आरोपाखाली हाल हाल करून त्यांना फासावर देण्यात आलं.

राकी – तुर्कस्तानचे राष्ट्रीय पेय. बडीशेपचे द्रावण गाळून बनवले जाते.

सिमित बेगल – पावाच्या गुंडाळीसारख्या आकारात रस्त्यावर मिळणारा तीळ लावलेला पदार्थ. हा तुर्कस्तानमध्ये खूप लोकप्रिय आहे.

●